பண்டைத் தமிழ்ச் சமூகம்
வரலாற்றுப் புரிதலை நோக்கி...

கார்த்திகேசு சிவத்தம்பி

நியூ செஞ்சுரி புக் ஹவுஸ் (பி) லிட்.,
41-பி, சிட்கோ இண்டஸ்டிரியல் எஸ்டேட்,
அம்பத்தூர், சென்னை - 600 050.
☎ : 044 - 26251968, 26258410, 48601884

Language: Tamil
Pandai Thamizh Samugam
Author: **Karthikesu Sivathamby**
NCBH First Edition : June, 2010
Revised Second Edition: October, 2019
Copyright: Author
No.of Pages: 188
Publisher:
New Century Book House Pvt. Ltd.,
41-B, SIDCO Industrial Estate,
Ambattur, Chennai - 600 050.
Tamilnadu State, India.
Email: info@ncbh.in
Online: www.ncbhpublisher.in

ISBN. 978-81-2341-757-8

Code No. A 2141

₹ 160/-

Branches
Ambattur (H.O.) 044 - 26359906 **Spenzer Plaza (Chennai)** 044-28490027
Trichy 0431-2700885 **Pudukkottai** 04322- 227773 **Tanjore** 04362-231371
Tirunelveli 0462-4210990, 2323990 **Madurai** 0452 2344106, 4374106
Dindigul 0451-2432172 **Coimbatore** 0422-2380554 **Erode** 0424-2256667
Salem 0427-2450817 **Hosur** 04344-245726 **Krishnagiri** 0434-3234387
Ooty 0423 2441743 **Vellore** 0416-2234495 **Villupuram** 04146-227800
Pondicherry 0413-2280101 **Thiruvannamalai** 04175-223449

பண்டைத் தமிழ்ச் சமூகம்
ஆசிரியர்: **கார்த்திகேசு சிவத்தம்பி**
என்.சி.பி.எச்.முதல் பதிப்பு: ஜூன், 2010
திருத்திய இரண்டாம் பதிப்பு: அக்டோபர், 2019

அச்சிட்டோர்: **பாவை பிரிண்டர்ஸ் (பி) லிட்.,**
16 (142), ஜானி ஜான் கான் சாலை, இராயப்பேட்டை, சென்னை - 14
☎: 044-28482441

All rights reserved. No part of this book may be reprinted or reproduced or utilised in any form or by any electronic, mechanical, or other means, now known or hereafter invented, including photocopying and recording, or in any information storage or retrieval system, without permission in writing from the publishers.

மங்கை
கோதை
வர்த்தனி
ஆகியோருக்கு
அன்புடன்

பதிப்புரை

தமிழ் கூறும் நல்லுலகம் கொண்டாடுகின்ற முதுநிலை மார்க்சிய ஆய்வாளர் கா.சிவத்தம்பி. அவர் இந்நூலுள் பண்டைய தமிழகத்தின் சமூக உருவாக்கம், அரசுருவாக்கம், இலக்கியக் கோட்பாட்டு உருவாக்கம் ஆகிய மூன்று விடயங்களைப் பற்றி ஆராய்கின்றார். இவ்விடயங்களை முதன்முதலில் மார்க்சியக் கண்ணோட்டத்தில் நோக்கியவர்களில் இந்நூலாசிரியரும் ஒருவர்.

பண்டைய தமிழகத்தில் நான்கு வகை நிலங்களில் மக்கள் நிலைத்து வாழத் தொடங்கியவுடன், அந்தந்த நிலவியல்புக்கேற்ப சமூக வாழ்வு உருப்பெறத் தொடங்கியது. முல்லை, மருத நிலங்களின் உற்பத்தியில் கிடைத்த உபரி, வாணிகம் ஆகியவற்றின் உடனிகழ்வாக அரசும், உயர்குடிகளும் உருப்பெறுகின்றன. இத்துடன் கற்பு குறித்த கருத்தாக்கமும் எழுகின்றது; பெண்களின் வெளி இல்லத்துடன் குறுக்கப்படுகின்றது. இவ்விடயங்களை உற்பத்தி வளர்ச்சியின் பகைப்புலத்தில், இலக்கியக் கோட்பாட்டின் குறுக்குவெட்டுத் தோற்றத்தில் கா.சிவத்தம்பி வெளிப்படுத்துகின்றார்.

இந்நூலை 'Studies in Ancient Tamil Society' என்று ஏற்கெனவே ஆங்கிலத்தில் அச்சிட்டிருந்தோம். தமிழில் நா.வானமாமலை, ஆ.சிவசுப்பிரமணியம் ஆகியோர் மொழிபெயர்த்திருந்த ஒரு கட்டுரை யுடன், மீதமுள்ள கட்டுரைகளை மு.ரவிச்சந்திரன், செ.போத்திரெட்டி ஆகியோரைக் கொண்டு மொழிபெயர்த்து வெளியிட்டவர் மே.து.ராசுகுமார். இந்நூலுக்குள்ள வாசகர் தேவையின் பொருட்டு மீளச்சிடுகிறோம்.

பதிப்பகத்தார்

அறிமுகவுரை

இந்த அறிமுகக் குறிப்பு மிக நீண்டது. ஆய்வுப் புலமைத் தகுதிப்பாடு ஏதும் இல்லாத யான் இவ்வாறு துணிபு கொள்வதற்கான காரணத்தை நேரிய முறையில் அறிஞர் உலகம் அறிய வேண்டும். தமிழ்ப் புலமைக்கு என்னால் உரிமை கொண்டாட முடியாது. இருப்பினும் பேராசிரியர் சிவத்தம்பி கட்டுரைகளின் சிறப்புகள், அதாவது மூல முதல் தகுதி (ORIGINALITY), அறிவுத் திறன் (SCHOLARSHIP), புதிய நோக்கு முறை (NEW APPROACH), வளம் (RICHNESS), மிகுந்த ஆய்வுச் செறிவு (QUALITY) என்பனவற்றை எடுத்துச் சொல்ல வேண்டும் என்னும் அவா என்னை ஊக்கிற்று எனலாம். மேலும் கலாநிதி சிவத்தம்பி இலங்கைத் தமிழர். எனவே சங்க இலக்கியக் காலம் பற்றிய அவருடைய புரிதல் புதிதாக இருக்கும் என்பதில் ஐயமில்லை. இதனைத் தமிழ் வாசகர் புரிந்துகொள்ள வேண்டும். வரலாற்றியங்கியல் அடிப் படையில் அமையும் இவ்வாய்வு எதிர்காலத்தில் சிறந்த வழிகாட்டியாக விளங்கும் தகுதி பெற்றது என்பதனை எடுத்துக்காட்டவே இந்த நீண்ட அறிமுகம்.

1

சங்க இலக்கியத் தமிழ்ச் சமுதாயம் இனக்குழுச் சமுதாய அமைப்பிலிருந்து நிலைத்த வேளாண் அமைப்புக்கு முன்னேறிச் சென்றடைந்ததையும் தமிழகம் ஐவகை இயற்கை நிலப் பிரிவுகளாக மலை, காடு, மேய்ச்சல் நிலம், வெப்பம் மிகுந்த பாலை நிலம், வயலும் வயல் சார்ந்த நிலம் முதலான நிலப்பகுதிகளாகப் பிரிந்ததையும், குறிஞ்சி, முல்லை, பாலை, மருதம், நெய்தல் என்னும் ஐவகை நிலங்களாகக் கரு, உரிப் பொருள்களுடன் சார்ந்து பொருளாதார அடிப்படையில் அமைந்திருந்ததையும் ஒவ்வொன்றும் தனித்தனியே பறவைகளும், விலங்குகளும், தாவரங்களும், இசைப் பண்களும் கருப்பொருள்களாகப் பெற்றிருந்ததையும் மக்களுடைய ஒழுகலாறுகளும் அவர்களுடைய அன்றாடத் தொழில்களும் சமூக அமைப்புகளும் பழக்க வழக்கங்களும் வெவ்வேறாக இருந்தன என்பதனையும் காண்கிறோம். மருதம் சார்ந்த வயல் வெளிகளில் மக்கள் நிலைபேறான வாழ்வு (SETTLED LIFE) பெற்றனர். நிலங்களை வேளாண்மைக் குரித்தான விளைநிலங்களாக மாற்றியமைத்தனர். இயற்கை வழங்கிய மழையுடன் குளம், கிணறு, ஏரி எடுத்ததுடன் ஆற்றிலிருந்தும்

நீர்ப்பாசன வசதி கிடைத்ததனால் பயிர்கள் செழித்தன. அதாவது, பல்வேறு வழிகளில் வேளாண்மைக்கு ஆதாரமான நீர் கிடைத்ததனால் உற்பத்தி பெருகிச் செழித்து உபரி மதிப்பு அதிகரித்ததைச் சங்க இலக்கியம் காட்டுகிறது. நிலைபெற்ற தொடர் வேளாண் தொழில் மக்கள் பெருக்கத்தை விளைவித்தது; புதிய வர்க்கங்கள் உருவாயின. சமூகப் பிரிவுகள் மேன்மேலும் தோன்றின. செல்வம் குவிந்தது. இது வடபுலத்திலிருந்து ஆரியர்கள் தமிழகம் நாடி வந்து பல்வேறு இடங்களில் குடியமர்வதற்கு வழிவகுத்தது. அவர்களுக்கு நிலங்கள் நிவந்தங்களாக வழங்கப்பட்டன. கலாநிதி கைலாசபதி ஐவகை நிலங்களை இயற்பியல் புவியியல் சார் நிலங்கள் (PHYSIOGRAPHICAL REGIONS) என்பார்.

கடல் சார்ந்த நெய்தல் நிலமக்கள் மீன்பிடித்தும், உப்பு உற்பத்தி செய்தும் வாழ்ந்தனர். வாணிபம் உள்நாட்டு வாணிபம், வெளிநாட்டு வாணிபம் என இருவகைப்பட்டிருந்தது. உள்நாட்டில் நெய்தல் உப்புக்கு ஈடாக மருத நில நெல்லும், முல்லை நில பால் பொருள்களும் பண்டமாற்றாகப் பரிமாறிக் கொள்ளப்பட்டன. உள்நாட்டு வாணிபம் பெரு வளர்ச்சி பெற்று உள்நாட்டுச் சந்தையை வெளிநாட்டு வாணிபத்தோடு இணைத்தது. புதிய நகரங்கள் தோன்றி அமைவதற்கு உந்து சக்தியாக, பின்புலமாக இவ்வாணிபம் அமைந்தது. அந்நிய நாட்டு வாணிப வளர்ச்சி, தமிழகம் நகர்மயமாதல், அரசு உருவாக்க அதிகார வர்க்க எழுச்சி ஆகியவை சங்க இலக்கியத்தில் பிரதிபலிப்பதைக் காணலாம். சமூகத்தில் இவை அனைத்தும் வளர்ந்த வரலாற்றுப் போக்கை பேராசிரியர் சிவத்தம்பி ஆழ்ந்த ஆய்வுக்கு உட்படுத்துகிறார். இலக்கியச் சான்று களோடு அகழ்வாய்வுச் சான்றுகளை இணைத்து விளக்குவது சிறந்த அறிவியல் முறையாகும்.

இத்தொகுதியில் ஐந்து கட்டுரைகள் இடம்பெற்றுள்ளன. முதல் கட்டுரை திணைக் கோட்பாட்டின் சமூக அடிப்படைகள். இரண்டாம் கட்டுரை பூர்வகால அரசமைப்பு உருவாக்கம். மூன்றாம் கட்டுரை பண்டைய தமிழ்நாட்டில் உயர்குடி ஆதிக்க மேட்டிமையின் வளர்ச்சி. நான்காம் கட்டுரை சங்க இலக்கியமும் தொல்லியலும் ஆய்வும். ஐந்தாம் கட்டுரை முல்லைத் திணைக்கான ஒழுக்கம் என்பன.

2

முதல் கட்டுரை **திணைக் கோட்பாட்டின் சமூக அடிப்படைகள்.** இது தமிழ் இலக்கியத்துக்கு மட்டுமே உரித்தான உயரிய கோட்பாடு, இதனைப் பேராசிரியர் சிவத்தம்பி பண்டைத் தமிழ்ச் சமுதாயத்தின்

அறிமுகவுரை

"திறவுகோல்" எனச் சரியாகவே மதிப்பீடு செய்து பண்டைய தமிழ்ச் சமூகம் உருவமைந்ததில் அது வகித்த பங்கு பற்றி ஆய்கிறார்.

"தொடக்கக் கால இந்தியாவில் சமூக பொருளாதார வரலாற்றுக் காட்சிகள்" என்னும் நூலில் பேராசிரியர் ஆர். எஸ். சர்மா இவ்வாறு குறிப்பிடுகிறார்: "சமூக அமைப்பு உருவாவது பற்றி மெல்ல மெல்லவே அறிந்துகொள்ள முடிகிறது, நிதானமாகவே வெளிப்படுகிறது என்பதனாலேயே சமூக உருவாக்கம் நிகழவில்லை எனத் தீர்மானிப்பது ஏற்றதன்று. மீளுருவாக்குதல் என்னும் கருத்தமைவின் அடிப்படையில் நோக்குவோமானால் சமுதாயத்தில் நிகழும் மாற்றத்தைத் தூய்மை, பாரம்பரியம் ஆகியவற்றின் அடிப் படையில் நோக்குவதை விடுத்துப் புவியியல் தொல்லியல் கோணத்திலிருந்து பரவலாகக் காண்போமானால் உண்மை புலனாகும்" (பக். 28). இம்முறையில் பேராசிரியர் சிவத்தம்பி வேறு எவருடைய வழிகாட்டுதலு மின்றித் தாமே தமிழகத்தின் வரலாற்றுச் சிறப்பைக் கண்டறிய முனைகிறார்.

தமிழறிஞர்கள் பலர் தமிழகத்தில் இயற்கையிலமைந்த ஐவகை நிலப் பாகுபாட்டை ஆராய்ந்துள்ளனர். குறிப்பாக பி.டி.சீனிவாச ஐயங்கார், வி.ஆர்.இராமச்சந்திர தீட்சிதர், மு.இராகவ ஐயங்கார், கமில் சுவலபில், சேவியர் தனிநாயக அடிகளார் போன்றோர் இத்தகைய நிலப் பாகுபாடு புலவர் கற்பனையில் முகிழ்த்ததன்று, தமிழகத்தில் நாம் கண்டுணரும் வகையில் அமைந்த சமூகப் படிமலர்ச்சி நிலைகள் எனக் கருதுகின்றனர். இதற்கு மாறாகப் பேராசிரியர் நா.சுப்பிரமணியம் "சங்க கால அரசியல்" என்னும் தம் நூலில் இது புலவரின் கற்பனையில் கருக்கொண்டது, அதே வரிசையில் பாகுபாடுகள் அமையவில்லை என்று கருதுகிறார். அதேபோது முனைவர் கே.கே.பிள்ளை ஐவகை நிலப் பாகுபாடு உண்மையே, கற்பனையன்று. தொல்காப்பியத்தில் காணப்படுவது போலவே வளர்ச்சி இருந்தது என்பார் (தமிழர்களின் சமூக வரலாறு, பகுதி. 1, பக். 78). இவர் முதலாம் கருத்தினரின் ஆதரவாளர் என்பது புலனாகும். பேராசிரியர் சிவத்தம்பி இவ்விரு வேறு தரத்தினரின் கருத்துகளை மார்க்சிய இயக்கவியல் பொருள்முதல்வாத அடிப்படையில் ஆய்ந்து உண்மை காண முற்படுகிறார். இயக்கவியல் பொருள்முதல்வாதம் வர்க்கங்களையும் அவற்றிடையே காணும் வேற்றுமை களையும் எடுத்துச் சொல்வதோடு, நாட்டுப் பொருளாதாரம் ஓரிடத்தில் முன்னேறி வளர்ந்தும் பிறிதோரிடத்தில் தேங்கிப் பின்னடைந்தும் இருக்கும், சமூக வரலாற்றில் ஏற்ற இறக்கங்களும் சமனற்ற வளர்ச்சிப் போக்கும் இயல்பாக இருக்கும் என்று நிறுவுகிறார்.

பேராசிரியர் வையாபுரிப்பிள்ளை இத்தகைய இலக்கண விதிகள் புலனெறி வழக்கம் எனவும், புறநானூற்றைப் பொறுத்தவரை திணைகளும் துறைகளும், புறநானூற்று உரையாசிரியர் 11ஆம் நூற்றாண்டில் எழுந்த புறப்பொருள் வெண்பாமாலை அடிப்படையில் வகுக்கப்பட்டவை என்றும் கூறுகிறார் (தமிழ்மொழி இலக்கிய வரலாறு, இரண்டாம் பதிப்பு, பக். 41). புறப்பொருள் வெண்பாமாலை என்னும் இலக்கண நூல் 10ஆம் நூற்றாண்டிலிருந்து 14ஆம் நூற்றாண்டு வரை வாழ்ந்திருந்த உரையாசிரியர்கள் பலரால் எடுத்தாளப்பட்டுள்ளதனால் அவ்விலக்கண நூலின் காலம் அதற்கு முற்பட்டதாக இருக்க வேண்டும், கி.பி.6 முதல் 8வது நூற்றாண்டு வரையிலான காலவெளியில் தோன்றியிருக்க வேண்டும் என்று சோம இளவரசு தம் இலக்கண வரலாறு என்னும் நூலில் சுட்டிக் காட்டுகிறார் (பக்.37). இப்பின்புலத்தில் இலக்கணச் சிந்தனைகளும், விதிகளும் சமுதாயத்தில் நிலவிய பழக்கவழக்கங்கள் ஒழுகலாறு களையும் ஒட்டியே அமைந்தன என்று கூறுவது பொருத்தமுடையது. பல்வேறு நிலங்களில் வாழ்ந்திருந்த மக்கள் உருவாக்கிய பொருளாயத அமைப்புகள் ஈடுபட்ட செயல்பாட்டின் விளைவாகத் தோன்றிய வாழ்க்கை நிலைமைகளில் ஏற்பட்ட மாற்றங்களை இவை பிரதிபலித்தன எனலாம். இதிலிருந்து திணை நிலைப் பெயர் அவ்வந் நிலத்தில் வாழ்ந்த மக்கள் நடைமுறையில் கையாண்ட செயல் முறையைச் சுட்டும் பெயர் எனலாம். முல்லை மேய்ச்சல் நிலத்தில் ஆநிரைகள் வளர்ந்து பெருக இருந்த வாய்ப்பு மருத நில வேளாண் வாழ்க்கைக்கு வித்திட்டது. வேளாண்மை செழிக்க மழை நீர் மட்டுமல்லாமல், சமவெளிகள் பாய்ந்தோடிய சிற்றாறுகளும், ஓடைகளும் உதவின. பேராறுகளின் கரைகளில் வேளாண்மை செய்யப்பட்டது. இது புதிய அரசியல் பொருளாதார மாற்றத்தைக் கொணர்வித்தது. நிலப் பிரிவுகளும் அதிகமாயின.

சங்க இலக்கியம் இனக் குழுச் சமுதாயத்திலிருந்து வர்க்கச் சமுதாயமாக மாறியது என்பதனைப் பேராசிரியர் சிவத்தம்பி திறம்பட நிறுவுகிறார். பேராசிரியர் முனைவர் துரை அரங்கனார் எழுதிய ''சங்க காலச் சிறப்புப் பெயர்கள்'' என்னும் நூல் தொல்தமிழகத்தில் வாழ்ந்த இனக் குழுக்களைத் தனியே விவரிக்கிறது. முனைவர் டி.வி.மகாலிங்கம் அவர்கள் தம் ''தென்னிந்திய அரசியல் வரலாறு'' என்னும் நூலில் தொல்தமிழகத்தில் நிலவியிருந்த அரசியல் நிறுவனங்களைக் குறிப்பிடு கிறார். ஆனால், இதுவரை அறிஞர் எவரும் இனக்குழுச் சமூகத்தி லிருந்து வர்க்கச் சமூகத்திற்குத் தமிழகம் மாறி வளர்ந்து சென்றடைந்ததை ஆராய்ந்ததில்லை. முதன்முதலில் அப்பணியைப் பேராசிரியர் சிவத்தம்பி ஏற்றுத் திறம்பட செய்து முடித்துள்ளார். தொல்காப்பியம், சிலப்பதிகாரம், சங்கத் தமிழ் நூல்களின் கூற்றுப்படி ஐவகை நிலங்களும் தெய்வம்,

உணவு, பயிர்கள், திணைதுறை, வாழ்க்கை நெறி முறைகள் ஆகியவை தனித்தனியே பிரிந்திருந்ததனை எடுத்துக் காட்டுகிறார். திணை நிலைப் பெயர் என்பதற்கு உண்மையான பொருளை இதிலிருந்து தெரிந்து கொள்ளலாம். மேலும் குறுநில மன்னர்கள், வேளாண் தலைவர்கள், சிற்சில நிலப் பகுதிகளை ஆண்ட மன்னர் இடையிலிருந்த நுண்ணிய வேறுபாடுகளையும் மூவேந்தர் கீழிருந்ததுடன் அதிகாரப் பகிர்வு களையும் செயல்பாடுகளையும் எடுத்துக்கூறுகிறார். பண்டமாற்று வாணிபத்தையும் ஒவ்வோரிடத்துக்கும் உரித்தான பண்ட உற்பத்தி தங்குதடையில்லாமல் நடைபெற்றதையும் ஒவ்வோர் நிலமும் பண்ட மாற்றத்தினால் தனித்து வளர முடியும் என்றிருந்த நிலைமையையும் எடுத்துக்காட்டுகிறார்.

பேராசிரியர் சிவத்தம்பி வடநாட்டிலிருந்து பிராமணர் புலம் பெயர்ந்து வந்து தமிழகத்தின் பல இடங்களில் குடியமர்ந்ததனால் சமூக வாழ்க்கை சமஸ்கிருதமயமாக வாய்ப்பு உருவாயிற்று. தனித்தனியே உருவான சமூகப் பிரிவுகள் எல்லாம் தனித்தனிச் சாதிக்குழுக்களாக மாறின, ஒவ்வொன்றுடனும் சடங்காச்சாரங்கள் தனித்தனியே பிரிந்தன, இவை சாதிப் பிரிவுகளை ஆழப்படுத்தின, குடி, குடும்பம், குடியிருப்பு என்பன பற்றிக் கருத்துருவாக்கம் ஏற்பட்டது என்று கூறுகிறார். திணை நிலைப்பெயர் இதைச் சுட்டிக் காட்டுகிறது. திணை நிலைப்பெயரை ஒப்பதான சொல் பிற திராவிட மொழிகளில் காணப்படவில்லை காரணம் திணை ஒழுக்கம் தமிழுக்கே உரித்தானது. திணை மயக்கம் பல்வேறு நிலங்களில் நிகழ்ந்தாலும் அது அந்நிலத்துக்குரிய ஒழுக்கமாக மாறிவிடுவதில்லை. மயக்கம் மயக்கமாகவே தொடரும். ஏனெனில் சமூக - பொருளாதார வளர்ச்சி ஒரே சீரானதன்று. சமூக மதிப்புகளும் சீரானவையல்ல. திணை மயக்கம் பிறிதொன்றையும் சுட்டுகிறது. அதாவது வேற்று இன மக்கள் புலம்பெயர்ந்து வருவதுண்டு. ஆனால் அவ்வந் நிலத்துக்குரிய ஒழுக்கம் வேறானது என்பதனால் தங்குதடை யின்றிச் சுதந்திரமான மக்கள் கலப்பு ஏற்பட வாய்ப்பில்லாததனால் பல்வேறு சாதிகளும், துணை சாதிகளும் உருவாகிப் பலவிடங்களுக்கும் பரவின என்பனவற்றைப் பேராசிரியர் சிவத்தம்பி காட்டுகிறார்.

1961ஆம் ஆண்டு E.J.ஹாப்ஸ்பாம் என்னும் பிரிட்டிஷ் மார்க்சியச் சிந்தனையாளர் கிரண்ட் ரிசி (GRUNDRISSE) என்னும் ஜெர்மன் மொழித் தலைப்பினதான நூலை ''முதலாளித்துவத்துக்கு முற்பட்ட பொருளாதார உருவாக்கம்'' என ஆங்கிலத்தில் மொழி பெயர்த்து நீண்டதொரு முன்னுரை உடன் வெளியிட்டார். இது ஆசிய உற்பத்தி முறை அதாவது கீழை நாட்டுக் கொடுங்கோன்மை என்னும் கொள் கையை வலுப்படுத்துவதாகவும், மரபுவழிப்பட்டதான தொல் பொது

வுடைமைச் சமூகம், அடிமைச் சமூகம், நிலப் பிரபுத்துவச் சமூகம், முதலாளித்துவம், சோஷலிசம் என்னும் செவ்வியல் வழிப்பட்டதான சமூகப் படிநிலை வளர்ச்சிகளை மறுப்பதாகவும் இருந்தது. ஆசிய உற்பத்தி முறை என்று உலகளாவிய விவாதத்தை இந்த நூல் முதன் முதலில் தொடங்கி வைத்தது.

ஆசிய உற்பத்தி முறை பற்றி ரொமிலா தாப்பர் தம்முடைய ''தொல்பழங்கால இந்தியச் சமூக வரலாறு'' (Ancient Indian Social History) என்னும் நூலில் இவ்வாறு விளக்குகிறார். ''நிலம் முழுதும் அரசுக்குச் சொந்தம்; தனிமனிதனுக்கன்று. பொருளா தாரமோ கிராமப் பொருளாதாரம். நகரம் வாணிபமையம் என்னும் பொலிவின்றிப் போர்ப் பாசறைபோலத் தோற்றம் தந்தது. கிராமங்கள் பிரிந்திருந்ததனால் விவசாயத்துக்குத் தேவையானதும் வாழ்க்கைக்கு இன்றியமையாததுமான பிற பொருள்களை உற்பத்தி செய்வது ஏறத்தாழ கிராமங்களின் தன் நிறைவுக்காகவேயிருந்தது. இவ்வாறு அமைந்திருந்த கிராமங்களில் கிடைத்த அற்ப உபரி உற்பத்தியையும் அரசு வசூல்செய்து பிழிந்தெடுத்து விட்டது. கிராமச் சமூகங்கள் முழுமையாக அரசுக் கட்டுப்பாட்டின் கீழிருந்ததனால் பொது மராமத்துத் துறை, முக்கியமாக நீர்ப்பாசனம் அரசுப் பொறுப்பிலிருந்ததனால் கொடுங்கோலர்கள் மக்களைக் கசக்கிப் பிழிந்து செல்வத்தில் மிதக்க முடிந்தது'' (பக். 7). இதன் பொருள் ஆசிய பாணிச் சமுதாயத்தில் சமூக மாற்றத்தைக் கொண்டு வரப் பெரும் முறுக்கேறிய ''சமூக சக்தி'' ஏதுமில்லை என்பதாகும். ஏறத்தாழ ஒரு நூற்றாண்டுக் காலமாக இந்தியாவை ஆண்ட பிரிட்டிஷ் காரர்கள் இதை உண்மையெனத் தெரிந்து கொண்டனர். எனவே அவர்கள் இதுபற்றி வழங்கிய தகவலைக் காரல் மார்க்சும் ஏற்க வேண்டிய நிலைக்கு உள்ளானார். எனவே பண்டைக் காலம் தொடங்கி இந்தியாவில் பிரிட்டிஷ்காரர்கள் காலெடுத்து வைக்கும்வரை இந்தியச் சமுதாயத்தில் மாற்றம் ஏதும் ஏற்படவில்லை, வரலாற்றுக் காலம் முழுவதும் வெவ்வேறு மாதிரி இருந்தது என்று காரல் மார்க்ஸ் எழுதினார். ஆனால் இந்திய மார்க்சியவாதிகளில் பலர் செவ்வியல் மார்க்சிய வழிப்பட்டதான பொதுவுடைமைச் சமுதாயம், அடிமைச் சமுதாயம், நிலமானியமுறைச் சமுதாயம், முதலாளித்துவம், சோஷலிசம் என்பதே சரி; ஆசிய பாணி உற்பத்தி முறை இருந்ததில்லை என மறுத்து வாதிப்பர். ஆனால், அதேபோது ஆசிய பாணிச் சமூகம் இந்திய நிலமானிய முறையில் முதல் கட்டமாக இருந்திருக்கக் கூடும்; அதற்கான காரணங்கள் உள்ளன என்று கருதுகின்றனர். சிலர் ஆசிய பாணிச் சமூகம் இருந்ததில்லை; அதேபோது மேலையபாணி நிலப் பிரபுத்துவ சமூகமும் இருந்ததில்லை என வாதிட்டனர்.

பேராசிரியர் சிவத்தம்பி ஆசிய பாணிச் சமூகம் தமிழ் நிலமானிய முறையின் தொடக்கக் கட்டத்திலிருந்திருக்கலாம் எனக் கருதுகிறார்.

மருத நில நாகரிகத்தில் வேளாண்மை மிகப்பெரிய அளவில் வளர்ச்சி பெற்றதையும் நிலத்தில் தனிஉடைமையும், ஏவலர் வினவலர் என்னும் பிரிவுகளும் தோன்றியதையும் தமிழகத்தில் வர்க்க சமுதாயம் வலிமை பெற்றுவிட்டது, பொருளாதார உற்பத்தி வளர்ந்துவிட்டதையும் காட்டுகிறார். நெல் குவியல் குவியலாகச் சேமித்து வைக்கப்பட்டதைச் சங்க இலக்கியம் கூறுகிறது.

ரொமிலா தாப்பர் கூறுகிறார்: ''வேடர், உணவு சேகரிப்போர் அல்லது தொடக்கக்காலப் பயிரிடுவோர் வாழ்ந்த நிலங்கள் ஏருழவு வேளாண்மையின் கீழ் வந்ததனால் இத்தகைய கூட்டங்களுக்கு உள்ளிருந்த குழுக்கள் சாதிகளாக உருவாயின. அதேபோது உழவர்கள் என்னும் நிலை எய்தினர்''. ''தொல்குடி முறையிலிருந்து அரசுக்கு'' (From Lineage to Stage) பக்கம் 105. பொருளாதார மாற்றத்தினால் நிலவிய சமூகநிலை (Set up) மாற்றத்தைச் சிவத்தம்பி விறலி பரத்தையாக மாறினாள்; இல்லறத்துக்கு அப்பாற்பட்ட காமக் களியாட்டத்துக்குப் பரத்தமை ஊடலாக மாறிற்று; சொத்துரிமையில்லாத பரத்தை சங்க இலக்கியங்களில் தலைவனோடு ஊடல் செய்கிறாள். எனவேதான் தமிழ்நாட்டுத் தொல் வரலாற்றுக்குத் திணைக் கோட்பாடு திறவுகோல் என்று கூறுகிறார். சங்க காலத்தின் இறுதிக் கட்டத்தில் ''திணை'' முக்கியத்துவம் குறைந்து பின் பல்லவர் காலத்தில் முழுதும் இல்லாமல் போய்விட்டது.

3

தமிழகத் தொல் வரலாற்றின் சில கூறுகளை ஆழமாக ஆராய்ந்து சில முக்கிய உண்மைகளைக் கண்டு விரித்தெழுதிய பின் **''பூர்வகாலத் தமிழ்நாட்டில் அரசமைப்பு உருவாக்கம்''** என்னும் தலைப்பில் அரசு உருவாக்கம் பற்றி ஆராயத் தலைப்படுகிறார். இது வழிவழி வரும் ஆராய்ச்சி நெறி முறையன்று. அதனின்றும் முற்றிலும் வேறானது, புதிது.

மானுட வரலாற்றில் அரசு என்பது இல்லாதிருந்த காலம் ஒன்றிருந்தது. அக்காலச் சமூக மக்கள் ஒழுங்காக வாழ நெறிமுறைகள் சிலவற்றை உருவாக்கி, வளர்த்து அவற்றை வழிகாட்டிகளாக்கிற்று, அவை விருப்பு வெறுப்பின்றி மனித நலம் பேணுவன, இன்றளவும் மனித சமுதாயத்தை ஊக்குவித்து வருவன என்று கூறுகிறது மானுடவியல் வரலாறு.

அரசு என்பது என்ன? அதன் சிறப்பு முக்கியத்துவம் யாது? தமிழ் நாட்டின் தொல் பண்பாட்டின் மரபினை மதிப்பிட ஏன் அது தேவை? ஆய்வுக்கான சான்றாதாரங்கள் எவை? என்னும் வினாக்களுக்கு முனைவர் சிவத்தம்பி விளக்கம் தந்து எதிர்கால ஆய்வுகள் செல்வழி யாதாகயிருக்க வேண்டும் என்பதனைச் சுட்டிக்காட்டுகிறார்.

மத்தியகால ஐரோப்பிய மறுமலர்ச்சி இயக்கத்தைத் தொடர்ந்து நவீன கால விஞ்ஞானம் பிறந்தது. முதன்முதலில் மறுமலர்ச்சி 15ஆம் நூற்றாண்டில் இத்தாலி நாட்டு லியனார்டோ டா வின்சி (1452-1519), போலந்து நாட்டுக் கொப்பர்நிக்கஸ் (1423-1543) இருவரும் கண்ட மறுமலர்ச்சி இயக்கம் நாளடைவில் பிரான்ஸ், ஹாலந்து, இங்கிலாந்து ஆகிய நாடுகளுக்குப் பரவி அங்குச் செல்வாக்குப் பெற்று இறுதியில் அமெரிக்கா சென்றடைந்தது.

இதே காலத்தில்தான் கிறித்துவம் கருத்துகளையும் (Ideas), கோட்பாடுகளையும் (Ideals) வலியுறுத்தி வந்தது. மன்னன் கலாசார, அரசியல் அதிகாரத்தின் அடையாளமாக உருவகப்படுத்தப்பட்டான், ரோமன் கத்தோலிக்கத் திருச்சபை வலிமை வாய்ந்ததாகயிருந்தது. அது மதத்தின் பேரால் அரசன் மேல் செல்வாக்குச் செலுத்தி அவனைக் கட்டுப்படுத்தியதோடு மட்டற்ற அரசியல் அதிகாரத்தையும் செல்வாக்கையும் நாடிற்று. இதன் விளைவாகத் திருச்சபை, அரசன் இடையே முரண்பாடு தோன்றிற்று. ஒரு குறிப்பிட்ட வளர்ச்சிக் கட்டத்தில் திருச்சபையின் கட்டுப்பாட்டைக் குடிமக்களே தகர்த்தெறிய வேண்டும், அவர்களே அதிகாரம் செலுத்த வேண்டும் என்னும் கட்டாயத் தேவை எழுந்தது. இவ்வாறு மதச்சார்பற்ற அரசர்கள் முழுமையான அதிகாரம் பெற வேண்டுமானால் தனி அடையாளம் முழுவதுமாக வேண்டும் என்றுணர்ந்து திருச்சபையையும் அதன் அதிகாரத்தைத் தகர்த்தெறிந்து திருச்சபைக்குப் பதிலாக மக்கள் தம்பால் அச்சம் கொண்டு அடங்கி நடக்க வேண்டிய கட்டாயமும் என்றாயிற்று. எனவே, அரசு பற்றி அறிவதற்கு ஆர்வம் பிறந்தது. முழு அதிகார காலகட்டத்தில் ஹாப்ஸ், பிபன்டார்ப் இருவரும் பண்டைய கிரேக்க நாகரிகத்தின் வடிவமான ''பாலிஸ்'' (Polis) அடிப்படையில் அரசியல் கருத்தமைவை உருவாக்கினார்கள். 19ஆம் நூற்றாண்டில் புகழ்பெற்ற விஞ்ஞானிகளும், சிந்தனையாளர்களும் உலகத்தின் கதிப் போக்கையும், தலைவிதியையும் மாற்றத்தக்க கருத்துகளை வழங்கினர். இப்பின்புலத்தில் அமெரிக்காவில் லூயி ஹென்றி மார்கன் ''தொல் சமூகம்'' (Ancient Society) என்னும் நூலை எழுதினார். இது பிரடெரிக் எங்கெல்ஸ் சிந்தனையைத் தூண்டிற்று. இதனால் எங்கெல்ஸ் ''குடும்பம், தனிச்சொத்து, அரசு ஆகியவற்றின் தோற்றம்''(Origin of Family, Private Property and State) என்னும் ஆய்வு

நூலைப் படைத்தார். இதுவே தொல் சமூகத்தை அறிவதற்கான முதல் நூல், எனவே அதுவே திறவுகோலாகவுமாயிற்று. ஹின்டஸ் (Hindess), மார்ட்டன் பிரைட் (Morton Bright), கிளாசன் (Cl'aessen), ஸ்காட்லிங்க் (Skatlink) போன்ற அறிஞர்கள் தொடர்ந்து ஆய்வு நிகழ்த்தி வருகின்றனர்.

பழைய தமிழகத்தில் அரசு உருவாக்கம் பற்றிய ஆய்வுக்கு பேராசிரியர் சிவத்தம்பி எட்டுத் தொகையையும் பத்துப் பாட்டையும் ஆதாரங்களாகக் கொள்கிறார். எட்டுத் தொகைக் கி.மு.100, கி.பி.250-300 எனக் கால வரையறைப்படுத்திய பேராசிரியர் தொல்காப்பியப் பொருளதிகாரம், திருக்குறள், கலித்தொகை, பரிபாடல், திருமுருகாற்றுப்படை தவிர ஏழு பாட்டுகளையும், சிலப்பதிகாரத்தையும் ஆராய்ச்சிக்கு உட்படுத்துகிறார். ச.வையாபுரிப் பிள்ளை சிலப்பதிகாரத்தின் காலம் கி.பி.825 என்றார். ஆனால் ''பண்டைய தமிழகத்தில் நாடகம்'' என்னும் ஆய்வு நூலில் சிவத்தம்பி சிலப்பதிகாரத்தின் காலம் கி.பி. 5ஆம் நூற்றாண்டு என்று நிறுவுகிறார். 9-6-1990 அன்றைய இந்தியன் எக்ஸ்பிரஸ் நாளிதழில் முனைவர் வி.ஐ.சுப்ரமணியம் இவ்வாறு எழுதினார்: ''திராவிட கலைக் களஞ்சியத்தில் இந்திய அரசு தொல்லெழுத்தியல் வல்லுநரான கே.ஜி.கிருஷ்ணன் அண்மையில் வரைந்த கட்டுரையொன்றில் வரும் சொற்றொடர் ஒன்று கி.பி.3 ஆம் நூற்றாண்டில் எழுந்த கல்வெட்டொன்றில் காணப்படுகிறது. இலங்கை அரசன் கயவாகு கி.பி.இரண்டாம் நூற்றாண்டில் ஆண்டதாக வரலாற்றுச் செய்தி கூறுகிறது. சிலப்பதிகாரத்தில் மேற்கோளாகக் காட்டப்பெறும் திருக்குறள் காலத்தினை அறுதியாகத் தீர்வு செய்ய இது உதவும். புகலூர் கல்வெட்டும் பிற பிராமி கல்வெட்டுகளும் சங்க இலக்கியமும் இன்னும் காலத்தால் முற்பட்டது என முடிவு செய்வதைச் சாத்தியமாக்கும். வையாபுரிப் பிள்ளை தம் ஆங்கில நூலான தமிழிலக்கிய வரலாற்றில் (இரண்டாம் பதிப்பு) சங்க இலக்கிய வரிசை அமைப்பு முறையில் ஏற்கெனவே செய்த மாற்றங்களை ஏற்கவேண்டி வந்தது மேலும் இம் மாற்றங்களையும் ஏற்க வாய்ப்புண்டு.'' இதிலிருந்து சங்க இலக்கியம் பற்றிய காலவரையறையை மீள்பரிசோதனைக்கு உட்படுத்துதல் தேவை. முழுவதுமாக மாற்ற வேண்டிய நிலையும் ஏற்படலாம்.

ஆய்வறிஞர்கள் பலரும் இனக்குழு நிலையிலிருந்து வர்க்க நிலைக்கு மாறியதை ஒப்புகின்றனர். முனைவர் துரைஅரங்கனார் நிலத்தலைவர் பெயர்கள் இனக் குழுக்களைச் சுட்டுகின்றன எனக்காட்டுகிறார் (சங்ககாலச் சிறப்புப் பெயர்கள், பக்.94). ரொமிலா தாப்பர் ''தொல்குடி முறையிலிருந்து அரசுக்கு'' (From Lineage to Stage) என்னும் நூலில் ''இந்தியாவில் காணும் இனக்குழுச் சமூகம் ஐயம் தருவதாக உள்ளது. விலங்குகளை வேட்டையாடிப் பிழைக்கும் வேடர்கள் தொடங்கி

தானியங்களைச் சேகரிக்கும் காட்டுவாசிகள் வரை வேளாண் தொழிலில் ஈடுபட்டதையும் நாம் உணர முடிகிறது'' (பக்கம்.18). இதிலிருந்து தமிழ்ச் சமுதாயம் நீண்ட நெடுங்காலம் இனக்குழுச் சமுதாய அமைப் பாகவே இருந்தது என அறியலாம். இனக்குழு எச்சங்கள் இந்தியச் சமுதாயத்தில் இன்றளவும் காணப்படுகின்றன.

பிரடெரிக் எங்கெல்ஸ் கூறியது போல ''அரசு என்பது வரிவசூல், குறிப்பிட்ட நில எல்லைவரையிலான பொதுவான அதிகார வரம்பு, இவற்றோடு தொடர்புடைய வரிவசூலிக்கும் அதிகாரவர்க்கம் என்பவற்றைக் குறிப்பிடும். இவை மக்களுடைய நலன்களோடு பொருந்துவன வல்ல. அவற்றுக்கு அப்பாற்பட்டு அமைந்துள்ளவை, மாறாகப் பொருளாதார மேலாதிக்கம் செலுத்தும் வர்க்கத்தைக் காப்பதற்காக அரசு எழுகிறது. இவ்வதிகாரம் படைவீரர்கள் வன்முறை செலுத்துவதற்கான அமைப்புகளும் கருவிகளும் கொண்டதாகும். பொருளாதார மேலாதிக்கம் பெற்ற வர்க்கம், அரசியல் மேலாண்மை வர்க்கமாகி அடக்கி ஒடுக்கப்பட்டவர்களையும் சுரண்டுகிறது'' (''மார்க்ஸ் எங்கெல்ஸ் தெரிவு நூல்கள்'', தொகுதி. 3, பக். 328). ''குடும்பத்தையும், தனிமனித சொத்தையும் பாதுகாப்பதற்கு அரசு தேவைப்படுகிறது. சொத்துடைய குடும்பங்கள் வர்க்கங்களாக மாறி எழுகின்றன. உற்பத்திக்குத் தேவையான செல்வாதாரங்களை வசப்படுத்திச் சொந்தமாக்கிக் கொள்ளுகின்றன. காலப்போக்கில் அவர்கள் தத்தமக்குத் தனி நலன்களை உருவாக்கி நிர்வாகம் தொடங்குவதற்கும் எல்லாவற்றையும் இழந்து தவித்திருக்கும் சமூகத்தின் பெரும்பாலான மக்கள் பகுதிகளை நிரந்தரமாகத் தலைதூக்க முடியாமல் செய்யச் சக்தி மிகுந்ததொரு சாதனத்தை உருவாக்கிக் கொள்கின்றனர். அரசாட்சி வரும் போகும். ஆனால், அரசு என்பது என்றும் நிரந்தரமாகவிருக்கும்'' (ஆர்.எஸ்.சர்மா, இந்தியாவில் அரசு உருவாக்கத்தின் நிலைகள், சமூக விஞ்ஞான முன்னாய்வுகள், தொகுதி இதழ். 1, பக். 1).

பேராசிரியர் சிவத்தம்பி தம் ஆய்வைத் திருக்குறளிலிருந்து தொடங்கிப் பின்னோக்கிச் செல்கிறார். திருக்குறள் உண்மையிலேயே ஒளிவழங்கத் தகுதிபெற்ற உயரிய சிறப்பான நூலென்பார் சிவத்தம்பி. திருக்குறள் அறநூல், ஒழுக்க நூல் - ஆனால் மாறாக அர்த்தசாத்திரம் முழுக்க முழுக்க ''அரசியல் கலை'' பற்றியது. இரண்டையும் ஒப்பு நோக்க அரசு உறுப்புகளிடை வேற்றுமைகள் தெளிவாகின்றன. அர்த்த சாத்திரம் ''சுவாமி''யுடன் சேர்த்து அரசின் அங்கங்கள் ஏழு என்று வரையறுக்கிறது. ஆனால், திருக்குறளோ ''அரசை''ச் சேர்க்கவில்லை. ரொமிலா தாப்பர் ''அரசன்'' என்னும் சொல்லைவிட ''சுவாமி'' என்னும் சொல் சொந்தம், உடைமை என்னும் இரண்டையும் வலிமையாகப்

பற்றி நிற்கிறது. அரசன் என்னும் சொல் போலவே பூபதி, பேரரசர், நிர்பதி (தொல்குடி முறையிலிருந்து அரசுக்கு, பக்கம் 129). பேராசிரியர் சிவத்தம்பியைப் பொறுத்தவரை ''அரசு'' என்பது அரசனிடம் சிறப்பாகக் காணப்படும் தனிப்பண்பு எனத் திருக்குறள் காட்டுகிறது என்பார். திருக்குறளுக்கு முன்னான ''செவ்வியல்'' தமிழ் அரசியலைப் புரிந்து கொள்வதற்கு இது மிக முக்கியமானது. தமிழ் வரலாற்றில் பிற்காலம் முழுதும் திருக்குறள் கருத்து செல்வாக்குச் செலுத்தி வந்துள்ளது என்பார் சிவத்தம்பி. பேராசிரியர் ஆர்.எஸ்.சர்மா இவ்வாறு கூறுகிறார். ''நடைமுறைப் பாங்கையும் பருப்பொருள் கருத்தையும் துணையாகக் கொண்டு காணுமிடத்து ''அரசு'' பற்றிய இந்தியக் கொள்கை பல்வேறு வழிகளில் எங்கெல்சின் வர்க்கச் சார்பு வரை யறையை வெளிக்காட்டுகிறது என அறியலாம்'' (பண்டைய இந்தியாவில் அரசியல் கருத்துகளும் நிறுவனங்களும். பக். 3).

மேலே எடுத்துக்காட்டப்பட்ட வேற்றுமை ஒருபுறமிருக்க திருக்குறள் கருத்தும் எங்கெல்ஸ் கருத்தை ஒத்தது என ஏற்கலாம்.

பேராசிரியர் சிவத்தம்பி தமிழில் ''குடி'' என்பது அர்த்த சாத்திரத்தில் உள்ள ஜனபதம் போன்றதன்று. வமிசாவளியை அல்லது குடும்பத்தின் தொடர்ச்சியைச் சுட்டிக்காட்டுகிறது என்பார். திருக்குறளில் அது குலத்துக்கு நிகராகப் பயன்படுத்தப்பட்டு பிற்காலத்தில் சாதி எனவும் வழங்கப்பட்டு அரசின் சமூக உறுப்புகளில் ஒன்றாகிவிடுகிறது. சமஸ்கிருத இலக்கியங்களில் ஜனபதம் என்பது குடியிருப்பு, நிலம், அரசாட்சி, நிலத்தில் வாழ்வோர் சங்கங்கள் என்னும் பொருளில் வழங்கப்பட்டது. ஆனால் பௌத்த இலக்கியங்களில் இது ''பிராமண, க்ஷத்திரியக் கூட்ட''ாகக் காட்டப்படுகிறது. ஆனால், திருவள்ளுவர் ''குடி'' என்பதற்குப் பல்வேறு பொருள் தந்ததோடு நாடு என்பதற்குத் தனி அதிகாரமே படைத்துள்ளார்.

சமஸ்கிருதத்தில் ''கோசம்'' என்பது ''பொருள்'' என்னும் அர்த்தம் தருவது. ஆனால், திருக்குறள் குடிமக்கள் உயிர் வாழ்வதற்கானதும் அதனை உறுதிப்படுத்துவதுமான உணவே ''கூழ்'' எனக் கூறுகிறது. திருக்குறள் கருத்துப்படிக் குடி மக்களைப் பட்டினியிலிருந்து காப்பாற்றக் குறைந்த அளவு உணவாவது வழங்க அரசு முயல வேண்டும் என்று சரியாகவே வற்புறுத்துகிறது என்பார் பேராசிரியர் சிவத்தம்பி. ''கோசமும்'' ''கூழும்'' வரலாற்றில் முரண்படுகின்றன என்பார். மேலும் இனங்களை அரசின் எல்லைக்கு அப்பால் நிறுத்தி வேளாண்மை பெருகி வளர்ச்சி யடைந்த வர்க்க வேற்றுமை ஆழ வேரூன்றிய மருத நிலத்தை அரசு எல்லைக்கு உட்படுத்துகிறார் திருவள்ளுவர் என்பார்.

திணை மரபுக்கு இரு பக்கங்கள் உண்டு: அகம், புறம் என. இயற்கை, சுற்றுச்சார்பு அடிப்படையில் மனித வாழ்வு பிரிந்தமைந்துள்ளது என்பதைக் காட்டுகிறது. பேராசிரியர் சிவத்தம்பி கருத்துப்படி முல்லையிலும் மருதத்திலும் சிக்கல்கள் நிறைந்த சமூக அமைப்புகள் வளர்ந்தமைந்தன. இவற்றுக்கு மிகத் திறமையான நிர்வாக அதிகார அமைப்பு தேவைப்பட்டது. இவ்விரண்டையும் ஒன்றுடன் ஒன்று ஒப்பிட்டுப் பார்க்குமளவில் மருத நிலத்தில் உற்பத்திச் சக்திகள் பெருகி வலிமையுடன் வளர்ந்திருந்தன. எனவே, அவற்றை நிர்வகிக்க ஏற்ற முதிர்ந்த அதிகார அமைப்பு தேவைப்பட்டது எனலாம். கிழவன், மன்னன், அரசன் என்னும் சொல்லாட்சிகள் அடுத்தடுத்து இடம் பெற்றுவிட்டதால் அரசு அதிகாரத்தைத் துல்லியமாகச் சுட்டிக்காட்டுவதற்காக இறை, கோ, கிழவன், மன்னன், வேந்து, அரசு (அரசன்), குருசில், கொற்றம் என்பனவற்றுக்கு இடையேயுள்ள நுண்ணிய பொருள் வேறுபாடுகளை எடுத்துக்காட்டித் தமிழ்ச் சமூகக் கட்டமைப்பில் அவை வகிக்கும் பாத்திரத்தையும் சிறப்பாக விளக்குகிறார். ஜே.ஆர்.மார் (J.R.MARR), சண்பகலட்சுமி இருவரும் ''வேளிர்'' வகித்த சமூகப் பாத்திரம் பற்றி வழங்கிய கருத்துகளைப் பேராசிரியர் சிவத்தம்பி ஏற்றுப் பெருங்கற்கால நாகரிகத்தில் வேளாண்மை செழித்தோங்கியதால், புலவர்களுக்கும் பரிசில் வழங்கிய வள்ளல் தன்மையை வியந்து பாராட்டுவதோடு அதிகாரம் தொடர்ந்து வளர்வதற்குப் பொருளாதாரம் எப்படிக் காரணமாயிற்று என்பதையும் சுட்டிக்காட்டுகிறார். அரசன் மரபு, பாரம்பரிய உரிமை கொண்டாடக் கதைகளும், கற்பனைகளும் நிரம்பிய இலக்கியப் பின்புலம் தேவைப்பட்டது. மரபுவழிச் சடங்காச்சாரங்களும், முடிசூட்டுதல், வேற்றரசர், பகைவர்கள் படையெடுத்து வருபவர்களை எதிர் நின்று தாக்கிச் சமர்புரிந்து வீழ்த்திக் குழுத் தலைவனாக முடிசூட்டிக் கொள்கிறான் மன்னன். அவன் அரசியல் படிநிலைகளில் மேன்மேலும் வளர்ந்துயர்ந்து செல்வதைப் பேராசிரியர் சிவத்தம்பி எடுத்துக்காட்டுகிறார். மன்னன் நாற்புறமும் காவல் சூழ்ந்த மாளிகையில் அதாவது அரண்மனையில் வாழ்ந்தான். வேளாண்மையை வளர்த்துப் பெருக்கி அந்நிலத்துக்கு அதிபதியானான். அதிகாரத்தைப் பகிர்ந்தளிக்கவும் முன்வந்தான். குடிமக்களிடமிருந்து தனிமையானான். ஆள்வோர், ஆளப்படுவோர் எனப் பிரிவுகள் இரண்டினிடையும் வேற்றுமை ஆழமாயிற்று. மன்னவரில் உயர்ந்தவனாகி வேந்தனானான். அப்பொழுதுதான் சேர சோழ பாண்டியர் என்னும் மூவேந்தரும் தத்தமக்கெனப் படைகளை அமைத்துக் கொண்டனர். இப்படைகள் நிலைப்படைகள் (Standing Armies) அல்ல; காலாட்படைகள். தேவைப்படும் போது திரட்டப்பட்டன. மூவேந்தரான சேர சோழ பாண்டியர்களுக்கு மட்டுமே முடிசூட்டுதல் உண்டு. பிறருக்கில்லை. அரசன்

இருக்கையிலிருந்து தீங்கு செய்பவரை விசாரித்து நீதி வழங்கினான். பேராசிரியர் சிவத்தம்பி இவ் வளர்ச்சி தமிழ்நாட்டுக்கே உரித்தானது, இதனை இரண்டாம் கட்டச் சமூக அமைவு (Secondary Formation) எனக் கருதலாம் என்பார். அதாவது நிலைப்படையோ நால்வகைப் படைப் பிரிவுகளோ இல்லாத நிலைமையை இது குறிப்பிடுகிறது என்பார்.

அரசன் என்னும் தமிழ்ச் சொல்லின் தோற்றம் பற்றி ஆய்வு நிகழ்த்தப்படுகிறது. தமிழ்க் கலைக்களஞ்சியம் சமஸ்கிருதச் சொல்லான ''ராஜன்'' என்பதனின்றும் பிறந்தது அரசன் என்னும் சொல்லென்று கூறுகிறது. ஆயினும் தமிழ் ஆய்வாளர்களால் இக்கருத்தை ஏற்க முடியவில்லை. முனைவர் மொ.அ.துரைஅரங்கனார் ''பசிப்பிணி மருத்துவன்'' என்னும் நூலில் இவ்வாறு கூறுகிறார்: ''சமஸ்கிருதப் பித்துப் பிடித்த தமிழறிஞர் சிலர் எல்லாம் சமஸ்கிருதத்திலிருந்து வந்தவை என்று கருதுகின்றனர். புகழிருந்தும் செல்வாக்கில்லாத காரணத்தால் அவர்கள் வாய் திறப்பதில்லை. சிலர் சமஸ்கிருதச் சொற்கள் கலப்பதால் தமிழ் வளம்பெறும் எனக் கருதுகின்றனர்'' *(பக்.128)*. தொல்காப்பியத்திலும் சங்க இலக்கியங்களிலும் அரசன், அரசர், அரசி, அரசியர் என்னும் சொற்கள் காணப்படுகின்றன. இலக்கண விதிப்படி சமஸ்கிருதத்திலிருந்து இது வந்திருக்க முடியாது. கன்னடம், மலையாள மொழிகளில், தெலுங்கை விட்டுவிடுவோம், இந்தச் சொல் தொடர்ந்து பயன்படுத்தப் பட்டு வருகிறது. சமஸ்கிருதத்திலிருந்து இச்சொல் பெறப்பட்டது என்பது கொடுமை *(128-141)*. பேராசிரியர் சிவத்தம்பி இந்தச் சொல்லை நேரிடையாக சமஸ்கிருதத்திலிருந்து பெற்றிருக்க முடியாது, சான்றாதாரங்களை ஆராய்ந்து பார்க்குமளவில் முரசு, முரைசு என்னும் சொற்கள் அடிப் படையில் அரசன், அரைசு என்னும் சொற்கள் பெறப்பட்டிருக்கலாம் என்பார். அதேபோது அரிக்கமேட்டிலிருந்து கண்டெடுக்கப்பட்ட பானை ஓட்டின் மேல் ''அரையன்'' என எழுதியிருப்பதைச் சுட்டிக் காட்டித் தெளிவுபெற எச்சரிக்கை விடுக்கிறார்.

பேராசிரியர் சிவத்தம்பி எடுத்துக் கூறும் சிறப்புகள் சில வருமாறு : *1.* அதிகாரத்திலிருந்தவர் குடுமி வைத்திருந்தனர். *2.* வேளாண் சமூகத்தில் நீராதாரம் (நீர்ப்பாசனம்) முக்கியப் பங்கு வகித்தது. *3.* தலைவியைப் பிரிந்த தலைவன் பொருள் தேடச் செல்லுதல், கர்நாடகத்துக்குப் பொன் தேடச் செல்லுதல். *4.* வாணிகச் சாத்துகள் இயங்கிய போதிலும் அவற்றின் செயல்பாடுகள் பற்றிய விவரங்கள் கிடைத்தில. *5.* நிலத்துக்கு நிலம் மக்கள் குணம் வேறுபடுவதாயினும் ஒருவர் பிறரை எதிரிகளாகக் கருதி வன்மம் கொண்டு தாக்குவதில்லை. *6.* வளர்ச்சியடையாதிருந்த அதிகார வர்க்கத்தினால் அதிகாரம் செலுத்தத் தக்கதான அமைப்புகளைப் படைக்க முடியாமை. *7.* தொல்சமுதாய

நிலப் பண்புகளும் பழக்கவழக்கங்களும் நெருக்கடிகளால் தாக்க முறாமல் தொடர்ந்தன.

உறையூரிலும் அரிக்கமேட்டிலும் கண்டெடுக்கப்பட்ட சாயம் தோய்க்கப்பட்ட வண்ணப் பானை ஓடுகள் கி.பி. முதல் மூன்று நூற்றாண்டுகளைச் சார்ந்தவை. நகரங்களில் நெசவுத் தொழில் வேகமாக வளர்ந்தது. நகர்மயமாதலும், வெளிநாட்டு வாணிப வளர்ச்சியும் பல்வேறு வகையினரான தொழிலாளர் வர்க்கத்தினரைத் தச்சர்கள், மரமறுப்போர், பொற்கொல்லர், கருமார், நெசவாளர், சாயம் தோய்ப்போர், நகைசெய்வோர், எண்ணெய் வணிகர், மீன் பிடிப்போர், கப்பல் கட்டுவோர், வாசனைத் திரவியம் உற்பத்தி செய்வோர் எனப் பல்வகையினரை உருவாக்கின. இவையே நாளடைவில் சாதிகளாயின. இப்பின்புலத்தில் தொழில்நுட்பம் வளர, உற்பத்திச் சக்திகளும் மிகச் சிறப்பாகப் பெருகின. உபரி மதிப்பை அதிகமாக்கின எனலாம்.

இனக்குழுச் சமுதாயம், முதிர்ந்த அரசு என்னும் இரண்டினிடை அரசாங்கம் உருவானபோது நீர்ப்பாசன வசதி பெருகியதனால் விவசாயமும், நகர்மயமாதலும் பன்மடங்கு அதிகரித்தன. சமுதாய வேற்றுமைகள் ஆழமாயின. காரல் மார்க்ஸ் கூறுகிறார்: ''நகரங்கள் கிராமங்களுக்கிடையே உள்ள பகைமை காட்டுமிராண்டி நிலையிலிருந்து நாகரிக நிலைக்குச் சமூகம் மாறியபோதே தொடங்குகிறது. இனக்குழு நிலையிலிருந்து அரசுக்கு, சிறு நிலத்திலிருந்து நாட்டுக்கு என்னும் வளர்ச்சிப் போக்கு அன்றிலிருந்து இன்றளவும் நாகரிகத்தின் வரலாறாகத் தொடர்கிறது. முதன்முதலாக உழைப்புப் பிரிவினையும் உற்பத்திக் கருவிகளையும் ஆதாரமாகக் கொண்டு மக்கள் இருபெரும் பிரிவினராக எழுகின்றனர்.'' (முதலாளித்துவத்துக்கு முன் பொருளாதார உருவாக்கம் (Grundrisse) ஹாப்ஸ்பாம் (Hobsbawm) 1964, பக். 127).

இக்கட்டுரையில் பேராசிரியர் சிவத்தம்பி முன்மொழிந்த கருத்துகள் பல, இனி வரவிருக்கும் தலைமுறை ஆராய்ச்சியாளர்கள் மேலும் ஆய்வு செய்யத் தகுதி வாய்ந்தவை.

4

மூன்றாம் கட்டுரை ''**பண்டைய தமிழ்நாட்டில் உயர்குடி ஆதிக்க மேட்டிமையின் வளர்ச்சி**'' என்பது.

அரசாதிக்க வர்க்கம் என்பதற்கு அரிஸ்டாடில் உயர் சிறப்புப் பெற்ற மேனிலை மாந்தருடைய முழு ஆதிக்கம் என்னும் வரையறை தருகிறார். இவ்வரையறை, கல்வித் தகுதி, ஒழுக்கம், செல்வம்

என்னும் மூன்றையும் சிறப்பாகப் பெற்றிருக்க வேண்டிய வர்க்கத்தைக் குறித்தது. வேந்தர் ஆட்சியில் ஒழுக்கம் தனிமனிதனிடம் மையம் கொண்டிருந்தது. ஆனால், அரசாதிக்க வர்க்கத்தில் இப்பண்பு மாந்தர் பலரிடையேயும் மையம் கொண்டிருக்க வேண்டியதாயிற்று. ''எட்மண்ட் பர்க்'' சமுதாயத்தை நிர்வகிக்கக் கடவுளால் படைக்கப்பட்ட வர்க்கமே இது என்றார். இந்த வர்க்கத்துக்குப் பிரெஞ்சுப் புரட்சி (1789) முற்றுப் புள்ளி வைத்தது. 19ஆம் நூற்றாண்டில் தாக்குவில்லி (Toqueville) எழுதிய ''அமெரிக்காவில் ஜனநாயகம்'' என்னும் நூலில் இவ்வரசு அதிகார வர்க்கம் ஜனநாயகத்துக்குத் தலைவணங்கி வழி விட்டதென்றார்.

பேராசிரியர் சிவத்தம்பியைப் பொறுத்தவரை சங்க இலக்கியம் ஐவகை நிலப்பிரிவுகளில் ஏற்பட்ட வளர்ச்சியைக் குறிப்பதோடு வரலாற்று நிரல்படி அமைந்ததற்கும் சான்று தருகிறது என்பார். ஆனால் புறநானூற்றில் இப்பணி கால நிரல்படி செயல்பட்டது என்று சொல்வதற்கில்லை. 45 மன்னர்களில் (சேரர் 18, சோழர் 13, பாண்டியர் 12) தவிர இனத்தலைவர்கள் 49 பேர் குறிப்பிடப்படுகிறார்கள். அவர்களில் பலர் ஒருவர்பின் ஒருவராகப் பல தலைமுறைகள் நெடுங்காலம் ஆண்டிருக்க வேண்டும்.

பேரரசர் அசோகருடைய பதின்மூன்றாவது பாறைச் சாசனம் தமிழ் மூவேந்தர் சேரர் சோழர் பாண்டியருடன் சத்தியபுத்திரர் களையும் (கி.மு.3ஆம் நூற்றாண்டு) குறிப்பிடுகிறது. கலிங்க மன்னன் காரவேலனுடைய (கி.மு.இரண்டாம் நூற்றாண்டு) அதிகும்பா பாறைச் சாசனம் சேர சோழ பாண்டிய மன்னர்களுடைய 113 ஆண்டுகள் வலிமையுடன் நிலைபெற்றிருந்த கூட்டமைப்பைக் குறிப்பிடுகிறது. இவற்றிலிருந்து அரசுகளின் நாட்டெல்லைகள் முடிவு செய்யப் படுவதற்கு முன்னரே தமிழகத்தில் அரசுகள் நிலைபெற்றிருந்த உண்மையைத் தெரிந்து கொள்ளலாம். மௌரியப் பேரரசு அதிகாரம், பொருளாதாரச் செயல்பாடுகள் ஆகியவற்றை மையப்படுத்தி வைத்திருந்த அரசு எனலாம். தமிழ்நாடு அதன் எல்லைக்கு அப்பாற்பட்டிருந்தாலும் பொருளாதார அரசியல் வாழ்வில் மௌரியப் பேரரசு செல்வாக்கு அதிகம் இருந்திருக்க வேண்டும் என்பது புலனாகிறது.

தலைவர்கள் நிலப்பகுதிகளில் ஈடுபட்டிருந்த தொழில் அடிப்படையில் அடையாளம் காணப்பட்டனர். ஐவகை நிலப்பிரிவு இதனைச் சாத்திய மாக்கிற்று. தொல்காப்பியம் சொத்துடைய மேலோரை மட்டுமே பாட வழிவகுத்தது. சங்க இலக்கியங்கள் கிழமை (நிலஉடைமை), திரைசேரி (கருவூலம்) தானிய சேமிப்புக் கிடங்குகள் பற்றிப் பேசுகின்றன. வேளாண்மையில் பண்படாத முரட்டுக்கோல் குச்சிகளை விடுத்து ஏருழவை நாடியதைச் சங்க இலக்கியம் காட்டுகிறது. குழுத்தலைவர்கள்

செல்வத்தை வாரி வழங்கும் வள்ளல்களாகச் சித்திரிக்கப்பட்டனர். முல்லையிலும் மருதத்திலும் ஆநிரை, கால்நடைகள் மதிப்புயர்ந்த செல்வமெனக் கருதப்பட்டன. ஆநிரை கவர்தல் கொள்ளையடித்தல் என்னும் வழிகளில் ஆநிரைக் கூட்டம் பெருகிற்று என்பதற்குத் தொல்காப்பியம் சான்று தருகிறது.

முனைவர் சிவத்தம்பி இவற்றை மிகச் சிறப்பாக எடுத்துக் கூறியுள்ளார். சண்பகலட்சுமி, சுதர்சன் செனிவிரத்னா என்னும் அறிஞர்கள் வேளிர்களையும் தொல் பழங்கால மேற்குடியினர் என்று கருதுவர். முனைவர் சிவத்தம்பி வேளிர்கள் சிறு நிலப்பகுதிகளை ஆண்டவர்கள் நாற்புறமும் மதில்கள் சூழ்ந்த அரண்களில் வாழ்ந்த ஆட்சித் தலைவர்கள் என்று கருதுகிறார். மூவேந்தர் ஆற்றங்கரைகளின் மேல் நிர்மாணிக்கப் பட்ட அரண்களில் வாழ்ந்தனர். இம்மூவேந்தர்களுக்குக் கட்டுப்பட்டு அடங்கி நடப்பவர்களே குழுத் தலைவர்கள். இவர்கள் ஆட்சி அதிகாரத்தின் கீழ் வேளாண்மை செழித்து வளர்ந்தது. வேளாண் சமூகம் ஆழ வேர் விட்டது. இவ்வாறு வளர்ந்த வேளாண் சமூகத்தின் வலிமையினைச் சிறப்பாக எடுத்துக் கூறும்போது கற்காலம் முதல் தொடங்கிச் சங்க காலம் வரை இந்தியாவில் தீபகற்பப் பகுதியில் நெல் நிலம் சார்ந்த உணவுத் தானியமாகப் பயிர் செய்யப்பட்டது. உள்நாட்டு, வெளிநாட்டு வாணிபத்தில் இனக்குழுச் சமூகம் உடைந்து சிதைந்தது என்று கூறுகிறார். அதேபோது சொத்து உடைமை வர்க்கம் தோன்றி வளர்ந்து வலிமையடைந்தது. இது இலக்கியங்களில் பிரதிபலிக்கிறது. அதனாலேயே பரத்தமை வளர்ந்தது. அந்நியமாதல், ஒதுக்கி வைத்தல், விலக்கி வைத்தல் ஆகியவை வர்க்கப் பிரிவினையை ஆழமாக்கின. செல்வர் வசதிகள் பல பெற்று உயர்ந்தனர். அவர்களுக்கு விருதுகள் வழங்கப் பட்டன. பிராமணர்கள் நகர்ப்புறங்களிலும் செல்வாக்குப் பெற்றுத் திகழ்ந்தனர்.

ரிக் வேதம் காட்டும் நிலத்தில் கற்காலப் பண்பாடு காணப் படுகிறது. அது ஆரியர்களுக்கு முன் இருந்தது. வேதகால நாகரிகம் இரும்புக்கால நாகரிகம் என்று ''இந்திய நாகரிகத்தின் பிறப்பு'' என்னும் நூலில் பிரட்ஜெட் ஆல்ச்சின், ரேமாண்ட் ஆல்ச்சின் இவ்வாறு குறிப்பிடுவதோடு ஆரியர்கள் தென்பால் பரவினர் என்றும் கூறுகின்றனர். ஆனால் நீலகண்ட சாஸ்திரி கி.மு.ஆறாம் நூற்றாண்டுக்குப் பின்னரே ஆரியர்கள் தீபகற்பத்தில் வந்து சேர்ந்தனர் என்பார். வேதக் கடவுள் களாகிய இந்திரன், வாயு, வருணன், அக்னி போன்றோர் மறைந்தே போயினர். அவர்கள் இடத்தை சிவனும் விஷ்ணுவும் பிடித்துக் கொண்டனர். இந்துக் கடவுள் தொகுதியில் இடம்பெற்றுத் திகழ்ந்தனர். D.D.கோசாம்பி ஆரியர்கள் தென்பால் முன்னேறும்போது நுண் தொழில்

நுட்ப அறிவை உடன் கொண்டு வந்தனர் என்பார். பாங் கார்டு லெவின், விகாசின் என்னும் சோவியத் அறிஞர்கள் ''தென்னிந்தியாவின் சுதந்திர வளர்ச்சி வடநாட்டுடன் தொடர்பு ஏற்படுவதற்கு முன்பே நடைபெற்றது. நீலகண்ட சாஸ்திரியாரும் அறிஞர் சிலரும் வடஇந்தியத் தொடர்பு ஏற்பட்ட பின்னர் அதன் செல்வாக்கால் தென்னகம் வளர்ச்சி பெற்றது என்று கூறும் கூற்று உடன்படத்தக்கதாகயில்லை'' என்பர். (இந்தியாவின் படிமம் (Image of India) பக்கம். 172).

பேராசிரியர் சிவத்தம்பி தமிழர் அரசவைகளில் பிராமணர் செல்வாக்குப் பெருகியதற்கும் பாணர்கள் வீழ்ச்சியடைந்ததற்கும் விறலி, பாடினி பரத்தையானதற்கும் பொருளாதாரமே காரணம் எனக் காட்டுகிறார். வேளாண் பொருளாதார வளர்ச்சியே இம்மாற்றத்துக்குப் பின்புலம் என்பதால் D.D.கோசாம்பி தென்னிந்திய நிலமானிய முறைமையின் கீழ் பிராமணர்கள், சூத்திரர்கள் என்ற இரு சாதியினர் மட்டுமே இருந்தனர் என்பார். பண்டைய தமிழகம் மேலை நாட்டுடனும், கீழை நாட்டுடனும் கொண்டிருந்த வாணிபம் பற்றிச் சங்க இலக்கியம் நிரம்பச் சான்றுகள் தருகிறது. குறிப்பாக, ரோம் நாட்டுடன் கொண்டிருந்த வாணிபத் தொடர்பு பற்றித் தலைசிறந்த வரலாற்றாசிரியரான வின்சென்ட் ஸ்மித் தம் ''இந்திய வரலாற்றி''ல் இவ்வாறு கூறுகிறார்: ''தமிழ் அரசுகள் வலிமைமிக்க கப்பற்படையை வைத்திருந்தன. கிழக்கிலிருந்தும் மேற்கிலிருந்தும் வாணிபக் கப்பல்கள் தமிழகம் நாடி வந்தன. மிளகு, முத்து, பவளம் போன்ற பல பண்டங்களை வாங்கிக் கப்பலில் ஏற்றிச் சென்றனர். இவற்றுக்கு விலையாகப் பொன், வெள்ளி, கலைப் பொருட்கள் ஆகியவற்றைத் தந்தனர். முதல் நூற்றாண்டுகளில் ரோமானியர் குடியிருப்புகளைத் தென்னகத்தில் ஏற்படுத்தியிருந்தனர். (பண்டைய இந்திய வரலாறு, பக்.461, 462). இந்தியா பற்றிப் பிளினி கூறுகிறார்: ''விலைமதிக்கவொண்ணாத இரத்தினக் கற்களின் தாயகம் இந்தியா. ஒவ்வோராண்டும் பல இலட்சம் இத்தாலிய நாணயம் செஸ்டர்சஸ் (Sesterces) விலையாகச் செலுத்தப்படுகிறது. நம் பெண்டிர் ஆடை அணிகலன்களுக்கு விலையாக நாம் மிக அதிகமாகத் தர வேண்டி யிருந்தது''. (இந்தியாவில் முதலாளித்துவ வளர்ச்சி பற்றிய ஆய்வு: எஸ்.சி.ஜா, பக்.64). ரோமானிய நாணயப் புதையல்கள் இந்தியாவில் 127 இடங்களில் கண்டெடுக்கப்பட்டுள்ளன. அவற்றில் பல தென்னிந்தி யாவில் இருந்தவை. அரிக்கமேடு தொல்பொருள் ஆய்வில் திராட்சை ரசம் பருகப் பயன்படுத்தப்பட்ட பாண்டங்களும், மெருகூட்டப்பட்ட கலைப் பொருள்களும் கண்டெடுக்கப்பட்டுள்ளன. தென்னிந்திய மீன்பிடித் தொழிலில் கொடுங்குற்றங்களுக்காகத் தண்டனை பெற்ற குற்றவாளிகள் இத்தொழிலில் ஈடுபடுத்தப்பட்டனர். கடல்சார்ந்த

இடத்தில் ஏற்றுமதி இறக்குமதி தவிர பாதுகாக்கும் கிடங்குகள் கப்பல் கட்டும் தொழில் பட்டறைகள் இருந்தனவாதல் வேண்டும். பல்வேறு தொழில்களைச் சார்ந்து வாழ்ந்த கைவினைஞர்களும் தொழிலாளர்களும் குடியிருந்திருக்க வேண்டும். குடியிருப்புகள் தொழில்கள் சார்ந்து அமைந்திருக்கலாம். புகார் நகரைப் பற்றி இத்தகைய செய்திகளைச் சிலப்பதிகாரம் கூறுகிறது. கி.மு. 181 ஆண்டைச் சார்ந்த மாங்குளம் கல்வெட்டு வணிகச் சாத்துகளைக் குறிப்பிடுகிறது. வணிகர்கள் மட்டற்ற செல்வத்தில் திளைத்த வாழ்வு அரசர்களுக்கு அறைகூவலாகயிருந்தது எனலாம். அரசர்கள் வழங்கிய நிவந்தங்கள் போலவே வணிகர்கள் துறவிகளுக்கும் மடங்களுக்கும் மானியம் வழங்கியிருக்கலாம். ஆனால் கைவினைஞர்களுக்கும் தொழிலாளர்களுக்கும் இத்தகைய சமூக உயர்நிலை எட்டாக்கனியாகவே இருந்துள்ளது. பிராமணர், சூத்திரர் என்னும் இருபெரும் சாதிகளே தமிழகத்தில் இருந்தன என்னும் கோசாம்பியின் கருத்தை ஏற்றுப் பேராசிரியர் சிவத்தம்பி மருத நிலத்தில் எழுச்சி பெற்ற வேளாளர் தவிர ஏனைய பிராமணரல்லாத சாதிகள் எல்லாம் இனக்குழு சார்ந்த சாதிகளாகயிருந்தன எனக் காட்டுகிறார். வேளாளர்கள் உயர்ந்திருந்த நிலையில் பஞ்சமர்கள் கீழ்த்தட்டில் இருந்தனர். குயவர்கள், கருமார், தச்சர், கொல்லர், ஓவியர், சாயமேற்றுவோர், செங்குந்தர், கட்டடம் கட்டுவோர் ஆகியோர் வேளாளரைத் தழுவி வாழ்ந்தனர். ஆனால் அவர்கள் சமூக நிலைமை பாராட்டத் தக்கதன்று என்பார். முனைவர் சிவத்தம்பியைப் பொறுத்த வரை பண்டைய தமிழகத்தில் நகர்ப்புறங்களில் வணிகர்களும், கிராமப் புறங்களில் வேளாளர்களும் ஆளும் வர்க்கமாக இருந்துள்ளனர். இவர் களுக்கு முறையான மணவாழ்க்கைக்கு அப்பாற்பட்டதான பரத்தமை உறவும் கிடைத்தது. காமக் களியாட்டம் என்பது ஆளும் வர்க்கத்தின் பொழுது போக்குக்கலை.

சிறுபாணாற்றுப்படை கடையெழு வள்ளல்களைக் குறிப்பிடுகிறது. அவர்கள் கி.பி.3ஆம் நூற்றாண்டில் வாழ்ந்தவர்கள் எனக் கருதப் படுகிறார்கள். இதனைத் தொடர்ந்து வந்தது களப்பிரர் காலம் என்பர் ஆய்வாளர். இதுகாறும் ஆராய்ச்சி அறிஞர்கள் களப்பிரர் காலம் இருண்ட காலம் என்று கருதிவந்தனர். ஆனால் அண்மைக்கால ஆராய்ச்சிகள் களப்பிரர்கள் பல்வேறு இடங்களில் பல்வேறு காலங்களில் சூழ்நிலைகளில் வாழ்ந்தவர்கள்; அவர்கள் தமிழ் இலக்கிய வளர்ச்சிக்காகச் சிறந்த பங்களித்துள்ளார்கள் என்னும் உண்மையை எடுத்துக்காட்டு கின்றன. குறிப்பாக, நீதி அற இலக்கியங்கள் அக்காலத்தில் வெளி வந்தன. திருக்குறளில் விழுமிய கருத்துகள் பொதிந்துள்ளன. நல்ல நாட்டுக்கும் நல்ல அரசுக்கும் நல்ல குடிமக்களுக்கும் இலக்கணம்

அறிமுகவுரை

வகுத்துத் தந்தது திருக்குறளே. உட்பகை மாற்றார் அச்சமும் இல்லா திருப்பது நாடு. வேந்தன் அல்லவை செய்யான் என்னும் பல்வேறு விழுமிய கருத்துகளை எடுத்துச் சொல்வது திருக்குறளே.

பிற்சங்க காலத்தில் பொருளாதாரம் அதிக மாற்றமடைந்தது; வர்க்க வேற்றுமைகள் ஆழமாயின. பிராமணர்களுக்கு மட்டுமல்லாமல் ஜைனர் பௌத்தர் மடங்களுக்கும் நிலங்களும் நிவந்தங்களும் அளிக்கப் பட்டன.

நிலஉடைமை ஆதிக்கம் புதுவலிமையடைந்தது, ரொமிலா தாப்பர் ''இந்திய வரலாறு'' என்னும் நூலில் கூறுகிறார்: ''திராவிட பண்பாட்டோடு ஆரிய நாகரிக கோல வடிவங்கள் பையப் பையப் பல்லவர் காலத்தில் இணைந்தது கண்டோம். கி.பி.900 - 1300 இடைப் பட்ட காலக்கட்டத்தில் தென்னிந்தியா கிளர்ந்து எழுச்சி பெற்றோங்கி வளர்வது காண்கிறோம். (பக். 167).

இக்கட்டுரையில் பேராசிரியர் சிவத்தம்பி சங்க காலத்திலிருந்து தமிழகம் நிலமானிய முறையின் முதற் கட்டத்துக்கு மாறிச் சென்றதை எடுத்துக்காட்டுகிறார்.

5

நான்காம் கட்டுரை **சங்க இலக்கியமும் தொல்லியலும்** என்ப தாகும். தொல்லியல் ஆய்வு என்பது மகிழ்ச்சி தரும் வீரவிளையாட்டு நிரம்பியதொரு இன்பப் பயணம். மனிதன் தன் வாழ்க்கையை முதலில் கல், மண், எலும்பு, மரம், செடி, கொடியிலிருந்து தொடங்கித் தன் உழைப்பால் இன்றைய வியத்தகு முன்னேற்றத்தை அடைந்துள்ளான் என்று கார்டன் சைல்ட் என்னும் தொல்லியல் வரலாற்று ஆய்வறிஞர் ''மனிதன் தன்னைத் தானே உருவாக்கிக் கொள்கிறான்'' ''வரலாற்றில் நடந்ததென்ன?'' என்னும் இரு நூல்களில் இதனை மிக ஆழ்ந்து ஆய்ந்து எடுத்துச் சொல்லியுள்ளார். இவ்விரு நூல்களும் வரலாற்று ஆய்வாளர்களுக்கு வழிகாட்டி விழிப்புணர்வையும் சரியான விவரத்தையும் வழங்கின என்பர் ஆராய்ச்சியாளர். இவ்விரு நூல்களும் வரலாற்று அறிஞர்கள், வரலாற்று ஆய்வாளர்கள் புதிய தடத்தில் கால் பதிக்க வேண்டிய தேவையைப் பரிசீலிக்கலாம். பேராசிரியர் ஜார்ஜ் தாம்சன் இந்த உண்மையைத் தம் ''கிரேக்க ஆய்வு''களில் பலபடப் பாராட்டிச் சிறப்பித்துள்ளார். இவரே பண்டைய கிரேக்க சமுதாயத்தை ஹோமருடைய ''ஒடிசி'' ''இலியத்'' என்னும் இரு இதிகாசங்கள் துணையுடன் கிரேக்க சமுதாயத்தைத் தொல்லியல் ஆய்வுக் கண்ணோடு ஆய்ந்துள்ளார். பேராசிரியர் முனைவர் சிவத்தம்பி ஜார்ஜ் தாம்சனின் மாணவராதலால்

ஜார்ஜ் தாம்சன் கிரேக்கம் பற்றி ஆய்வு செய்ததைப் போலவே சிவத்தம்பி பண்டைய தமிழ்ச் சமூகத்தை ஆய்வு செய்பவரானார்.

இந்தக் கட்டுரையில் பேராசிரியர் சிவத்தம்பி சங்கங்களின் வரலாற்றை ஆராயத் தலைப்படுகிறார். பேராசிரியர் K.N.சிவராஜ பிள்ளை ''பண்டைத் தமிழர் கால அட்டவணை'' என்னும் நூலில் இறையனார் களவியலுக்கு நக்கீரர் வரைந்த உரையில் சங்கம் பற்றிக் கூறப்படும் செய்திகள் மிகப் பயங்கரமான அச்சமூட்டும் மோசடி என்று எழுதினார்.

இந்த எதிர்நிலைப் போக்கு அறிஞர் சிலரிடை அவர்பால் வெறுப்பை உருவாக்கியதோடு சங்கம் பற்றி மேலும் ஆராய வேண்டிய ஆர்வத்தையும் கடமையையும் பெருக்கிற்று எனலாம். எனவே ஏறத்தாழ ஒரு நூற்றாண்டுக் காலமாகத் தமிழ் அறிஞர் பலர் இவ்வாய்விலேயே முழுமூச்சாக ஈடுபடலாயினர். இவர்கள் தமிழ் ஆர்வலர்கள், வரலாற்றாளர்கள், உண்மை காண விழைவோர் எனப் பலதரத்தினர். (மே.சுந்தரம், வி.டி. செல்லம் இருவரும் முறையே ''சங்க காலம்'' ''சங்கத்தின் காலம்'' என்னும் நூல்களின் மூலம் அண்மைக் காலத்தில் வரைந்த கட்டுரைகள் இறுதியானவை போலத் தோன்றுகின்றன. ''தமிழர்களுடைய வரலாற்று மரபு'' என்னும் நூலிலும் (உலகத்தமிழ் ஆய்வு மையம் வெளியீடு) காணலாம்.)

சங்க இலக்கியம் என்பது மூவேந்தர் இலக்கியம் எனவும் வழங்கப் படுகிறது. K.A.நீலகண்ட சாஸ்திரியார் சங்க இலக்கியங்கள் சமுதாயத்தை உள்ளது உள்ளபடியே காட்டும் படிமக்கலங்கள், முழுதும் நம்பத் தக்கவை என்பார். கலாநிதி கைலாசபதி பாடுபொருள் மரபு செய்யுளியல் நடை எல்லாவற்றிலும் சங்க இலக்கியம் தனித்தன்மை வாய்ந்தது, வீரகாவியத் தன்மையுடையது என்றார். அதேபோது பேராசிரியர் சிவத்தம்பி சங்க காலத்தில் அரசமைப்பு உருவான போதிலும் எழுத்து முறை இருந்ததில்லை; வாய்மொழிப் பாடல்களே பரிமாறிக் கொள்ளப் பட்டன, வாய்மொழி மரபே மிக முக்கியமான வரலாற்று முறை என்று கருதுகிறார்.

பேராசிரியர் சிவத்தம்பி தமிழ் வீரயுகப் பாடல்களைப் பிறநாட்டு இலக்கிய வீரயுகப் பாடல்களோடு ஒப்பிட்டுப் பார்த்து ஒரு வீரனோ அல்லது சில வீரர்களோ எழுச்சி பெற்று இனத்தலைவன் அதிகாரத்தைச் சிதைத்து நிலமானிய அல்லது வணிக வர்க்கத்தின் ஆட்சிக்கு வழி கோலுகின்றனர் என்பார். காலநிலையின் இம்மாற்றத்தில் அரசனோ பேரரசனோ நிலம் முழுமைக்கும் சொந்தக்காரனாகி விடுகிறான். இப் போக்கு சங்க இலக்கியங்களில் காணப்படுவதாகும். ஆனால் வரலாற்று வீரர்கள் காலநிரல்படி இடம்பெறவில்லை என்பது குறிப்பிடத்தக்கது.

சங்க இலக்கியத்தின் வரலாற்று உண்மையை வலியுறுத்துவதற்காக இந்த நூற்றாண்டுக்கே உரித்தான தொல்லாய்வியல், எழுத்தியல், நாணயவியல் என்னும் துறைகளெல்லாம் முக்கியத்துவம் வழங்கப்பட வேண்டும், இல்லையேல் ஆராய்ச்சி நிறைவுபெற்ற முழு ஆராய்ச்சியாக இராது என்று கருதுகிறார்.

தொல்லியல் ஆய்வாளர்களில் பேராசிரியர் சிவத்தம்பி பிரிட்ஜெட் ஆல்ச்சின், ரோமண்ட் ஆல்ச்சின் இருவர் கருத்துகளிலும் அசைக்க முடியாத நம்பிக்கை உடையவர். இவ்விரு ஆராய்ச்சி அறிஞர்களும் ''இந்திய நாகரிகத்தின் பிறப்பு'' என்னும் நூலில் தமிழகத்தின் பண்பாட்டு வளர்ச்சிப் போக்கைக் கற்காலத்திலிருந்து இரும்புக் காலம் வரையிலானதை எடுத்துக் கூறுவதற்கும் ரேமண்ட் ஆல்ச்சினின் புகழ்பெற்ற ''தென்னிந்தியத் தொடக்கக்கால ஆநிரை காப்போர்'' என்னும் அரிய ஆய்வு நூலில் கூறிய கருத்துகளிலிருந்தும் தமிழகப் பொருளாதார வளர்ச்சியைப் பேராசிரியர் சிவத்தம்பி வழங்குகிறார். இவ்விருவரும் உலோக - இரும்புக் காலம் ரோமானியரோடு வாணிப உறவும், எழுத்து முறையும் தொடங்குதல் என்பன பற்றியெல்லாம் ஆய்ந்து வழிகாட்டினர். கடந்த ஐம்பதாண்டுக் காலத்தில் தமிழகத்தில் உறையூர், கொற்கை, காவிரிப்பூம்பட்டினம் வேறு பல இடங்களிலும் தோண்டி எடுக்கப்பட்ட தொல் பொருள்கள் சங்கச் செய்யுட்களில் கூறப்பெறும் பொருளாதாரச் செல்வச் செழிப்புக் குறிப்பு வேளாண் வாணிபத்தை ஒத்திருப்பது காணலாம். இந்தப் பின்புலத்தில் முனைவர் சிவத்தம்பி சங்க காலப் பொருள்வயிற்பிரிவு என்பது வடவேங்கடத்துக்கு அப்பால் தங்கச் சுரங்கங்கள் இருந்தன என்பதனைக் காட்டுகின்றது. அதாவது இயற்கைச் சூழலும் பொருளியல் ஆய்வும் ஒன்றையொன்று உறுதி செய்கின்றன எனக் கூறுகிறார். குறிப்பாக அவர் ஐராவதம் மகாதேவன், மயிலை சீனி வேங்கடசாமி, ஆர்.நாகசாமி, ஆர்.பன்னீர் செல்வம் என்னும் ஆய்வறிஞர்கள் சங்க காலக் கல்வெட்டுகளிலிருந்து தகவல் திரட்டி வரலாற்று நெறிப்படி போதுமான செய்திகளை முறைப் படித் தந்துள்ளனர் என்பார். இவ்வறிஞர்கள் திரட்டிய தகவல்கள் எல்லாம் பண்டைய தமிழகத்தின் பொருளாதார, சமுதாய அரசியல் நிலைமைகளை எடுத்துக் கூறுவன.

ஐராவதம் மகாதேவன் கி.மு.இரண்டாம் நூற்றாண்டு அளவில் பிராமி எழுத்துமுறைக்குப் பின் தமிழ் எழுத்துமுறை தோன்றிற்று என்று கருதுகிறார். தமிழ் எழுத்துமுறை பல சோதனைக் கட்டங்களைத் தாண்டி கி.மு.200க்குப் பிறகு நாட்டில் விரிவாகப் பரவி ஆழ வேர் விட்டு இலக்கிய வளர்ச்சிக்கு வித்திட்டது. இதைத் தொடர்ந்து இலக்கியம் செழித்து வளம் பெற்று உயர்ந்து சிறந்தது என்பார் பேராசிரியர்

சிவத்தம்பி. சங்க இலக்கிய வீர காவியம் என்பார் கைலாசபதி. சங்க இலக்கியத்தில் சில பாடல்கள் ஒரு காலத்தில் வாய்மொழி இலக்கியமாக இருந்திருக்க வேண்டும் என்று கூறிய கருத்தைப் பேராசிரியர் சிவத்தம்பி உறுதி செய்கிறார். தமிழ்நாடு ரோம் வாணிப உறவு, அதனுடன் ஐராவதம் மகாதேவன் பரிந்துரைக்கும் எழுத்துமுறைச் சிறப்பு இரண்டும் இணைந்து தமிழ்நாட்டின் பொருளாதார - சமூக மலர்ச்சிக்கு வித்திட்டன என்று மதிப்பிடுகிறார்.

இறையனார் அகப்பொருள் உரை கூறும் முச்சங்கங்கள் இருந்தன என்பதற்குக் கல்வெட்டு ஆதாரங்கள் எவையும் இல்லை என்று நாகசாமி தீர்மானமாகக் கூறியுள்ளார். ஆனால் அதேபோது கிளாரன்ஸ் மலோனி (Clarance Maloney) முச்சங்கங்கள் இருந்தனவென்பது உண்மையில்லை என்று முடிவு செய்வது தகாது, ஏனெனில் இன்றுள்ள ஆராய்ச்சி நிலையிலிருந்து இறுதியாக எதையும் உறுதியாக முடிவு செய்யக்கூடாது என்பார். மேலும் ஆய்வு தேவை என்று கருதுகிறார் பேராசிரியர் சிவத்தம்பி. இவ் உண்மையைக் கண்டறியும் பொறுப்பை வரும் கடலாய்வியல் ஆய்வாளர்களுக்குச் சிவத்தம்பி விடுகிறார்.

பேராசிரியர் சிவத்தம்பி நாணயவியலைத் தொடவில்லை. ஆர். கிருஷ்ணமூர்த்தி ''சங்க காலச் சோழர் நாணயங்கள்'' (1986) ''பாண்டியப் பெருவழுதி நாணயங்கள்'' (1987) என்னும் இரு நூல்களிலும் சங்க காலத்தில் ''நாணயக் கலை'' வளர்ச்சியை விரிவாக எடுத்துக் கூறுகிறார்.

இவ்விவாதத்தை முடிக்குமுன் மயிலை சீனி வேங்கடசாமி ''சங்க கால பிராமிக் கல்வெட்டுகள்'' என்னும் நூலில் கூறுவது கருதத்தக்கது. ''அறிஞர் சிலர் பிராமி லிபியை ஏற்றுத் தமிழ் வளர்ந்தது என்பர். அது பிழைபட்ட கருத்தாகும். பிராமி எழுத்து முறைக்கு முன்னரே தமிழ் எழுத்துமுறை இருந்திருக்க வேண்டும். பிராமி எழுத்துமுறை ஆதிக்கம் பெற்றபின் தமிழ் எழுத்துகள் வழக்கிழந்து புறந் தள்ளப்பட்டுப் பின் அழிந்திருக்க வேண்டும். ஆராய்ச்சி என்பது முடிந்து போனதன்று. உண்மை கண்டறிய ஆய்வு தொடர வேண்டும்'' என்று கூறுகிறார்.

6

ஐந்தாம் கட்டுரை **முல்லைத் திணைக்கான ஒழுக்கம்** என்பது. பேராசிரியர் சிவத்தம்பி இக்கட்டுரையில் பண்பாட்டு மானுடவியல் நோக்கிலிருந்து முல்லை நிலத்தை அதாவது காட்டுக்கு அருகிலிருக்கும் சோலைகளில் வாழ்ந்த மக்களின் நிலைமையை ஆழ்ந்து ஆராய்கிறார். முல்லைத் திணை ஐவகை நிலங்களில் சிறப்புமிக்கதொரு நிலப்பகுதி

இவ்வாறு முல்லை நிலம் தனிநிலமாகப் பிரிக்கப்படுவதற்கு மாந்தரியல் ஆய்வாளர்களான முனைவர் அ.ஐயப்பன், சர் பாட்ரிக் கெட்டெஸ் என்னும் இக்கால ஆய்வாளர்களின் அரிய கருத்துகளை ஆதாரமாகக் காட்டுகிறார். சர் பாட்ரிக் கெட்டெஸ் என்னும் அறிஞருடைய "சமூகக் காரணிக் கோட்பாடு" என்னும் கருத்து இவருக்கு ஆர்வமூட்டிய தாகவும், அதுவே ஐந்திணை ஒழுக்கத்தை மீளாய்வு செய்வதற்கு உந்து சக்தியாகயிருந்ததாகவும் கூறுவார் சிவத்தம்பி.

சங்க காலத்தைப் "பெருங்கற்காலம்" எனலாம். வில்லியம் ஸ்மித் பொனீசியர்கள் ஏறத்தாழ கி.மு.800இல் பெருங்கற் காலப் பண்பாட்டை உருவாக்கினர் என்பார். ஹைமாண்டார்ப் ஏறத்தாழ கி.மு.500இல் இந்தப் பெருங்கற்கால நாகரிகத்தைத் திராவிட மக்கள் கொண்டு வந்து தமிழகத்தில் பரப்பினர் என்று வாதிக்கிறார். D.H.கார்டன் என்னும் அறிஞர் இத்தகைய பெருங்கற்கால நாகரிகத்தின் தமிழ்நாட்டு வருகை கி.மு.500 - கி.மு.322 ஆண்டுகளாகயிருக்கும் என்பார். ஆனால் இதற்கு மாறாக உலோகவியல் விஞ்ஞானி எனப் புகழ்பெற்ற பேராசிரியர் கௌலாண்ட் (Cowland) தீபகற்ப இந்தியாவில் இரும்புருக்குத் தொழில் இதற்கு முன்னரே தொடங்கப்பட்டிருக்க வேண்டும். தென்னிந்திய இரும்புப் பட்டறையில் பயன்படுத்தப்பட்ட இரும்பு ஐரோப்பாவில் கண்டெடுக்கப்பட்டதைவிட மிகத் தொன்மையானது என்பார். தொல் தமிழக மக்கள் மலைகளிலும், அடர்ந்த காட்டுவெளிகளிலும் வாழ்ந்தனர் என்றாலும் இரும்பு கண்டுபிடிக்கப்பட்ட பிறகு தொல் தமிழன் மலையிலிருந்து கீழிறங்கி வந்து காடுகளில் குடியமர்ந்தான். இரும்புப் பண்பாடு மலைவாழ் மக்களைக் காடுவாழ் மக்களாக மாற்றிற்று என்பார். (எல்.ஏ.கிருஷ்ண அய்யர் "முன்னேறும் மானுடவியல்" பக்.79 கட்டுரை: "கேரளத்தின் பண்டைக் காலத்தை இறுதி செய்தல்") இது குறிஞ்சி முல்லை மருதம் என்னும் வளர்ச்சிக் கட்டத்தில் வேளாண்மை வளர்ச்சியில் முல்லை நிலப்பங்கு எவ்வளவு சிறப்பானதாக இருந்தது என்பதனைத் தெளிவுபடுத்துகிறது.

சங்க இலக்கியமான நற்றிணையில் முல்லை மக்கள் காடு திருத்தி நாடாக்கியதைப் பல பாடல்கள் குறிப்பிடுகின்றன. தனி உடைமையும் அரசு உருவாவதில் முல்லை நிலம் பெரும் பங்கு வகித்தது என்பார் பேராசிரியர் சிவத்தம்பி. முல்லை நிலத்தில் கால்நடைகளை வயப்படுத்துவதும், வளர்ப்பதும் வேளாண்மைக்கு முதற்படி. வேளாண் நிலத்தில் நிரந்தர வாழ்க்கை தேவை. பல்வேறு குடியிருப்புகள் அடுத்தடுத்து இருந்திருக்க வேண்டும் என்னும் உண்மையை ஆநிரை கவர்தல் தெரிவிக்கிறது. விளைந்த தானியங்களைச் சேமித்து வைப்பதற்குக் கிடங்குகளும் அவற்றையும் தம் வாழ்விடங்

களையும் பாதுகாப்பதற்கும் மேற்கொண்ட நடவடிக்கைகளே அரசு உருவாக்கத்துக்கு இட்டுச் சென்றன. இக்கருத்துக்கு அரண் செய்வதற்காகச் சிவத்தம்பி P.T. சீனிவாச அய்யங்காரையும் பேராசிரியர் வித்தியானந்தனையும் நந்தனையும் மேற்கோள் காட்டுகிறார். ''கோ'' ஆநிரை மேய்ப்போன் ஆயன் மன்னனாகிறான். ''இருத்தல்'' ஒழுக்கம் ஆநிரை கவர்வதற்காக அல்லது போருக்காகப் பிரிந்து சென்ற தலைவன் வருகைக்காகத் தலைவி காத்திருக்கிறாள். இதுவே இருத்தலும் இருத்தல் நிமித்தமும். இந்த நிலையில்தான் மகளிர்மேல் ஆண் ஆதிக்கம் தோன்றித் தொடர்ந்தது எனலாம். தந்தைவழிச் சமூகம் இவ்வாறு தோன்றிற்று என்பார் சிவத்தம்பி. ஆனால் P.T. சீனிவாச அய்யங்கார் களவு கற்பு என்னும் துறைகளில் கற்புநிலை அதாவது திருமணத்திற்குப் பிறகே தனிஉடைமையும், தந்தைவழிச் சமூகமும் அமைகின்றன என்று கூறியதைப் பேராசிரியர் சிவத்தம்பி மறுக்கிறார். இதற்கு மாறாகக் ''கற்பு'' என்னும் துறை எப்பொழுது தோன்றிற்றோ அப்பொழுதே அது தனி சொத்துரிமை பிறப்பதற்கும் தந்தைவழிச் சமூகம் தோன்று வதற்கும் காரணமாயிற்று என்பதே உண்மை என்பார்.

7

இத்தொகுதியில் இடம்பெறும் பேராசிரியர் சிவத்தம்பியின் ஐந்து கட்டுரைகளை அறிஞர் பெருமக்கள் ஊன்றிப் பயில்வார்களே யானால் அவை பண்டைத் தமிழர் தம் வரலாற்றுக்கு வழிகாட்டிக் கட்டுரைகள் என ஏற்பர். அவர் மேற்கொண்ட ஆய்வுமுறை வரலாற்றுப் பொருள் முதல்வாத அடிப்படையுடையது. அணுகுமுறை பல பரிமாணங்கள் - மானுடவியல் - சமூகவியல் - பொருளாதாரவியல் - வரலாற்றியல் - பொருள்முதல்வாதவியல் என விரிந்து பரந்தது. ஆனால் அவருடைய தலையாய கருத்து பண்டைய தமிழ்ச் சமூகத்தில் உருவாக்கம், அமைப்பு, குடும்பம், தனிச் சொத்துடைமை, அரசு என்பனவற்றை அறிய ''திணை''யே திறவுகோல் என்பது. முச்சங்கத்தின் வரலாற்றை இதுவரை இலக்கியச் சான்றுகள் கொண்டு மட்டுமே விவாதிக்கப் பட்டதனை விடுத்து வேறு சான்றாதாரங்களைக் கொண்டு நிர்ணயிக்க வேண்டியது தேவை என்று உறுதியாக எடுத்துக் கூறுகிறார்.

முடிக்கும் முன் மரபுவழிப்பட்ட தமிழ்ச் சான்றோர் இறையனார் களவியலுக்கு நக்கீரர் வரைந்த உரையில் தரப்படும் விவரங்கள் அனைத்தும் ஏற்கத்தக்க உண்மைகளே என்பர். இக்கால ஆய்வாளர்கள் சிலர் நக்கீரர் உரை ஒரு கற்பனை இலக்கியக் கற்பனை மோசடி என்பர். வேறு சிலர் ஓரேயொரு சங்கம் இருந்திருக்கலாம். ஒரு சங்கம் இருந்தது அது உண்மை. பல நூற்றாண்டுகள் தொடர்ந்துயிருந்தது

அறிமுகவுரை

என்பர். மற்றும் சிலர் மூன்று சங்கங்கள் அடுத்தடுத்துத் தொடர்ந்து இருந்திருக்கக் கூடும் என்பர். ஆனால் நக்கீரர் உரை தரும் கால வரிசைப் படியல்ல என்பர். அண்மைக் காலத்தில் நடைபெற்ற ஆய்வுகள் சங்கம் இருந்தது அது பல்வேறு பெயர்களில் வழங்கிற்று. ஆனால் அதை உறுதியாகத் தீர்மானமாக நிரூபிக்க வேண்டுமெனில் வேறு பல சான்றாதாரங்கள் தேவை எனக் கருதுகின்றனர். வருங்கால ஆராய்ச்சி யாளர்கள் சங்க இலக்கியம் தவிர பிற ஆதாரங்களையும் தேடிக் கண்டு பிடித்துச் சங்கம் இருந்ததை நிலைநாட்ட வேண்டும். பேராசிரியர் சிவத்தம்பி இதற்கு முன்மாதிரியாகத் திகழ்கிறார்.

[குறிப்பு: இது யான் என்.சி.பி.எச் வெளியிட்ட பேராசிரியர் சிவத்தம்பி அவர்களின் ஆங்கில நூலுக்கு வரைந்த அறிமுகவுரையின் தமிழ் வடிவம். மக்கள் வெளியீடாக வந்த தமிழாக்கப் பதிப்பில் இது இடம்பெறவில்லை. பேராசிரியர் சிவத்தம்பி விரும்பியபடி இப்பொழுது என்.சி.பி.எச். தமிழ்ப் பதிப்பில் சேர்க்கப்படுகிறது.]

ஆர். பார்த்தசாரதி

முன்னுரை

ஐராவதம் மகாதேவனின் ஆய்வு நிறைவும்
சங்ககால வரலாற்று மீள்பார்வைக்கான தேவைகளும்

பண்டைத் தமிழ்ச்சமூகம்-வரலாற்றுப் புரிதலை நோக்கி என வரும் இத்தமிழாக்கத்துக்கான முன்னுரைக் குறிப்புகள்:

1. ஐராவதம் மகாதேவனின் ஆய்வு நிறைவின் முக்கியத்துவம்
2. சங்ககால வரலாற்று மீள்பார்வைகளுக்கான அத்தியாவசியம்.
3. இலக்கிய வரலாறும் இலக்கியம் பற்றிய பிரச்சினைகளும்
4. வரலாற்றுத் தரவுகள் பற்றிய பிரச்சினைகள்
5. ஐராவதம் மகாதேவன் ஆய்வும் இந்நூலில் வரும் கட்டுரைகளும்.

1

ஆங்கிலத்தில் 1998 இல் வெளிவந்த Studies in Ancient Tamil Society என்ற ஆங்கிலக் கட்டுரைத் தொகுப்பு நூலின் தமிழாக்கமாக இந்நூல் வெளிவருகின்றது. திணைக் கோட்பாட்டின் சமூக அடிப்படைகள் பற்றிய ஒரு கட்டுரையும், சங்க இலக்கியத்திற் பேசப்படும் அரசியல் அதிகார ஒழுங்கமைவுக்கான சொற்களைத் தளமாகக் கொண்டு தமிழ்நாட்டின் அரச உருவாக்கம் பற்றிய சிந்திப்புக்கள் பற்றிய ஒரு கட்டுரையும், சங்க வரலாற்றின் ஊடே தெரியவரும் பிரபுத்துவ உருவாக்கம் பற்றிய ஒரு கட்டுரையும், சங்க இலக்கியத்துக்கும் தொல்லியல் ஆய்வு களுக்கும் உள்ள இயல்புகள் பற்றிய ஒரு கட்டுரையும், முல்லைத் திணை பற்றிய சமூக மானிடவியல் நோக்கு நிலைப்பட்ட ஒரு கட்டுரையுமாக ஐந்து கட்டுரைகள் இந்நூலிலே இடம்பெற்றுள்ளன. ஆங்கில நூலுக்கு ஆர்.பார்த்தசாரதி அவர்களால் எழுதப்பெற்ற அறிமுகக் குறிப்பு இடம்பெற முடியாது போய்விட்டது. இவற்றுள், 'திணைக்கோட்பாட்டின் சமூக அடிப்படைகள்' என்ற கட்டுரை, பேராசிரியர் நா.வானமாமலை, புலவர் ஆ.சிவசுப்பிரமணியம் ஆகியோரால் ஆராய்ச்சி இதழுக்கெனத் தமிழ்ப்படுத்தப்பட்ட கட்டுரையாகும். மீதிக் கட்டுரைகள் எல்லாவற்றையும் என் பெருமதிப்புக்குரிய நண்பர் மதுரை அமெரிக்கன் கல்லூரி இளைப்பாறிய பேராசிரியரான போத்திரெட்டி அவர்கள் மொழிபெயர்த்துத் தந்துள்ளார். இம்மொழிபெயர்ப்பினை மூலத்துடன் ஒப்புநோக்கும் வாய்ப்பு, சென்னைப் பல்கலைக்கழகத்

தமிழ் இலக்கியத் துறையைச் சார்ந்த ஆராய்ச்சி மாணவி செல்வி மிதிலா ரெங்கசாமியின் உதவி காரணமாகச் சுலபப்படுத்தப்பட்டது. அச்சுக்கான படிவத்தையும் அவரே எடுத்தார்.

பண்டை இந்திய வரலாற்று ஆய்வில் ஈடுபாடு கொண்டுள்ள தமிழரல்லாத அறிஞர்களும் ஆய்வாளர்களும் இக்காலத்து இந்திய வரலாறெழுதியற் செல்நெறிகளுடன் பெரிதும் முரண்படாதிருக்கும் இக்கட்டுரைகளை ஓரளவு வாசித்துள்ளனர் என்பது உண்மையெனினும் தமிழ்வழி வரும் தமிழக வரலாற்று மாணவர்கள் பலர் இதனை வாசிக்க வில்லை.

இத்தகைய ஒரு பின்புலத்தில்தான் இத்தொகுதி தமிழிற் கொண்டு வரப்பட வேண்டும் என்பதனை நண்பர் முனைவர் மே.து.ராசுகுமார் வற்புறுத்தினார்.

இதில் வரும் கட்டுரைகள் 1966 முதல் ஏறத்தாழ 1992 வரை எழுதப்பட்ட வெவ்வேறு கட்டுரைகளின் தொகுப்பாகும். கட்டுரைகள் தனித்தனியாகவே உருவாக்கப் பெற்றமையால் கூறியது கூறல் எனும் வழு இங்கு மலிந்தே காணப்படுகிறது எனலாம். கட்டுரைகள் ஒவ்வொன்றையும் தனித்தனியே வாசித்து அம்முறைவழியின் இறுதி யிலேயே சங்ககால வரலாறு பற்றிய தொகுநிலைச் சிந்திப்புக்கு வரல் வேண்டும். கட்டுரைகளின் அமைப்பு அத்தியாய அடைவு முறைக்கு இயைந்தனவாக அமையவில்லை.

2

இந்நூலில் வரும் கட்டுரைகள் சிலவற்றில் ஐராவதம் மகாதேவன் அவர்களது தமிழ்ப் பிராமிக் கல்வெட்டுக்கள் பற்றிய அவரது தொடர்ச்சியான ஆய்வின் அவ்வக்கால முடிபுகளை எடுத்துப் பயன் படுத்தியுள்ளேன். ஆயினும், இவ்வருடம் (2003) ஏப்ரல் மாதம் அவரது ஆய்வு நிறைவுற்று அந்நிறைவின் பயனாக அமைந்த நூல் வெளியிடப் பட்டது. தமிழ்ப் பிராமிக் கல்வெட்டுக்களைப் பிரதான சான்றாகக் கொண்டு அவரது சங்ககாலச் சமூகம், வரலாறு பற்றிய முடிவுகள் சங்ககால வரலாறெழுதியலைக் கணிசமான அளவுக்கு மாற்றியமைத்து உள்ளன. சங்க நூற் பதிப்பு முழுமையினால் தமிழர், தமிழ்நாட்டு வரலாறு எத்துணை பயனைப் பெற்றதோ அதே அளவு பயனை இவ்வாராய்ச்சி வெளியீடும் நமக்குத் தந்துள்ளது என்பது ஆற அமர இருந்து சிந்திக்கும் பொழுதுதான் தெளிவாகின்றது.

இலக்கியச் சான்றுகளை மெய்ப்பிக்கும் முறையில் மாத்திர மல்லாமல் புதிய தரவுகளையும் அவற்றின் வழியாகச் சங்க காலச்

சமூகம், பண்பாடு பற்றிய பல புதிய தரவுகளைத் தந்துள்ளது. எனவே, இம்முன்னுரையில் இந்தத் தொகுதியில் வரும் கட்டுரைகள் மகாதேவன் அவர்களது ஆய்வு நிறைவால் எத்தகைய மீள்நோக்கினை அத்தியாவசியப் படுத்தி நிற்கின்றன என்பது பற்றிக் குறிப்பிட்டாதல் வேண்டும். இவ்விடயம் Drama in Ancient Tamil Society என்ற எனது ஆய்வு நூலின் தமிழாக்கப் பதிப்புக்குச் சற்று விரிவாகவே எழுதவுள்ளேன். ஆயினும், இக்கட்டுரைத் தொகுப்பில் வரும் சில குறிப்புக்கள் பற்றிய ஒரு மீள் நோக்கினை ஐராவதம் மகாதேவன் அவர்களது பேராய்வு ஏற்படுத்தி யுள்ளது.

முதலில் எடுத்துக் கூறப்படவேண்டுவது இலக்கிய வரலாற்றில் இதுகாலம்வரை சங்க இலக்கியக் காலம் எனக் கொள்ளப்பட்டு வந்த கால நீட்சி வரையறை மாற்றப்பட வேண்டியுள்ள தேவையாகும். பேராசிரியர்கள் நீலகண்ட சாஸ்திரி, வையாபுரிப்பிள்ளை ஆகியோர் சங்ககாலத்தை ஏறத்தாழ கி.பி.100 முதல் கி.பி.250 வரையுள்ள காலமெனவே கொள்வர். பேராசிரியர் கமில் சுவலபில் கி.மு.100 முதல் கி.பி.250வரையுள்ள காலப் பகுதியினைச் சங்க காலம் என்று கொள்வார். இந்நூலில் வரும் கட்டுரைகள் எழுதப்பட்ட காலங்களில் அதுவே பொதுப்படையான நடைமுறையாக இருந்தது. ஆனால், இப்பொழுதோ ஐராவதம் மகாதேவன் அவர்கள், கிடைத்துள்ள தமிழ்ப் பிராமிக் கல்வெட்டுக்களுள் எழுத்துருவ அடிப்படையில் காலத்தால் முந்தியது கி.மு.மூன்றாம் நூற்றாண்டின் தொடக்கப் பகுதி அல்லது கி.மு.இரண்டாம் நூற்றாண்டின் தொடக்கப் பகுதி அல்லது கி.மு.இரண்டாம் நூற்றாண்டின் இறுதிப் பகுதியாக இருக்கும் என நிறுவியுள்ளார். அதாவது, கி.மு.200-210/15 வரையுள்ள காலப்பகுதியை இவர் குறிப்பிடுகிறார் போலும். கி.மு.2ஆம் நூற்றாண்டுக்குரியவை என அவர் குறிப்பிடும் கல்வெட்டுக்கள் மாங்குளம், அரிட்டாப்பட்டி, திருவாதவூர், கீழவளவு, கொங்கறபுளியங்குளம், மருகல்தலை, வரிச்சியூர், விக்கிர மங்கலம், மேட்டுப்பட்டி, கருங்கலக்குடி, முதலை குளம் எனும் ஊர்களிலிருந்து பெறப்பட்டவையாகும். இக்கல்வெட்டுக்கள் சங்க காலத்தின் மேல் எல்லையைக் கி.மு.200க்குக் கொண்டு செல்கின்றன. அவ்வாறாயின், கி.பி.250 உடன் முடியும் காலப் பகுதியின் முழு நீட்சி 450 வருடங்களாகும். நீலகண்ட சாஸ்திரியார், வையாபுரிப்பிள்ளை 200 வருடங்களுக்குள் அமைவதாகக் கொண்ட இலக்கியங்கள் இப்பொழுது 450 வருடக் காலப் பிரிவுக்கு உரியனவாகக் கொள்ளப்படுகின்றன. மொழி நிலையிலும் இக்காலகட்டத்தை Early Old Tamil என்பர். இந்தச் சங்க இலக்கியத் தொகுதியினுள் மொழிப் பயன்பாட்டில் ஒருமை காணப் படுவதாக மொழியியலாளர்கள் வற்புறுத்தியுள்ளனர். அப்போது அதிக

மாற்றமற்ற ஓர் இலக்கியப் போக்கு இக்காலம் முழுவதும் இருந்தது எனக் கொள்ள வேண்டியுள்ளது. இன்னொரு வகையாகக் கூறினால், இலக்கிய ஆக்க நிலையிலும் மொழிக் கையாளுகையிலும் இந்த 450 வருடங்களை ஒரு கூறாகக் கொள்ளவேண்டிய தேவை ஏற்படுகிறது. இது வரலாற்று நிலையில் நின்று நோக்கும் பொழுது பல சிக்கல்களைக் கிளப்புகின்றது.

ஏறத்தாழ 500 வருடக் கால எல்லைக்குள், மௌரியப் படையெடுப்புக் காலம் முதல் சிறுபாணாற்றுப்படையின் நல்லியக் கோடன் காலம்வரை, தமிழ்நாட்டின் வரலாற்று அசைவியக்கம் (historical dynamics) ஒரே தன்மைத்தாகத்தான் இருந்தது என்று கூறிவிட முடியுமா? இவ்வாறு கூறுவது வரலாற்றின் அடிப்படை இயக்கத்தையே மறுதலிப்பதாகி விடும். கி.மு.200 முதல் கி.பி.250 வரையுள்ள வளர்ச்சி, மாற்றங்களை அறிய இலக்கியம் எவ்வாறு உதவும் என்பது இப்பொழுது மிகப் பெரிய பிரச்சினையாக மேற்கிளம்புகிறது. இந்த அசைவியக்கத்தினை நன்கு விளங்கிக் கொள்வது அவசியமாகும்.

முன்னர் 150 (அ) 250 வருடங்களுக்கு உரியவை எனக் கொள்ளப்பட்ட இலக்கியங்கள் இப்பொழுது குறைந்தபட்சம் 450 வருடக் காலத்துக்கு விரிக்கப்படுகின்றன. இது காலம்வரை நாம் சங்க இலக்கியத்தைப் பார்த்த முறைமையை, சங்க இலக்கியத்தினூடே காணப்படும் மாறுதல்கள், வளர்ச்சிகள், மரபு பேணல்கள் ஆகியன பற்றி நாம் அதிகம் சிந்திக்கவில்லை. தொல்காப்பியத்தின் மேலாண்மைச் செல்வாக்குக் காரணமாக இவ்வினாக்களை நாம் இதுவரை கிளப்பவில்லை. ஆனால், இப்பொழுது கிடைத்துள்ள தெளிவு இந்த வினாக்களை இன்றியமையாதனவாக்குகின்றன. உண்மையில் இந்த வினாக்கள் சங்கத் தொகுப்பின் தன்மை, எட்டுத்தொகை, பத்துப்பாட்டுத் தொகுப்புக்களுக்குள்ளே இனங்காணக் கூடியதாகவுள்ள சில வளர்ச்சிச் செல் நெறிகள், பத்துப்பாட்டினுள் வரும் திருமுருகாற்றுப்படை தவிர்ந்த பாடல்கள் கிளப்பும் சிக்கல்கள் உள்ளன. தொல்காப்பிய நியமம் இல்லாதிருந்திருந்தால் நெடுநல்வாடை, பட்டினப்பாலை போன்றவற்றை ஆய்வதிலுள்ள சிக்கல்கள் அதிகரிக்கும். இவற்றினை வரன் முறையான ஒரு முறையிலே 'தமிழின் கவிதையியல் ஒரு தேடல்' என்ற எனது விரிவுரைத் தொகுப்பில் விளக்கமாக எடுத்துக் கூறியுள்ளேன். அந்நூல் மிக விரைவில் வெளிவருமாதலால் இங்கு அவ்வினாக்களை மீண்டும் எடுத்துக்கூற விரும்பவில்லை. ஆயினும், தமிழ்நாட்டின் இக்காலப்பகுதியின் வரலாற்றை மிக நுணுக்கமாக ஆராய வேண்டுவது அவசியமாகிறது.

சங்க இலக்கிய நிலைநின்றோ, அன்றேல் அல்லது அத்துடன் தொல்லியற் சான்றுகள் வழிநின்றோ இக்கால கட்டத்தை நோக்கும் பொழுது தமிழகம் தனது புவியியற் சூழமைவு காரணமாகவும் மொழிக்குடும்பப் பிரிநிலை காரணமாகவும் வளர்த்தெடுத்துக் கொண்ட ஒரு 'நாகரிகம்' (Civilization) கி.மு.மூன்றாம் நூற்றாண்டிலிருந்து கி.பி.மூன்றாம் நூற்றாண்டுக்கு வரும்பொழுது படிப்படியான மாற்றங்களைப் பெற்று அனைத்திந்திய நிலைப்படுவதைக் காணலாம். இந்த அனைத்திந்திய மயப்பாட்டுப் பாதைக்குச் சமண, பௌத்த மதங்களின் செல்வாக்கும் பிராகிருத, சமஸ்கிருத மொழிகளின் ஊடாட்டமும் உதவுகின்றன. உண்மையில், கி.மு. மூன்றாம் நூற்றாண்டில் அனைத்திந்தியச் சிந்தனை முறைமைகளினை உள்வாங்கித் திருக்குறள் என்னும் இந்தியப் பின்புலங்கொண்ட ஒரு தமிழ்ச் சிந்தனை முறைமைக்கு வந்துவிடுகிறோம். சங்ககாலம் என்பது இந்த மாறு, வளர்நிலைக்கு எவ்வாறு உதவுகின்றது என்பது விரிவாக நோக்கப்பட வேண்டிய ஒன்றாகும்.

ஐராவதம் மகாதேவன் அவர்கள் தமது நூலின் முற்பகுதியிற் கிளப்பும் ஒரு முக்கிய வினவுபொருள் (issue) அக்காலத்தில் தென்னிந்தியாவின் மற்றெந்தப் பகுதிகளிலும் காணப்படாத தமிழ்நாட்டினது எழுத்தறிவுப் பரிச்சயமாகும். இந்த எழுத்தறிவு, எழுத்தின் வரைவுநிலையில் அசோக பிராமியில் தொடங்குவதென்றாலும், தமிழ்ப் பிராமிக் கல்வெட்டுக் களுக்கு வரும் பொழுது ஒரு முக்கிய முதிர்வு வளர்ச்சியினைப் பெற்றுவிடுகிறது. அந்த அம்சம் மிக மிக முக்கியமானதாகும். தமிழ்ப் பிராமிக் கல்வெட்டுக்களில் வரும் கடன் சொற்கள் பிராகிருதப் பெயர் களாகவே உள்ளன; வினைச்சொல் எதுவும் கடன்வாங்கப் பெறவில்லை என்பதனைத் திட்டவட்டமாகக் கூறுகிறார். மொழியின் சமூகவியலில் இதுவொரு மிகப் பெரிய விடயம். பெயர்ச் சொற்கள் கடன் வாங்கப் பட்ட நிலையில் சுதேசிய வினைச்சொற்களே பயன்படுத்தப்பட்டன வென்றால், அதன் சமூக நிலைப்பட்ட விளக்கம் பிற பண்பாடு களிலிருந்து பெறப்பட்ட ஒரு விடயம் / பொருள் (பெயர்) இந்தப் பண்பாட்டினுள்ளே உள்ள ஒரு விடயத்துக்குத் தொழிற்படுத்தப்படு வதாகும் (வினை). அதாவது, வந்த பொருள், பெறுகின்ற பண்பாட்டின் நியமங்களுக்கு இயையவே உள்வாங்கப்படுகின்றது, அமைவு பெறுகின்றது (acculturated) என்பது பொருளாகும்.

வந்த 'சமண' மதம் 'அமண' மதமாகவே உள்வாங்கப்படுகின்றது என்பதனை மகாதேவன் விதந்து கூறுவார். தமிழகத்தின் அந்தப் பண்பாட்டு அசைவியக்கத்தின் (Cultural dynamics) அடிப்படையை உணர்ந்து கொள்வோமேயானால் தமிழகம் - தமிழ்ப் பண்பாடு -

இந்தியப் பெருவட்டத்தினுள் இயங்கிய முறைமைக்கான தடயம் நமக்குக் கிடைத்து விடுகிறது. நீதி சாஸ்திரங்கள், திருக்குறள் வடிவம் பெறுவதிலும், பக்தி மார்க்கம் 'பத்தி' நிலையாகி மாணிக்கவாசகரையும் நம்மாழ்வாரையும் அளிக்கின்ற பொழுதோ, இராமாயண இதிகாசத்தை உள்வாங்கி இராமாவதாரத்தை வழங்கிய கம்பனை அளிக்கும் பொழுதோ, ஆரிய சம்பத்துக்களில் தமிழை ஒன்றாகக் கருதிய பாரதியை வழங்கும் பொழுதோ இந்தப் பண்பாட்டு அசைவியக்கம் தொழிற் பட்டுள்ளது என்பதனைப் பிற்கால வரலாறு நிரூபிக்கும். ஆரம்பக் கால இந்தச் செல்நெறி கங்கைக்கரைக்குரியதென்றால், இடைக்கால இந்து மதத்தின் சிந்தனைக் கலை மகோன்னதங்களைக் காவேரிக் கரையிலேயே காணலாம்.

தமிழ்நாட்டின் வரலாற்றில் வைதீக மதங்களின் எழுச்சியின் முன்னர் தமிழ்நாட்டிற் சமண, பௌத்த மதங்களே முக்கிய இடம் பெற்றிருந்தன என்ற உண்மையும் மகாதேவன் அவர்களது ஆய்வு நிறைவினால் நிலைநிறுத்தப்படுகிறது.

தமிழ்ப் பிராமிக் கல்வெட்டுக்களின் காலம் ஆறாம் நூற்றாண்டுடன் முடிவுறுவதை மகாதேவன் சுட்டிக்காட்டுகிறார். பிராமிக் கல்வெட்டுக் களை இவர் மூன்று கால கட்டங்களாக வகுத்துள்ளார். அவையாவன :

1. பூர்வநிலைத் தமிழ்ப் பிராமிக் கல்வெட்டுக்கள் - கி.மு.2 முதல் கி.பி.1 வரை
2. பிந்திய தமிழ்ப் பிராமிக் கல்வெட்டுக்கள் - கி.பி.2 முதல் 4 வரை
3. பூர்வ வட்டெழுத்துக் கல்வெட்டுக்கள் - கி.பி.ஐந்தாம், ஆறாம் நூற்றாண்டுகள்.

வட்டெழுத்துக் கல்வெட்டுக்களையும் பிராமிக் கல்வெட்டுக் களையும் ஒருசேர வைத்து நோக்குவது பலரது அதிருப்தியைப் பெறுமெனினும் இக்காலகட்டம் பல்லவக் காலத்துக்கு முற்பட்ட தாகவும் தனக்குள் தான் ஒரு நாகரிக ஒருமையைக் கொண்டதாகவும் அமைகின்றமையை நாம் உதாசீனம் செய்யக்கூடாது. இதன் பின்னர் வரும் ஏழாம் நூற்றாண்டு முதல் பதின்மூன்றாம் நூற்றாண்டு வரையான காலப்பகுதி இன்னொரு நாகரிகப் போக்கின் முழுமையைக் காட்டு வதாக அமைகின்றது தமிழில் இலக்கிய வரலாறு என்னும் எனது நூலில் கி.பி.600வரை, பின்னர் 600 முதல் 1300 வரையுமுள்ள காலப் பகுதிகளிற் பண்பாட்டியல் முக்கியத்துவத்தினையும் வேறுபாடுகளையும் அழுத்திக் கூறியுள்ளேன்.

முன்னுரை

சமண, பௌத்தச் செல்வாக்குகள் பற்றிப் பேசும் பொழுது, குறிப்பாகச் சமணர் வழியாக வந்த கல்வி வளர்ச்சியையும் மகாதேவன் கூறிச் செல்கிறார். அந்த வளர்ச்சியினை கி.பி. 468-69க்குரிய திரமிளச் சங்கத்தோடு இணைத்து நோக்குகின்றார். இதுவும் ஆழமாக நோக்கப்பட வேண்டிய ஒரு விடயமாகும். திருக்குறள் கல்வியைப் பொருட்பால் அரசியலுக்குரியதாகக் கொள்ள, சமண நிலையில் அது மதப்பரப்புதல் தேவைகளுக்காக இலக்கியத்தைத் தனதாக்கிக் கொள்ளும் பண்பு தெரிகின்றது. தமிழிலக்கிய வரலாற்றில் அழுத்தப்படாது போகின்ற ஓர் அம்சமாகும் இது. உண்மையில் தொல்காப்பியத்தைக்கூட இந்தப் பின்புலத்தில் வைத்துத்தான் பார்க்க வேண்டும்.

தமிழ்ப் பிராமிக் கல்வெட்டுக்கள் தமிழ்நாட்டு வணிக மரபிற் சமணத் தொடர்புகள் பற்றியும், கப்பற் போக்குவரத்து பற்றியும் மிக விரிவாக எடுத்துக்கூறுவது ஒரு முக்கியமான தரவாகும். ஏற்கெனவே தெரியப்பட்டிருந்த பொருளியல் வரலாற்றுத் தரவுகள் சில மகாதேவனால் உறுதிப்படுத்தப்படுகின்றன. தமிழ்நாட்டில் வணிகத்துக்கும், சமணத்துக்கும் உள்ள தொடர்பு நன்கு வலியுறுத்தப்படுகின்றது.

மகாதேவன் குலக்குழுக்கள் (tribe) பற்றிக் கூறும் பொழுது இளயர் எனக் கல்வெட்டிலுள்ளதை இவர் இளையர் எனக் குறிப்பிடுகிறார் (பக்கம் 142). இத்தொகுப்பில் வரும் பிரபுத்துவ வளர்ச்சி பற்றிய கட்டுரையில் ஐந்தாவது பிரிவில் பொருள்வயிற் சேறலின் பொழுது தலைவனுடன் சென்றுவரும் இளையரைத் தலைவனது உதவியாட் களாகவுள்ள இளையோர் என்ற கருத்தினைப் பதிவு செய்துள்ளேன். மகாதேவன், அவர்களை ஒரு தனிக் குலக்குழுவாகக் கொள்கிறார். பிற்காலத்தில் இவர்கள் தலைவனின் சேவகர்களாக மாறினர் என்றும் குறிப்பிடுகிறார். தொல்காப்பியம் பொருளதிகாரத்தில் இவ் விளையர் வாயில்களாகக் குறிக்கப்படுகின்றனர். அவ்விடத்தில் அது ஒருவரைக் குறித்ததா அல்லது பலரைக் குறித்ததா என்பது தெரிய வில்லை. நூற்பா சூழமைவினை நோக்கும்பொழுது வாயிலாகவுள்ள இளையர் ஒருவராதலே வேண்டும். இவர்களை ஒரு குலக்குழுவாகக் கொண்டால் (tribe), அவர்களில் ஒருவரை அல்லது இருவரையே பொருள்வயிற்சேறலின் பொழுது கூட்டிச் சென்றிருக்க முடியும். வாயில் என்கின்ற நிலையிலும் ஒருவர் இருவருக்கு மேல் இருத்தல் முடியாது. இளையர் என்ற சொல்லினை இளம் உதவியாளர் என்ற கருத்துக்கொண்டு தமிழகத்தின் வர்க்க வேறுபாட்டு வளர்ச்சியின் ஒரு படிநிலையாக நான் இளையரைக் குறிப்பிட்டிருந்தேன். மகாதேவன் அவர்கள் தரும் விளக்கம் வர்க்க வேறுபாட்டு வளர்ச்சியை மறுதலிக்க வில்லை என்றே கூறல் வேண்டும். கோ, கிழான், அரசன் என்ற

பதங்களை மகாதேவன் அவர்கள் குறிப்பிட்டுள்ளார்கள். 'அரசன்' எனும் சொல்லை ராஜ எனும் சமஸ்கிருதச் சொல்லின் தமிழ் வடிவமாகக் கொள்வதில் ஒரு சிக்கலுண்டு. ராஜன் எனும் சொல் தமிழில் இராசன் எனவே வரும் (இராஜராஜன்- இராசராசன்). ராஜன், அரசன் என மாறுவதற்கு அச்சொல் பிராகிருத நிலையில் அரசனெனக் கொள்ளப்படத் தக்கதற்கு ஏற்ற முறையில் அமைந்திருத்தல் வேண்டும். அப்படியான பிராகிருத வழக்குகள் எவையேனும் இருந்தனவா என்பது தெரியவில்லை. ஆயினும், அரச என்பது அரைச என வந்துள்ளது நமக்குத் தெரிந்ததே. இதனையும் மகாதேவன் குறிப்பிட்டுள்ளார். அரைச எனும் வடிவத்துக்கான மொழியியற் கூறுகள் மேலும் விளக்கப் படுதல் நலம்.

3

இருபதாம் நூற்றாண்டின் இறுதியான காற்பகுதியில் தமிழ் நாட்டின் இடைக்கால வரலாறு மேல்நாட்டு, இந்திய, ஜப்பானிய வரலாற்றறிஞர்கள் பலரால் மிக விரிவாக ஆராயப்பட்டுள்ளது. சோழ, விஜயநகர ஆட்சிக் காலங்கள் பற்றிய மிக ஆழமான, விரிவான ஆய்வுகள் வந்துள்ளன. தமிழ்நாட்டின் பூர்வ வரலாற்றுக் காலமாகிய (Early Historical Period) சங்ககாலம் பற்றித் தமிழரல்லாத வரலாற்றறிஞர்களின் சிரத்தை குறைவாகவே உள்ளது. ஆயினும், தமிழ்நிலை நின்ற ஆராய்ச்சியாளர்கள் பலர் சங்ககாலம் பற்றிய ஆய்வுகளில் ஈடுபட்டுள்ளனர். சங்க காலம் பற்றிய காய்தல் உவத்தலற்ற ஆய்வு அரசியற் காய்தல்களுக்கு இடங்கொடுக்கும் என்ற பயம் நிறைய உள்ளது. இது இன்னும் விட்டபாடில்லை. இந்தப் பயம் காரணமாக நம்மிடையே உள்ள பிற நாட்டுக் கணிப்புப் பெற்ற வரலாற்றறிஞர்கள் முனைப்புறாமலும் முனைப்புறுத்தப்படாமலும் போய்விடுகின்றமை கண்கூடு.

இப்பிரச்சினையை இன்னொரு வகையாகவும் நோக்கல் வேண்டும். ஒரு சமூகம் தன்னைத்தான் காய்தல் உவத்தலற்ற முறையில் பார்க்கத் தயங்குமேயானால், அச்சமூகத்தின் வளர்ச்சிக்கான / மேற்செலவுக்கான உள்ளக உந்துதல்கள் இல்லாமலேயே போய்விடும். திருப்திப்படுவதற்கும் திருப்திப்படுத்துவதற்கும் வரலாற்றைக் கருவியாகப் பயன்படுத்து வோமானால் நாம் வரலாற்றிற் பின்தங்கிவிடும் நிலை ஏற்படலாம். இவ்வாறு சிந்திக்கும் பொழுதுதான் நம்மிடையே அனைத்துலக, அனைத் திந்தியப் புகழுடைய சமூக விஞ்ஞானிகளின் இன்மைக்கான நியாயங்கள் தெளிவாகத் தொடங்குகின்றன.

முன்னுரை

எனினும், வரலாற்றாய்வுத் திறனுடைய ஓர் இளந்தலைமுறை மேலுக்கு வருகின்றது, வந்துள்ளது. அவர்கள் சிறக்கவும் அவர்களது பணிகள் சிறக்கவும் வாழ்த்துவது நமது கடமையென்றே கருதுகின்றேன்.

4

தமிழில் இத்தொகுப்பு வரும் இவ்வேளையில், 'திணைக் கோட்பாட்டின் சமூக அடிப்படை'களை ஆங்கிலத்திலிருந்து மொழி பெயர்க்கத் தொடங்கியதின் பின்னரே எனக்கு அறிவித்து என்னைப் பெருமகிழ்ச்சியில் ஆழ்த்திய காலஞ் சென்ற பேராசிரியர் நா.வானமாமலை அவர்களை நினைவுகூருகிறேன்.

இந்நூல் ஆங்கிலத்தில் வெளியிடப்படுவதற்குக் காரணமாக இருந்தவர் என் மதிப்புக்குரிய நண்பர் ஆர்.பி.எஸ். எனப்படும் ஆர்.பார்த்தசாரதி அவர்கள். அவர் ஆங்கில நூலுக்கு எழுதிய அறிமுகத்தைத் தமிழில் தர முடியாதுள்ளமைக்கு வருந்துகிறேன். அவரிடம் மன்னிப்பும் கேட்டுக் கொள்கிறேன்.

இந்நூல் வெளியீட்டில் ஆர்வங்காட்டிய நண்பர் முனைவர் மே.து.ராசுகுமார் அவர்களுக்கு என் மனமார்ந்த நன்றிகள் உரித்து. இவரும் இந்நூல் வெளியீட்டுக்கான தொடக்க முயற்சிகளைத் தானே மேற்கொண்டார். அந்த நட்புரிமைக்கு நான் என்றும் தலை வணங்குவேன். நண்பர் ரவிச்சந்திரனையும், திரு.போத்தி ரெட்டியையும் மே.து.ரா. அவர்களே ஒழுங்கு செய்தார்.

என் மதிப்பிற்குரிய நண்பரும் சக கருத்துநிலையாளருமான போத்திரெட்டி அவர்கள் இக்கட்டுரைகளை மொழிபெயர்த்ததற்காக மாத்திரமல்லாது, அந்த மொழிபெயர்ப்பின் செம்மையிற் காட்டிய பெருஞ்சிரத்தைக்காகவும் நன்றி கூறுகிறேன்.

இந்தக் கட்டுரைகள் தமிழில் வரவேண்டும் என்பதில் ஆர்வங் காட்டிய நண்பர்கள் பொ.வேலுச்சாமி, அ.மார்க்ஸ், முனைவர் வீ.அரசு, த.சிவராம் ஆகியோருக்கு எனது நன்றி.

இந்நூலின் மொழிபெயர்ப்புக்களைப் படியெடுத்தும் நூலுக்கான முன்னுரை எழுதும்பொழுது உடனிருந்தும் மகள் போல் உதவி செய்த செல்வி ரெ.மிதிலாவுக்கு என் நன்றியினைத் தெரிவிக்கிறேன்.

இந்நூல் வெளியீட்டில் ஆர்வங்காட்டும் திருமதி வசந்தா ராசு குமாருக்கு எனது நன்றி உரித்து.

2/7, 58, 37 ஆவது ஒழுங்கை
வள்ளவத்தை
கொழும்பு - 6

காத்திகேசு சிவத்தம்பி
19-1-2003

உள்ளடக்கம்

	அறிமுகவுரை	7
	முன்னுரை	33
1.	திணைக் கோட்பாட்டின் சமூக அடிப்படைகள்	45
2.	பூர்வ காலத் தமிழ்நாட்டில் அரசமைப்பு உருவாக்கம்	73
3.	பண்டைய தமிழ்நாட்டில் உயர்குடி ஆதிக்க மேட்டிமையின் வளர்ச்சி	107
4.	சங்க இலக்கியமும் தொல்லியலும்	145
5.	முல்லைத் திணைக்கான ஒழுக்கம்	171

ஆங்கிலக் கட்டுரைகள் வெளியான இதழ்கள்

1. 'Early South Indian Society - The Tinai Concept', Social Scientist, Trivandrum, Vol. 3, No.5, 1974. திணைக்கோட்பாட்டின் சமூக அடிப்படைகள்' என்ற தலைப்பில் ஆராய்ச்சியில் (ஜூலை 1971; மலர் 2, இதழ் 3) இக்கட்டுரையின் தமிழாக்கம் வெளியிடப்பெற்றது.

2. 'Organization of Political Authority in Early Tamilnadu', Paper presented to Special Seminar of the Department of Tamil Literature, University of Madras, 1988 and at the Seminar in the Dept. of South Asian Studies at the University of California, Berkeley 1989.

3. 'The Development of Aristocracy in Ancient Tamilnadu', Vidyodaya Journal of Arts, Science and letters, Sri Lanka, Vol. IV, No. 1 & 2, 1971.

4. 'Cankam Literature and Archaeology', james T. Rutnam Felicitation Volume, Colombo, 1975.

5. 'An Analysis of the Anthropological Significance of the Mullai Tinai', Proceedings of the Conference Seminar of the International Association of Tamil Research, Kualalampur, 1966.

1. திணைக் கோட்பாட்டின் சமூக அடிப்படைகள்

தற்பொழுது நமக்குக் கிடைக்கும் மிகவும் தொன்மையான தமிழ் இலக்கியம் சங்க இலக்கியம் எனக் குறிப்பிடப்படுகிறது.[1] இந்த இலக்கிய நூல் தொகுதிகள் இரண்டு செய்யுள் தொகை நூல்களாகத் தொகுக்கப்பட்டு எட்டுத்தொகை, பத்துப்பாட்டு என்று அழைக்கப் படுகின்றன.[2] இவை ஏறத்தாழ கி.பி. 100லிருந்து கி.பி. 250 வரையுள்ள காலத்தைச் சார்ந்தவை என்று பொதுவாகக் கருதப்படுகின்றன.[3] வடமொழிக் கலப்பில்லாத, மிகவும் தொன்மை வாய்ந்த, இந்திய இலக்கியமான இவற்றின் இலக்கிய மரபுகள் முற்றிலும் தனிப்பட்ட போக்கில் அமைந்துள்ளன. இதன் காரணமாகவே இந்தியப் பண்பாட்டில் ஆரியரல்லாத- ஆரியருக்கு முற்பட்ட போக்கினை விவரிக்கும் அறிஞர்களின் ஆய்வுக்குரிய பொருளாக இலங்குகிறது.[4]

இந்நூல்களின் இலக்கிய மரபுகள் இலக்கண நூலான தொல் காப்பியத்தில் வரையறுக்கப்பட்டுள்ளன. சங்க இலக்கியங்களில் காணப்படும் வடிவத்திற்கும் உள்ளடக்கத்திற்கும் தொல்காப்பி யத்தின் மூன்றாவது இயலில் விதிகள் வகுக்கப்பட்டுள்ளன.[5] இந்நூலின் காலம் பற்றிக் கருத்து மாறுபாடுகள் ஆய்வாளரிடையே இருப்பினும், கி.பி.5ஆம் நூற்றாண்டின் பிற்பகுதியைச் சார்ந்தது என்ற வையாபுரிப் பிள்ளையின் கருத்தோடு நாம் உடன்படலாம்.[6] தமிழ் இலக்கியக் கொள்கைகளிலும், மொழியியல் நடைமுறை பற்றிய விதிகளிலும் ஆதாரபூர்வமான நிபுணராகவும், இலக்கிய வடிவங்களைப் போதிக்கும் மூலகர்த்தாவாகவும் தொல்காப்பியர் கருதப்படுகிறார்.

சங்க இலக்கியமானது அகம், புறம் என்ற பொருள் பாகு பாட்டினை உடையது. இதில் அகமானது களவு, கற்பு ஆகிய அன்பு வாழ்க்கையினைப் பற்றியும், புறமானது போரையும், காதலல்லாத பொருள்களைப் பற்றிய செய்திகளையும் கூறுகின்றன. இப்பொருள் பாகுபாடுகள் மேலும் அவை தொடர்பான உட்பாகுபாட்டினைக் கொண்டுள்ளன. காதலையும், போரையும் குறித்த செய்திகள் ஐவகை பூகோளரீதியான நிலப்பிரிவுகளோடு தொடர்புடையன. குறிப்பிட்ட காதல் அல்லது போர் நடவடிக்கைகள் ஒரு குறிப்பிட்ட நிலப்

பகுதியின் இயல்பாகச் சித்திரிக்கப்படுகின்றன. குறிப்பிட்ட நிலப் பகுதிகளும் அவற்றின் ஒழுக்க வடிவங்களும் அந்தந்த நிலப்பகுதி களுக்கே உரித்தான மலர்களின் பெயரால் அழைக்கப்படுகின்றன.

செய்யுள் மரபுகளை ஆராயும்பொழுது தொல்காப்பியர் காதல், போர் குறித்த ஒழுக்க வடிவங்களை நிலப்பகுதிகளுடன் தொடர்பு படுத்தி இலக்கிய மரபுகளை ஆராய்ந்து விவரிக்கிறார்.[7] அவர் காலத்தில் வழக்கில் இருந்த செய்யுள் வழக்கைக் கருதி, அவர் ஏறுமுகமான முக்கியத்துவம் கொண்ட ஒவ்வொரு நிலப்பகுதிக்கும் உரித்தான (அ) பூப்பௌதிக அம்சங்கள், (ஆ) மலர்கள், விலங்கினங்கள், பொருளாதார வாழ்க்கை, சமயம், உணவுமுறை (இ) ஒவ்வொரு நிலப்பகுதிக்கும் உரிய ஒழுக்க வடிவங்கள் ஆகியவற்றை விவரிக்கிறார். காதல், போர் பற்றிய ஒழுக்க வடிவங்களை இலக்கண ஆசிரியர்கள் தொகுத்து அமைத்துக் கூறுவது, ஒரு குறிப்பிட்ட வகையான நடத்தை விதிகளை ஒவ்வொரு நிலப்பகுதிக்கும் நிர்ணயிப்பதனை வெளிப்படுத்துகிறது.

கீழ்க்காணும் அட்டவணைகள் நிலப்பகுதிகளையும் அவற்றுக்குரிய மலர்களையும், ஒழுக்க முறைகளையும் சுட்டிக்காட்டுகின்றன.

அகவாழ்க்கைக்கு உரியவை

	நிலப்பகுதி	மலர்	ஒழுக்க வடிவங்கள்
1.	மலை, குன்று	குறிஞ்சி	புணர்தலும் புணர்தல் நிமித்தமும்
2.	மேய்ச்சல் நிலங்களும் புல்தரை சமவெளிகளும்	முல்லை	தொலைவிலுள்ள கணவனை எதிர் நோக்கிப் பொறுமையுடன் மனைவி இருத்தலும், அது தொடர்பான செய்திகளும்
3.	வேளாண்மை நடக்கும் ஆற்றங்கரைப் பகுதி	மருதம்	பரத்தை வீட்டிற்குச் சென்று வந்த கணவனுடன் மனைவி ஊடுதலும், அது தொடர்பானவையும்
4.	கடற்கரை	நெய்தல்	பிரிவு குறித்து வருந்தி இருத்தலும், அது தொடர்பானவையும்
5.	பண்படுத்தப் படாத வறண்ட நிலம்	பாலை	குடும்பத்திலிருந்து பிரிந்து இருத்தல்

புறவாழ்க்கைக்கு உரியவை

	நிலப்பகுதி	மலர்	போர்ச் செய்தல்
1.	மலை	வெட்சி	ஆநிரைகளைக் கவர்தலும் கவர்ந்து சென்றவற்றை மீட்டலும் (ஆநிரைகளை மீட்கும் செயல் சில வேளைகளில் தனியாகக் கருதப்பட்டு கரந்தைப் பூவினால் குறிப்பிடப்படும்)
2.	மேய்ச்சல் நிலம்	வஞ்சி	குடியிருப்பைப் பாதுகாத்தலும் தாக்குதலும்
3.	வேளாண்மை நிலம்	உழிஞை	கோட்டைகளைப் பாதுகாத்தலும் தகர்த்தலும். (குடியிருப்புகளையும் கோட்டைகளையும் பாதுகாப்பவர்களின் செயல், சிலவேளைகளில் தனியாகக் கருதப்பட்டு இதற்கு உரியதாக நொச்சிப்பூ குறிப்பிடப் படும்)
4.	கடற்கரைப் பகுதி	தும்பை	இறுதிவரை போராடுதல்
5.	வறண்ட பகுதி	வாகை	வெற்றி

ஒவ்வொரு நிலப்பகுதியையும் ஒரு குறிப்பிட்ட ஒழுக்க முறையுடன் தொடர்புபடுத்தும் மரபானது சங்க இலக்கியங்களிலும் காணப்படுகிறது (அகம் 274; நற்றிணை 142; சிறுபாணாற்றுப்படை 11, 29-31, 286; மலைபடுகடாம் 330, 335; மதுரைக்காஞ்சி 270, 285, 300-1, 314, 326).

இந்தக் கருத்தினைக் கூறும் குறியீடாய்த் திணை என்னும் சொல் விளங்குகின்றது. தொல்காப்பியர் இந்தச் சொல் குறித்து வரையறை எதனையும் செய்யவில்லை. மிக முந்திய உரையாசிரியரான இளம்பூரணர், இந்தச் சொல்லுக்குப் பொதுக்கருத்து அல்லது உள்ளடக்கம் என்று விளக்கம் கூற முற்படுகிறார்.[8] மற்றொரு உரையாசிரியராகிய நச்சினார்க்கினியர் திணை என்னும் சொல்லை ஒழுக்கம் அல்லது நடத்தை என்று வகைப்படுத்திக் கூறுகின்றார்.[9]

2

இம்மரபை மேற்போக்காக நோக்கினால்கூடத் திணை பற்றிய கோட்பாடு சமூக - இலக்கிய உறவுகளை ஆராய்வதற்கு எத்துணை முக்கியமானது என்பது விளங்காமற் போகாது.

இம்மரபின் சமூக, புவியியல் அம்சங்களைவிட இலக்கிய மரபு அம்சமே தொல்காப்பியருக்கு மிகவும் முக்கியமானது. உரையாசிரியர்களுக்கு இம்மரபின் சமூகப் பாதிப்பைக் குறித்து ஆராயும் ஆர்வம் கிடையாது. இப் பிரச்சினை குறித்து மரபுவழியில் சமூகவியல் ஆய்வுகள் எதுவும் கிடையாது என்பதைத் தொல்காப்பிய அகத்திணை இயலின் மூன்றாம் சூத்திரத்திற்கு நச்சினார்க்கினியர் எழுதியுள்ள உரை வெளிப்படுத்துகிறது.[10] "இனி மலைக்குப் புணர்ச்சியையும், பாலைக்குப் பிரிவையும், காட்டுக்கு இருத்தலையும், கடற்கரைக்கு இரங்கலையும் பண்டையோர் கொண்டதற்குத் தொல்காப்பிய நூலிலாவது அதன் உரையிலாவது ஏற்புடைய காரணம் காண்டல் அரிதாம்''[11] என்ற இராகவையங்காரின் கூற்றை மொத்தத்தில் நாம் முழுமையாக ஏற்றுக் கொள்ள முடியும்.

ஆனால், தற்கால ஆய்வாளர்கள் இந்த மரபின் சமூக உட்கருத்தை வெளிக்கொணரத் தவறவில்லை.

பண்டித இராகவையங்கார் ஒழுக்கமுறைகள் திணைக் கோட்பாட்டோடு தொடர்புடையவை என்றும், ஒவ்வொரு ஒழுக்கமுறையும் ஒரு நிலப்பகுதிக்குத் தேவையானதொன்று என்றும், அக்காலச் சமுதாயத் தேவைகளுக்கு இவ்வொழுக்க முறைகள் தொடர்புடையன என்றும், இத்தொடர்புகளாலேயே இலக்கிய மரபுகள் தொல்காப்பியர் வருணித்த முறையில் வளர்ச்சிபெற்றன என்றும் கூறுகிறார்.[12]

அவருடைய ஆய்வுகள் தொடர்ச்சியான தருக்கவழிப்பட்டவையாக இல்லை. ஆயினும், இவரைப் போன்ற மரபுவழி அறிஞர்கள் சமூகவியல் ஆய்வுகளை இலக்கியத்தில் நடத்துவது குறித்து முகஞ் சுளிக்காமல் இருப்பது நமக்கு மனநிறைவை அளிக்கிறது.

மேற்கத்திய அறிவியல் முறைகளில் பயிற்சி பெற்ற அறிஞர்கள், திணைக் கருத்தோட்டத்தின் சமூக வரலாற்றியல் உட்கருத்தினை வெளிப்படுத்தியுள்ளனர்.

பி.டி. சீனிவாச ஐயங்கார் இக்கருத்தோட்டத்தை நாகரிகத்தின் பரிணாம வளர்ச்சியின் உதாரணமாகக் காண்கின்றார்.[13] "இவ்வகை இயற்கை நிலப்பகுதிகளும் தமிழகத்தில் சிறிய அளவிலாவது காணப்படுகின்றன. தென்னிந்தியர்கள் ஒரு பகுதியிலிருந்து மற்றொரு பகுதிக்கு

இடம் பெயர்ந்தனர். அவ்வாறு இடம்பெயர்ந்து செல்லும் காலையில் வெவ்வேறு பண்பாடுகளை வளர்த்துக் கொண்டனர். அப்பண்பாடுகளின் தன்மையானது அவ்விடங்களின் உற்பத்தி அளவைப் பொறுத்திருந்தது'' அவருடைய கருத்துப்படி 'திணை'க் கண்ணோட்டமானது குன்றுகளி லிருந்தும் மலைகளிலிருந்தும் கீழே உள்ள சமவெளிப் பகுதிக்குத் தமிழர்கள் பரவியதை வெளிப்படுத்துகிறது.[14] இராமச்சந்திர தீட்சிதருக்கு, திணைக் கருத்தோட்டமானது தென்னிந்தியாவின் வரலாற்றுக்கு முற்பட்ட காலம் பற்றிய கருத்துக் குறிப்பாக உள்ளது. ''வரலாற்றுக்கு முற்பட்ட காலத்தில் தென்னிந்தியா ஏராளமான இனக்குழு மக்களைக் கொண்டிருந்தது. அவர்களுள் ஐந்து குழுவினர் மட்டும் இப்பகுதியின் புவியியல் பிரிவுகளுக்கு ஏற்பச் சிறப்பாக வேறுபடுத்திக் காட்டப்பட் டுள்ளனர். தமிழரது சமுதாய அமைப்பு தனிப்பட்ட இயல்புகளை உடையதாயிருந்தது. இவ்வியல்புகள் சூழ்நிலையின் சிறப்பான தன்மைகளால் உருவாயின. இதனை மானிடவியல் விளக்குகிறது. இத்தனிப்பட்ட இயல்பினால்தான் வரலாற்று முற்காலத்தில் வேறுபட்ட ஐந்து வளர்ச்சி நிலைகளாக ஒரு காலத்தில் அவை வெளிப்பட்டன.''[15]

தமிழ் இலக்கியம் பற்றிய அறிமுகக் கட்டுரை ஒன்றில் கமில் சுவலபில் இதே கருத்தை மானிடவியலாளர், வரலாற்றாசிரியர் ஆகியோரின் கலைச்சொற்களைக் கையாண்டு கூறுவதாவது :

''திராவிடற்கு முற்பட்ட தொன்மையான தமிழ் மக்கள் குன்று களிலிருந்தும் காடுகளிலிருந்தும் வளமான சமவெளிப் பகுதிக்கும் அல்லது வேறு கடற்கரைப் பகுதிக்கும் சென்ற வரலாற்றுரீதியான இடப்பெயர்ச்சியையும், அல்லது வேறு வகையில் சொல்லப் போனால் புதிய கற்கால வேடர் நிலையிலிருந்து தொடங்கி இடைப்பட்ட நிலையிலுள்ள ஆட்டுமந்தை மேய்ப்பாளர் நிலையைக் கடந்து நிலைத்த வாழ்க்கையை உடைய உழவன், மீன் பிடிப்பவன் நிலைக்கு வந்த வளர்ச்சியையும் இவ்வைந்து பிரிவுகளும் வெளிப்படுத்துவது சாத்தியமே.''[16]

''ஐவகை நிலப்பிரிவுகள் மனிதன் தோற்றத்தையும் மனித இனத்தின் பண்பாட்டு வளர்ச்சியினையும் அறிய உதவுகின்றன. இதனைப் புவியியலாளர்களும் மானிடவியலாளர்களும் உணர்ந்து மிகவும் விரிவாக இப்பொருள் குறித்து அண்மையில் எழுதியுள்ளார்கள்''[17] என்று தனிநாயக அடிகள் குறிப்பிட்டுள்ளார். மானிடவியல் அடிப் படையில் இப்பிரச்சினையை அணுகிய சிங்காரவேலு, பழந்தமிழர் களது வாழ்விடம், சங்ககாலப் பழக்கங்கள் முதலியன பற்றிய விவரங் களைத் தொகுத்துக் கூறியுள்ளார். ஆனால், பழந்தமிழரது சமுதாயத்தில்,

திணைக் கோட்பாட்டின் செயல்பாடு என்ன என்பதைப் பற்றி அவர் ஆராயவில்லை.[18]

சங்ககாலச் சமுதாயம் குறித்து அண்மையில் வெளியான நூலொன்று திணைப் பாகுபாடு பற்றிய புவியியல் உண்மைகளை வலியுறுத்துகின்றது. ஆனால், இது பற்றிய பரிணாம முறையில் அமைந்த ஐயங்காரின் விளக்கத்தைச் சாடுகிறது. நூலின் ஆசிரியர் ஐயங்காரின் கருத்தை மறுக்கும்போது, முற்றிலும் சுவையான விமரிசனம் ஒன்றைச் செய்கின்றார். "மேற்கூறப்பட்ட இப்பரிணாம வளர்ச்சியானது, உலக வரலாற்றின் பரந்த நிலப்பரப்புகளுக்கு அதன் மானிடவியல் அமைப்புகளுக்கேற்ப வரலாற்றிற்கு முந்திய நிலைக்குப் பொருந்தலாம். ஆயின், இக்கருத்தைக் குறைந்த பரப்பளவுள்ள தமிழகத்திற்குப் பொருத்துவதும், இங்கு ஏற்பட்ட எல்லா மாறுதல்களும் ஒரு குறிப்பிட்ட வரலாற்று முறையிலேயே அமைந்தவை என்பதும், முற்றிலும் பொருத்தமற்றதாகும்.''[19] பெரும் நிலப் பகுதிகளுக்குப் பொருந்தக்கூடிய விதிகள் சிறிய நிலப் பகுதிகளுக்குப் பொருந்தாது என்ற முடிவு, செயல்பாட்டுக் கொள்கை (functionalist) கொண்டவர்க்கும் கூட வியப்பினை அளிக்கும். ஏனெனில், வளர்ச்சிக்குரிய பொது விதிகளை அவர்கள் ஒதுக்கிவிட மாட்டார்கள்.

மேற்குறிப்பிட்ட ஆய்வுகள் அனைத்தும் திணைக் கருத் தோட்டத்தைப் பொதுவாக விளக்குகின்றன. நான் ஒரு வழிப் போக்கான பரிணாமக் கொள்கையின் அடிப்படையினை ஒத்துக் கொள்கிறேன். இந்நிலைப் பிரிவுகளில் ஒன்றான, மேய்ச்சல் நிலங்களைப் (முல்லை) பற்றிய ஒரு விரிவான ஆராய்ச்சியைச் செய்து, மனையாளின் நற்பண்பான, 'இருத்தல்' பற்றிய சமூகப் பொருளாதார அவசியத் தினை நிலைநிறுத்தியுள்ளேன்.[20]

அது பற்றிய எல்லா விளக்கங்களும் ஒருவழிப் போக்கான வளர்ச்சியை வலியுறுத்தும் வண்ணம் அமைந்துள்ளன.

3

இயங்கியல் பொருள்முதல்வாதக் கொள்கை வரையறுத்து வெளியிடப்பட்ட பின்னர், அது சமுதாய மாறுபாடுகளை விளக்கப் பயன்படுத்தப்பட்டது. அதன் பின்னர், பொருளாதார அரசியல் நிறுவனங்களில் வளர்ச்சி பற்றிய உண்மைகள் தெளிவாயின. பொருளாதார வளர்ச்சியின் பொதுநெறியாகவும் வருணனையாகவும், பல கட்டங்கள் வரையறுத்துக் கூறப்பட்டன. மனித வளர்ச்சியை அறியப் பயன்படுத்தப்படும் இவ்வணுகு முறைக்கு மார்க்சீயம் என்பது

பெயர். மார்க்ஸ் இம்முறையை நிறுவினார். இது வரலாற்று ஆய்வு முறைகளின் ஒரு பகுதியாகிவிட்டது. வருங்காலம் பற்றி மார்க்சீயத்தின், முன்னங்கூறல்களை ஒப்புக்கொள்ளாதவர்கள்கூட, அதன் அடிப்படைகளை ஒப்புக்கொள்ளுகிறார்கள். வளர்ச்சிக் கட்டங்கள் அல்லது பண்பாட்டுப் பரிணாம வளர்ச்சியை அறிவியல் முறையால் நிர்மாணிப்பது, வரலாற்றில் நிகழும் சமுதாயத்தின் பண்பாட்டுச் செல்வம் வளர்வதினையும், வரலாற்றில் சமுதாயத்தின் அமைப்பு மாறுபடுதலையும், சரியாக வருணிக்க வேண்டுமானால், வருணனை முறையின் அடிப்படையில் தெளிவாக முறைப்படுத்தப்பட வேண்டும்.[21]

இவ்வளர்ச்சிக் கட்டங்களை நமது சிந்தனையில் நிர்மாணிக்கும் பொழுது இவை ஒன்றன் பின் ஒன்று வரிசைக் கிரமமாக எழுந்தவை என்று கருதுவது இயக்கவியல் பொருள்முதல்வாதத்தை மறுப்பதாக முடியும். வரலாற்றுப் பொருள்முதல்வாதக் கொள்கையின் முதலாசிரியர்களான மார்க்சும் எங்கல்சும், சமூக வாழ்க்கையின் பல மூலங்களின் வளர்ச்சி வேகத்தின் விகிதங்களைப் பற்றி விளக்கும் போது பொதுவளர்ச்சி விதியை நிர்ணயித்துக் கூறுவதற்கு முன்னர், சமுதாயங்களின் அசமத்துவ வளர்ச்சியை கணக்கில் எடுத்துக்கொள்ள வேண்டுமென வலியுறுத்தினார்கள். ''உற்பத்திச் சக்திகளின் மீது மனிதன் ஆதிக்கம் பெறுவதுதான் மனிதகுல முன்னேற்றத்தின் ஊற்றுக்கண்ணாகும். இயற்கை நிலைமைகள், வரலாற்றுக் கட்டங்கள் இவற்றில் அமைந்துள்ள வேறுபாடுகள், பல்வேறு மக்களின் வளர்ச்சியிலும், பல்வேறு வர்க்கங்கள், சமூக நிறுவனங்கள், பண்பாட்டுத் துறைகள் ஆகியவற்றின் வளர்ச்சி வேகத்திலும் வேறுபாடுகளை ஏற்படுத்துகின்றன. இதனால் வரலாறு முன்னேறுகிறபொழுது சமுதாயத்தின் ஒரு பகுதி அல்லது மற்றொரு பகுதியின் வளர்ச்சி வேகமாகவோ, மெதுவாகவோ காணப்படும்.''[22]

மானிடவியல் நேரடி ஆய்வுகள், வளர்ச்சி முடங்கிய சமுதாயங்கள் இருப்பதை நமக்கு அறிவுறுத்துகின்றன. ஒரு குறிப்பிட்ட நிலைக்கு மேல் உற்பத்திச் சக்தி வளர முடியாமல் போனால் வளர்ச்சி முடங்கிப் போகிறது. வளர்ச்சி முடக்கத்திற்கு, உட்சுய தேவைப்பூர்த்தி, பூகோள ரீதியாகவும் சமுதாய ரீதியாகவும் ஒரு சமுதாயம் தனிமைப்பட்டிருத்தல் ஆகியவை சில காரணங்களாகும்.

4

தனித்தனியாகப் பூகோளப் பகுதிகளையும், சமூகக் குழுக்களையும் கொண்ட இந்திய நாடு அசமத்துவ வளர்ச்சி விதிக்கு ஓர் உதாரணமாகும். இந்திய நாட்டின் கடந்த காலத்தை அறிவதில்

அக்கறை கொண்டுள்ள அகழ்வாராய்ச்சியாளர்களும் பொருளாதாரத் திட்டங்களை வகுப்பவர்களும் இந்த முக்கியமான இயல்பை அறிந்துள்ளார்கள். அல்-ச்சின் என்னும் அறிஞர் இதனைப் பின்வருமாறு எடுத்துக் காட்டுகிறார்: ''வேறுபட்ட பரப்பும் முக்கியத்துவமும் உடைய இடங்களோடு தொடர்புபடுத்தி ஒரு பண்பாட்டுக் கட்டத்தை வருணிக்கும் பொழுது, இந்தியா முழுவதிலும் பல்வேறு வளர்ச்சிக் கட்டங்களில் அடுத்தடுத்து பல பண்பாடுடைய மக்கள், முன்பும் தற்பொழுதும் வாழ்ந்து வந்தார்கள், வாழ்ந்து வருகிறார்களென்பதை நினைவில் கொள்ளுதல் வேண்டும்.''[23] காலஞ் சென்ற பெண்டபுடி சுப்பராவ் (அகழ்வாராய்ச்சியாளர்), இந்தியாவின் வளர்ச்சிக் கோலம் பற்றிக் கீழ்வருமாறு எழுதினார்: ''கவர்ச்சி நிலப் பகுதிகள், தராதரமாகத் தனிமை நிலப்பகுதிகள் அல்லது முற்றிலும் தனிமைப்பட்ட நிலப் பகுதிகள் என்ற பாகுபாட்டை ஒப்புக்கொண்டு பார்த்தால், நமது நாட்டின் வளர்ச்சிக் கோலம், பரப்பு வளர்ச்சியாகவும், சுருங்குவதும் தனிமைப்படுவதாகவும் காணப்படுகிறது. இச்சமுதாயங்கள் பல காலகட்டங்களில், பல பண்பாட்டு நிலைகளில், கீழ்த்தரப் பண்பாட்டு நிலைகளில் காணப்படுவதற்கு இதுவே காரணமாகும்.''[24]

இந்தியாவின் தேசப்படத்தில், கீழ்க் கடற்கரைப் பகுதியில் வடக்கே பரந்தும், தெற்கே சுருங்கியும் காணப்படும் நிலப்பகுதி தமிழ்நாடு. சுப்பராவ், தமிழ்நாட்டைக் கவர்ச்சி நிலப்பரப்பு என வருணித்தார்.[25] தமிழ்நாட்டின் பிரதேச பூகோளத்தை ஆராய்ந்தால், உள்நாட்டிலேயே பல வேறுபாடுகளைத் தோற்றுவிக்கக்கூடிய பலவிதமான பூகோள வேறுபாடுகள் இருப்பதைக் காணலாம்.[26] தமிழ்நாடு, பூகோளரீதியிலும், சமூகரீதியிலும் அசமத்துவமான நிலைகளில் உள்ளது. பழனிமலை, நீலகிரி, மேற்கு மலைத்தொடர் முதலிய மலைப்பகுதிகளும், தஞ்சாவூரிலுள்ள நன்செய்ப் பகுதிகளும், திருச்சிராப்பள்ளி, மதுரை, சேலம், கோயம்புத்தூர் முதலிய புல்வெளிப் பகுதிகளும், திருநெல்வேலியின் தேரிப் பகுதிகளும், சமுதாய ரீதியிலும் பூகோளரீதியிலும் தமிழ்நாடு சமத்துவமற்ற நிலப்பகுதி களையும் சமுதாய நிலைகளிலுள்ள குழுக்களையும் கொண்டுள்ளது என்பதைக் காட்டுகின்றன.

5

சங்க இலக்கியங்களைத் துருவி ஆராய்ந்தால் ஒருவழிப் போக்கான பரிணாம வளர்ச்சிக் கொள்கையைச் சிறிது மாற்றிக் கொள்ள வேண்டியதாயுள்ளது.

இப்புவியியல் அமைப்புகள், அக்காலத்திய பௌதீக உண்மைகள் என்பதனைச் சங்க இலக்கியங்கள் வெளிப்படுத்துகின்றன. குறுகிய

திணைக் கோட்பாட்டின் சமூக அடிப்படைகள் 53

தாகவும், குறிப்பிட்ட இடத்திற்கு ஏற்றவாறும் பாடப்பட்டுள்ள எட்டுத் தொகைப் பிரிவைச் சார்ந்த பாடல்களைவிடப் பத்துப்பாட்டிலுள்ள ஆற்றுப்படை நூல்கள் இவ்வாராய்ச்சிக்குச் சிறப்பாக உதவும். ஒருவன் ஒரு வள்ளலின் இருப்பிடத்திற்குச் செல்வதற்கு முன் கடந்து செல்ல வேண்டிய பல நிலப்பகுதிகளை மிக அதிகமாக இவ்வாற்றுப்படை நூல்கள் வருணிக்கின்றன.

சிறுபாணாற்றுப்படையின் *143 - 222* வரிகளில் நன்னனது அரண்மனையை அடையும் முன் சிறுபாணன் கடந்து சென்ற பல இடங்கள் குறிப்பிடப்படுகின்றன. நூலின் *143 - 163* வரிகள் நெய்தல் நிலப்பகுதியைச் சார்ந்த எயிற்பட்டினத்தையும், *164 - 177* வரிகள் வேடர்கள் வாழும் குன்றுப்பகுதிகளிலுள்ள வேலூரையும், *178 - 195* வரிகள் ஆறு பாயும் மருத நிலத்துக் கிராமமான ஆமூரையும், *196* லிருந்து குன்றிலுள்ள நன்னனது தலைநகரையும் வருணிக்கின்றன. பெரும்பாணாற்றுப்படையில் *46* லிருந்து *392* வரையிலுள்ள வரிகள் காஞ்சிக்குச் செல்லும் பாதையினையும், அப்பாதையிலுள்ள குடியிருப்பு களையும், நகரங்களையும் வருணிக்கின்றன. அவை பின்வருமாறு :

வரிகள்	*46 - 145*	உணவுதேடும் வாழ்க்கை நிலையிலுள்ள மக்கள் வாழும் காட்டுப்பகுதியை வருணிக் கின்றன.
வரிகள்	*147-196*	ஆயர்கள் வாழும் பள்ளத்தாக்குப் பகுதியை வருணிக்கின்றன.
வரிகள்	*196-262*	மருதநிலப்பகுதியை வருணிக்கின்றது
வரிகள்	*263- 283*	நாட்டின் உட்பகுதிகளிலுள்ள குளங்களில் மீன்பிடித்து வாழும் மீனவர்கள் வருணிக்கப் படுகின்றனர்.
வரிகள்	*283-351*	நீர்ப்பெயர் கடற்கரைப் பட்டினத்தை வருணிக் கின்றன.
வரிகள்	*351-362*	நெய்தல் நிலப்பகுதியிலுள்ள சாகுபடிக் கேற்ற நிலத்தினை வருணிக்கின்றன.
வரிகள்	*363-371*	கடற்கரைப் பகுதி வழியே செல்லும் சாலையினை வருணிக்கின்றன.
வரிகள்	*371-392*	திருவெஃகா என்னும் சோலையினை வருணிக்கின்றன.

இவ்வருணனைகள் பல வளர்ச்சி நிலைகளில் வாழ்கிற மக்கள் பகுதியினரைக் குறிக்கின்றன. ஒரு வழிப்போக்கான வளர்ச்சிக் கோட்பாடு இவ்வருணனைக்குப் பொருத்தமில்லாதது போல் தோன்றுகிறது.

ஆற்றுப்படைகளிலுள்ள வருணனைகள், இந்நிலப் பிரிவுகள் வெறும் இலக்கிய மரபு மட்டுமல்ல, புவியியல் உண்மையும்கூட என்பதனை ஐயத்திற்கு இடமின்றி நிரூபிக்கின்றன. அத்துடன், இந்நிலப் பகுதிகளில் ஒவ்வொன்றிலும் பலவிதமான நாகரிக நிலைகளில் வாழும் மக்கள் காணப்படுவதை நாம் முக்கியமாகப் பார்க்க வேண்டும். குன்றுகளில் வாழும் மக்கள் மிகவும் புராதனமான (நாகரிகமற்ற) நிலையிலும், மருத நிலப் பகுதியில் வாழும் மக்கள் வளர்ச்சியடைந்த நிலையிலும் காணப்படுகிறார்கள். உண்மையாகப் பார்க்கும்போது ஒரே போக்கில்லாத வளர்ச்சியைக் காட்டும் சித்திரமாக இவ்வருணனைகள் திகழ்கின்றன.

தொன்மையான மூலநூல்களின் கருத்தின்படி தமிழகம் நான்கு நிலப் பிரிவுகளாகவே பகுக்கப்பட்டிருந்தது என்பது இதில் முக்கியமாகக் கவனிக்கப்பட வேண்டிய அம்சமாகும். தொல்காப்பியம் இதனை மிகவும் தெளிவாகக் கூறுகிறது.

அவற்றுள்
நடுவண் ஐந்திணை நடுவண தொழியப்
படுதிரை வையம் பாத்திய பண்பே

இவ்வேழு திணைகளுள் (முன்பு குறிப்பிட்ட ஐவகை ஒழுக்க வடிவங்களுக்குரிய திணைகளுடன் ஒருதலைக் காமமான கைக்கிளையும், பொருந்தாக் காமமான பெருந் திணையும் சேர்த்து) நடு எனப்பட்ட பாலை ஒழிய, கைக்கிளை பெருந்திணைக்கு நடுவணதாகி நின்ற ஐந்திணை, ''ஒலிக்கின்ற திரைகடல் சூழ்ந்த உலகம் படுக்கப்பட்ட இயல்பு.'' மதுரைக் காஞ்சி *(123)*, நானிலவர் என்று மட்டும் குறிப்பிடுகின்றது. நான்கு வகை பாகுபாடுகளை உடைய நிலம் என்பதே நானிலம் என்ற சொல்லின் பொருளாகும்.

இது பாலை பற்றிய சிக்கலை எழுப்புகின்றது. ஒருவேளை பாலை பின்னால் சேர்க்கப்பட்டதா என்ற வினாவினை முதலில் பார்ப்போம் இவ்வினா சிலப்பதிகாரத்தில் உறுதிப்படுத்தப்படுகிறது. கோவலன் மாங்காட்டு மறையோனை எதிரில் கண்டு மதுரைக்குச் செல்லும் வழியினைக் கேட்கும்போது, அம்மறையோன் பாலை நிலம் பற்றிப் பின்வருமாறு குறிப்பிடுகின்றான்.

வேனிலங் கிழவனோடு வெங்கதிர் வேந்தன்
தானலந் திருகத் தன்மையிற் குன்றி

முல்லையுங் குறிஞ்சியும் முறைமையின் திரிந்து
நல்லியல் பிழந்து நடுங்கு துயருறுத்துப்
பாலை யென்பதோர் படிவங் கொள்ளும்
காலை எய்தினிர்.

''வேனிலாகிய அமைச்சனோடு வெவ்விய கதிர்களையுடைய ஞாயிறாகிய அரசன், நலம் வேறுபடுதலான் தமது இயற்கை கெட்டு முல்லை, குறிஞ்சி என்னும் இரு திணையும் முறைமை திரிந்து தமது நல்ல இயல்புகளை இழந்து தம்மைச் சேர்ந்தோர் நடுங்கும் வண்ணம் துன்பத்தை யுறுவித்துப் பாலை எனப்படும் வடிவினைக் கொள்ளும் இக்காலத்து அடைந்தீர்.'' முல்லையும் குறிஞ்சியும் பாலை வடிவத்தை (படிவம் என்னும் சொல்லை நோக்குக) எடுத்துள்ளன என்று இது உறுதியாகக் கூறுகின்றது. மழை பெய்ததும் இப்பாலை வடிவம் முல்லை, குறிஞ்சி வடிவமாக மாறும். ஆகையால், பாலை என்பதனைப் பருவ மாற்றமாகக் கொள்வதே ஏற்புடைத்து. சிலப்பதிகார உரையாசிரியரான அடியார்க்கு நல்லார் அகநானூற்றின் 111 ஆம் பாடலை முல்லை, பாலையாக மாறுவதற்கும், கலித்தொகையில் 2-ஆம் பாடலை குறிஞ்சி, பாலையாக மாறுவதற்கும் எடுத்துக்காட்டாகக் கூறுவர்.[27]

ஒரு சிலர் தொல்காப்பியத்தில் வரும் பாலை வருணனையில் உள்ள சில முரண்பாடுகளை உணர்ந்திருக்கலாம். புறத்திணையியலில் தொல்காப்பியர் பல்வேறு நிலப்பகுதிகளுக்குரிய போர்ச் செயல்களை விவரிக்கிறார். பாலை வீரர்களின் பண்பாகிய 'கொற்றவைநிலை' 'துடிநிலை' என்பன குறிஞ்சியின் பகுதியாகக் குறிப்பிடப்படுகின்றன (புறத்திணையியல் 4). அகத்திணையியலின் ஐந்தாவது நூற்பாவிற்கு உரை எழுதும் போது இளம்பூரணர் இவ்வாறு குறிப்பிடுகிறார் :

''பாலை என்பதற்கு நிலம் இன்றேனும், வேனிற் காலம் பற்றி வருதலின் அக்காலத்துத் தளிரும், சினையும் வாடுதலின்றி நிற்பது பாலை என்பதோர் மரம் உண்டாகலின், அச்சிறப்பு நோக்கிப் பாலை என்று குறியிட்டார்.''[28]

சங்க இலக்கியங்களிலும் பாலைத் திணைக்குப் பொருந்தக்கூடிய பின்னணிச் சூழல், குறிஞ்சிக்குக் கொடுக்கப்பட்டுள்ளது. பெரும் பாணாற்றுப் படையில் 82-117 வரிகள் வேடர் குடும்பத்தை வருணிக் கின்றன. இக்குடும்பம் எயினர் குடும்பமென்று குறிப்பிடப்பட்டு உள்ளது. இப்பெயர் பாலையோடு தொடர்புடையது.[29] அடுத்து 117-145 வரிகள் எயினர் குடியிருப்பை வருணிக்கின்றன. நச்சினார்க்கினியர் தமது உரையில் இது குறிஞ்சித் திணையையும் அதன் பின்னணிச்

சூழலையும் பற்றிய வருணனை எனக் குறிப்பிடுகின்றார்.[30] மதுரைக் காஞ்சியில் பாலையை வருணிக்கும் வரிகள், அப்பகுதியானது அந்த ஆண்டு கோடை காலத்திய மலைப்பகுதி என்பதனைத் தெளிவாகக் காட்டுகின்றன.

''நிழலுரு விழந்த வேனிற் குன்றத்து'' *(313)*. அடுத்த வரி *(314)* குறிப்பிட்ட குன்றமானது பாலைத்திணைக்குரிய தனிப்பண்புகளைக் கொண்டிருப்பதை மாறுபாட்டிற்கு இடமின்றித் தெரிவிக்கின்றது. இவ்வாறு சங்க நூல்களும் பாலையின் பருவநிலைப் பண்பினை உறுதி செய்கின்றன.

இப்பொழுது பாலை ஏன் தனித்த ஒழுக்க வடிவங்களைக் கொண்டதாகக் கருதப்படுகிறது என்ற கேள்வி எழுகின்றது. ஆண்டின் குறிப்பிட்ட பருவத்தில் நடக்கும் பிரிவினைக் குறிப்பிடுவதற்கான இலக்கியத் தேவையே இவ்வாறு அமைவதற்குக் காரணம் என்பதே அதற்கு விடை யாகும். மேலும், கோடை காலத்தில் குன்றுப் பகுதியில் வாழும் மக்களோ அல்லது இவர்களிடையே உள்ள சில குழுவினரோ பிழைப்பிற்காக வழிப்பறியினை நடத்தியிருப்பதும் சாத்தியமே.[31]

இவ்வாறு இயல்பான நால்வகைப் பாகுபாடுகளை உறுதிப் படுத்திக் கொண்டோம். இனி எஞ்சி இருப்பது ஒவ்வொரு பிரிவானது பொருளாதார அமைப்பின் தன்மைகளையும் ஒரே சீரற்ற வளர்ச்சியின் தோற்றத்தையும் காண்பது மட்டுமே ஆகும். திணையின் தனிப் பண்புகளை ஆராயும்போது தொல்காப்பியர் முதல் (நிலமும் பொழுதும்), கரு (உணவு, பூ, விலங்கு, பாறை, பொருளாதார நடவடிக்கைகள், நீர்வளம்), உரி (ஒவ்வொரு திணைக்கும் உரித்தான ஒழுக்க முறை) ஆகிய மூன்றினையும் குறிப்பிடுகிறார். உணவு, பொருளாதார வாழ்வு, நீர்வளம் ஆகியன குறித்த பட்டியல் ஒன்றே இப்பகுதியின் ஒரே சீரற்ற பொருளாதார வளர்ச்சியினைச் சுட்டிக்காட்டப் போதுமானது.[32]

நிலப்பகுதி	உணவு	பொருளாதார வாழ்வு	நீர்வளம்
குறிஞ்சி	தினை,	தேனெடுத்தல், மூங்கிலரிசி கிழங்ககழ்தல், தினைக்கதிரை உண்ணும் பறவை களை ஓட்டுதல்	சிறுநீரோடை களும், சுனைகளும்

முல்லை	வரகு, சாமை, முதிரை	ஆநிரை மேய்த்தல்; தினை, சாமைப் பயிர்களுக்குக் களை எடுத்தல்; எருதுகளைக் கொண்டு தானியக் கதிர்களைப் போரடித்தல்	காட்டாறு
மருதம்	அரிசி	நடுதலும் களைக்கட்டலும் அரிதலும் கடா விடுதலும்	ஆற்றுநீர், மனைக்கிணறு பொய்கை
நெய்தல்	மீன்விற்றும் உப்பு விற்றும் வாங்கிய உணவுப் பொருள்	மீன்பிடித்தல், உப்பு விளைத்தல், இரண்டினையும் விற்றல்	மணற்கிணறு, உவர்நீர் நிறைந்த குட்டை
பாலை	கொள்ளை யடித்தும் வழிப்பறி செய்தும் கிடைத்த பொருள்	வழிப்போக்கர் களைத் தவறாக வழிப்படுத்தி, அவர்களை வழிப்பறி செய்தல்	மணற்கிணறு, உவர்நீர் நிறைந்த குட்டை; கிணறும் சுனையும்

நீர்ப்பாசன வாய்ப்பு மிக்க மருதநிலத்தில் செய்யப்படும் வேளாண்மை முறையினை, குன்றுப்பகுதியிலுள்ள வேளாண்மை முறையுடன் (பாரியின் பறம்பு மலை போன்றவை) ஒப்பிட்டு நோக்குவதும் அசமத்துவ வளர்ச்சிப் போக்கினை வெளிப்படுத்தும்.

மேற்கூறிய நால்வகை நிலங்களைப் பற்றிய சூத்திரத்தில் தொல்காப்பியர் உலகம் என்ற சொல்லை ஒவ்வொரு நிலத்திற்கும் பயன்படுத்துகிறார்.

> மாயோன் மேய காடுறை உலகமும்
> சேயோன் மேய மைவரை உலகமும்
> வேந்தன் மேய தீம்புனல் உலகமும்
> வருணன் மேய பெருமணல் உலகமும்
> முல்லை குறிஞ்சி மருத நெய்தலெனச்
> சொல்லிய முறையாற் சொல்லவும் படுமே

உலகம் என்ற சொல் பயன்படுத்தப்படுவது ஒவ்வொரு பகுதியும் தன்னளவில் மற்ற பகுதிகளுடன் மாறுபட்டது என்பதனை உணர்த்து கின்றது. இந்நிலப்பகுதிகளின் வேறுபாடுகள் மிகவும் அதிகமாக இருத்தலின் இவை தம்முள் தாமே உலகமாயின. கருப்பொருள் பற்றிய சூத்திரத்தில் (அகத்திணையியல் 18) ஒவ்வொரு நிலப்பகுதியும் மற்றவற்றோடு உணவு, கடவுள், பூ, விலங்கு, பொருளாதார முயற்சி போன்ற அடிப்படை அம்சங்களில் மாறுபடுவதை நாம் காண்கிறோம். ஒரு குறிப்பிட்ட நிலப்பகுதியைச் சார்ந்த மக்களின் ஒரே தன்மை வாய்ந்த பொருளாதார முயற்சி அகத்திணையியலின் இருபதாவது சூத்திரத்தில் நன்கு புலப்படுகிறது. அதனால், ஒரு குறிப்பிட்ட நிலப்பகுதியைச் சார்ந்த மக்களின் பெயர்கள் (அ) நிலப்பகுதியின் பெயர், (ஆ) அவர்கள் ஈடுபட்டுள்ள பொருளாதார முயற்சி ஆகிய வற்றால் தோன்றுவதாகக் குறிப்பிடுகின்றார். அப்பெயர்கள் திணை நிலைப் பெயர்கள் (திணையினின்றும் தோன்றும் பெயர்கள்) எனக் குறிக்கப்படுகின்றன. இதே இயலின் 21, 22ஆவது சூத்திரங்களில் இத்தகைய பெயர்களைக் கொடுக்க முயல்கிறார்.

இவ்வேளையில் ஒவ்வொரு நிலத்தினதும் (பகுதியினதும்) வளரும் வாய்ப்புப் பற்றிக் குறிப்பிடுதல் அவசியம். நான்கு நிலப் பகுதிகளிலும் மிகக் குறைந்த அளவிலேயே மலைப் பகுதியில் (குறிஞ்சி) வளர்ச்சி வாய்ப்பு அமைந்துள்ளது. ஏனெனில், இங்கு இயற்கையின் மீது முழு ஆதிக்கம் செலுத்துதலும், அவ்வியற்கை வளங்களை நுண்ணிய அறிவுக்கூர்மையின் மூலம் பயன்படுத்திக் கொள்ளலும் இன்றி உற்பத்தியை அதிகரிப்பது சாத்தியமில்லை. நெய்தல் நிலப்பகுதியிலும் இதே நிலைமைதான். இந்நிலப்பகுதியின் இயல்பு அதிக உற்பத்திக்கு ஏற்றதாக இல்லை.

எனவே, இப்பகுதியின் பொருளாதார வளர்ச்சியானது மீன் பிடிக்கப் பயன்படுத்தும் தொழில்நுட்பத்தினைப் பொறுத்தது. சங்க இலக்கியங்கள் ஆழ்கடல் மீன்பிடிப்புக் குறித்து எதுவும் கூறவில்லை என்பதை நாம் அறிவோம். அறிவதெல்லாம் கடற்கரையோரம் மீன் பிடித்தலையும் உள்நாட்டில் மீன் பிடித்தலையும், உப்பு விளை வித்தலையும் தாம். இதில் உப்பு விளைவித்தல் ஒரு பருவக்காலத் தொழிலாகும். வளர்ச்சி வாய்ப்புக்கள் மேய்ச்சல் நிலப் பகுதியில் அதிகம். நீர்வளம் குறைவாக இருந்தபோதிலும் இரண்டு பெரிய பொருளாதார நடவடிக்கைகள் அங்கு நடைபெறுகின்றன. ஒன்று, ஆநிரை வளர்த்தல்; மற்றொன்று, வேளாண்மை. வேளாண்மை என்னும் விரிவடையும் தொழிலை உடைய நிலப்பகுதி முல்லை என்பது சங்க இலக்கியங்களைப் பயிலும்போது வெளிப்படுகிறது.[33]

சமுதாய அமைப்பு முழுவதையும் மாற்றி அமைக்கக்கூடிய முக்கிய பொருளாதார வளர்ச்சியானது, ஆற்றுப் படுகையின் நீர்ப் பாசனமிக்க செழிப்பான சமவெளிப் பகுதியில்தான் தோன்றுவது சாத்தியம். இத்தகைய மருத நிலப் பகுதிகள் காவேரி, வைகை, பெரியாறு போன்ற நதிகளின் படுகைகளில் அமைந்திருந்தன.

இந்நதிகளுக்கும் அவற்றின் நிலப்பகுதிகளுக்கும் உள்ள தொடர் பானது, அப்பகுதிகளின் அரசியல் வளர்ச்சி பற்றிய தன்மையையும் ஆராயத் தூண்டுகிறது. தென்னிந்திய வரலாற்று மாணவர் எவருமே, காவிரி, வைகை, பெரியாறு நதிகளின் சமவெளிகள், சோழ, பாண்டிய, சேர மன்னர்களின் அரசாட்சியோடு தொடர்புடையன என்பதை அறிவர். பெண்ணாறு, பாலாறு ஆகிய நதிகளும் தம் தன்மையினால் சிறப்படைந்துள்ளன. இங்குதான் சங்ககாலத் திரையர்களும் பிற்காலப் பல்லவர்களும் ஆட்சி நடத்தினர். நாட்டின் ஏனைய பகுதிகள் குறைந்த வளர்ச்சியே பெற்று இருந்தன.

பொருளாதார வளர்ச்சிக்கும் அரசியல், சமூக இயங்கு முறை களுக்கும் உள்ள தொடர்பை, ஆராய்ச்சியாளர் அறிவார்கள். இன்று நாம் இவை தனித்தனியே இயங்கும் காரணத்தை அறிய முடியும்.

இந்தச் சந்தர்ப்பத்தில் சங்ககால இனக்குழு மக்கள் பற்றிய ஆய்வுகள் முக்கியத்துவம் பெறுகின்றன. தொல்காப்பியரும், இம்மக்கள் அந்தந்த நிலப் பாகுபாட்டின் வழியிலோ அன்றி அம்மக்களின் குழுப் பெயரினின்றோ குறிப்பிடப்பட்டனர் (அகத்திணையியல் 20) என்று கூறுகின்றார். அவரே ஆயர் (நிரை மேய்ப்பவர்), வேட்டுவர் (வேட்டையாடுவோர்) என்று அழைக்கிறார். அதாவது, அவர்கள் தமக்கே உரித்தான சில சமூக ஒழுக்கங்களைக் கொண்டுள்ள இனக் குழு மக்கள் என்பதனை ஆற்றுப்படை நூல்களிலும் ஆரம்பக் காலத்தில் தோன்றிய சிலப்பதிகாரத்திலும் காணலாம்.[34] ஆய்ச்சியர் குரவை', 'வேட்டுவ வரி' ஆகிய இரு காதைகளிலும் காணப்படும் வரிகள், இவ்விரு இனக்குழு மக்களின் வெவ்வேறு பண்புகளைக் கோடிட்டுக் காட்டுகின்றன. பிற்சங்க காலத்தைய (கி.பி. 300-400) கலித்தொகையும் ஆயர் மக்களின் குழு வாழ்வின் தன்மையினை விளக்குகின்றது.

பெயர்களின் மூலம்தாம் நாம் உணர்ந்து கொள்ளக்கூடிய ஏனைய நிலப்பகுதிய இனங்களின் பெயர்களைத் தொல்காப்பியர் குறிப்பிடவில்லை. உரையாசிரியர் இது பற்றிய ஒரு பட்டியலையே அளித்துள்ளனர்.[35] அவ்வின மக்களின் பெயர்களைச் சங்க இலக்கியங் களினின்றும் காண்கிறோம். அப்பெயர்களாவன பரதவர், கோசர், ஆவியர், ஓவியர், வேளிர், அருவாளர், ஆந்திரர், களவர், மழவர்,

மறவர், பூழியர்.[36] பெரும்பாலும் இம்மக்கள் ஆறுகள் பாயாத நிலங்களிலேயே வாழ்ந்தனர்.

தென்னிந்திய அரசியல் பரிணாம வளர்ச்சியில் இவ்வின மக்களின் முக்கியத்துவம் பற்றி மகாலிங்கம் அவர்கள் கூறுவதாவது: ''வரலாற்றிற்கு முந்தைய தென்னிந்திய மக்கள் சமுதாயம் பல்வேறு இனங்களாகப் பிரிக்கப்பட்டிருந்தது. அவ்வினங்களின் பாகுபாடும் அவற்றின் வேறுபட்ட தன்மைகளும், புவியியல் அமைப்புகளுக் கேற்பவே பெரும்பாலும் அமைந்திருந்தன. அவர்களிடையே விவசாயிகள், மேய்ப்பாளர்கள், வேட்டையாடுவோர், கடற்கரை வாழ் மக்கள், பாலைவனத்தவர் எனப் பல்வேறு வகையினர் இருந்தனர். காலப் போக்கில், ஆடுமாடு மேய்ப்பவர்களிடமும், வேளாண்மை செய்பவர் களிடமும் இருந்த சமுதாய அமைப்பு ஒரு தெளிவான வடிவமெடுத்து, ஒரு அரசியல் அமைப்பின் அவசியத்திற்கு இட்டுச்சென்றது.''[37]

நாம் முன்னரே குறிப்பிட்டிருந்த சுப்பராவின் மேற்கோளை மீண்டும் இங்கு நினைவுகூருதல் பொருத்தமாகும். ''பல்வேறு நிலப்பகுதிகளிலும் முதன் முதலில் பரவலாகத் தோன்றிய வேளாண்மைக் குழுக்களிடையே நிலவிய பண்பாட்டு முழுமையின் வேறுபாடே நாட்டின் பொதுநில வேறுபாட்டுக்குக் காரணம்.''[38]

திணைப் பிரிவுகளின் அரசியல் முக்கியத்துவம் 'குறுநில ஆட்சி' என்ற கருத்தில் வெளிப்படுகிறது. சங்க இலக்கியம் மூன்று பேரரசர் களின் அரசியல் பிரிவுகளுக்கும், ஏனைய சிறு அரசியல் பிரிவுகளுக்கு மிடையே ஒரு வெளிப்படையான வேறுபாட்டைச் சுட்டிக்காட்டுகிறது. அவற்றை வேறுபடுத்த 'வேந்தர்' என்ற பதத்தையே அது உபயோகிக்கிறது.[39] சிறு நிலங்களை ஆண்டுவந்தோரை அது 'குறுநில மன்னர்' என்று அழைக்கிறது. இது போன்ற சிறு நிலப்பகுதிகள், பொதுவாகவே புவியியல் பிரிவினின்றும் தனித்து நிற்பனவாம். புறநானூற்றில் இதுபோன்ற ஏராளமான குறுநிலத் தலைவர்களைப் பற்றிக் குறிப்பிடப் பட்டுள்ளது. புறநானூற்றின் 27ஆம் செய்யுளிலிருந்து 181 வரையமைந்த செய்யுட்கள் இதுபோன்ற குறுநிலத் தலைவர்களைப் பற்றிய பாடல் களாகவே அமைந்துள்ளன.[40] இச்சிறு அரசுகளின் ஒரு முக்கிய அம்சம் யாதெனில், அவை வேறு ஒரு குறுநில மன்னனின் அல்லது வேந்தனின் ஆட்சியின் கீழ் வந்தபோதிலும் அவர்கள் தம் வட்டாரத் தன்மையும் அரசியல் போக்கும் பாதுகாக்கப் பட்டன என்பதுதான். இது இயற்கை யாகவே அவ்விடத்திலுள்ள சமூக, பொருளாதார அமைப்பின் தொடர்ச்சி யினை இயல்பாகக் கூறுகிறது. பொதுமக்களின் வாழ்வு யாதொரு வகையிலும் பாதிக்கப்படவில்லை.[41] புறத் தொடர்பில்லாமல் தனிமைப்

படுத்தப்பட்ட சமுதாயமும் பலமுகப்படுத்தப்பட்ட அரசியலமைப்பும் திணைக் கருத்தோட்டத்தின் வழி ஊக்குவிக்கப்படுகின்றன.

பொருளாதாரத் துறையின் சொற்களில் கூறுவதானால், வளர்ச்சி யடைந்த மருத நிலப்பகுதிகளையும் வெளிநாட்டு வர்த்தகத்தின் மைய இடமான நெய்தல் நில நகரங்களையும் தவிர ஏனைய நிலப்பகுதிகள் யாவும், பொருளாதார ரீதியில் தன்னிறைவு பெற்றிருந்தன. பெரும் பாலான பிரிவுகள் உற்பத்தி செய்யாத அடிப்படைப் பொருள்கள் உப்பும் உலோகமும்தாம்.[42] அவையும் பண்ட மாற்று மூலம் பெற்றுக் கொள்ளப் பட்டன. இந்தியக் கிராமியப் பொருளாதாரத்தில் விளைபொருள் உற்பத்தியானது, உள்நாட்டின் பொருளாதாரச் சமத்துவ நிலையைப் பாதிக்கவில்லை. ஒவ்வொரு நிலப் பகுதிக்கு இடையே இருந்த குறைந்த அளவிலான வாணிப உறவுகள், குறித்த நிலப்பகுதியின் தனித்த மரபுகள் தொடர்ந்து நிலைத்திருக்கவே உண்மையில் உதவின.

திணை என்ற சொல்லின் பொருளை ஆராய இதுவே ஏற்ற இடமாகும். நச்சினார்க்கினியர் 'ஒழுக்க விதி' என்றும், இளம்பூரணர் 'பொதுக்கருத்து அல்லது உள்ளடக்கம்' என்றும் இச்சொல்லின் பொருளாகக் குறிப்பிடுவதை நாம் ஏற்கெனவே பார்த்தோம்.[43] தொல்காப்பியப் பொருளதிகாரத்தின் அகத்திணையியலின் முன்னுரையில் இப் பொருள் கொடுக்கப்பட்டுள்ளது. ஆயினும், மேலும் சில இயல்களில் 'திணை' என்ற சொல் இடம்பெற்றுள்ளது. குடும்பம், கணம், குடியிருப்பு என்னும் பொருளைத் தரும் குடி என்னும் பெயர்ச் சொல்லைக் குறிக்கத் திணை என்னும் சொல் பயன்படுத்துவதற்குச் சங்க இலக்கியங்களில் சான்றுகள் உள்ளன (புறம் *24, 27, 159, 373*; ப. பத்து *14, 31,72, 82*; குறுந் *45*). இச்சொல் மதுரைக்காஞ்சியிலும் *(326)*, குறிஞ்சிப்பாட்டிலும் *(205)* இடம்பெற்றுள்ளது. இவ்விரண்டு நூல்களுக்கும் உரை எழுதியுள்ள நச்சினார்க்கினியர், இச்சொல்லுக்கும் மதுரைக் காஞ்சியில் நிலம் என்றும், குறிஞ்சிப்பாட்டில் குலம் அல்லது குடும்பம் என்றும் உரை எழுதுகிறார். குழூ (கணம்) அல்லது குடியிருப்பு என்ற பொருளில் திணை நிலப்பெயர் என்ற சொற்றொடர் வருகிறது. திணை என்ற சொல்லுக்கும் ஆரம்பத்தில் குழூ (கணம்), குடும்பம், குடியிருப்பு என்ற பொருள் உண்டு என்பது இதன் மூலம் தெளிவு பெறுகின்றது. பெயர்ச் சொல்லின் பிரிவுகளைச் சுட்டிக்காட்டத் திணை என்ற சொல்லைப் பயன்படுத்துவதானது, இப்பெயர், பிரிவு அல்லது குழூ என்ற பொருள் உடையது என்பதற்குச் சான்றாகும். தமிழில் பெயர்ச்சொற்கள் 'உயர்திணை', 'அஃறிணை' என்று பாகுபடுத்தப்பட்டு உள்ளன. கால்டுவெல் இதனை 'உயர்சாதிப் பெயர்ச்சொல்' என்றும், 'சாதியற்ற பெயர்ச்சொல்' (high Caste and Casteless) என்றும் மொழிபெயர்த்துள்ளார்.[44]

இன்று நாம் அறிந்துள்ள சாதியினைத் திணை என்னும் சொல் குறிக்கிறது என்ற எல்லைக்கு நாம் போகாவிட்டாலும், இச்சொல்லானது குடும்பம், குழு, குடியிருப்பு என்ற பொருள் உடையது என்பது தெளிவாகிறது. சங்க இலக்கியத்தில் 'குடி' என்ற சொல் குடும்பம் அல்லது குடியிருப்பு என்ற பொருளில் பொதுவாகக் கையாளப் படுகிறது (பதிற்றுப்பத்து 59; குறுந்தொகை 95, 100, 184, 228, 234, 322, 355; நற்றிணை 82, 87, 91, 110, 114, 156, 159, 203, 232; புறநானூறு 19, 277, 295). எனவே, ஆதியில் குடியிருப்பைக் குறித்த இச்சொல் (குடும்பமும், குழுவும் குடியிருப்புடன் பொருந்தியவை), கால வளர்ச்சியில் சொற்பொருள் மாறுதலடைந்து குடியிருப்பில் உள்ள மக்களின் ஒழுக்க வடிவங்களைச் சுட்டுவதாக மாறியிருப்பதும் சாத்தியமே.

இப்பிரச்சினை குறித்த மாரின் விமர்சனமானது, இதனை அறிந்துகொள்ளத் துணையாய் இருக்கும். "தமிழ் அல்லது திராவிடச் சொற்கள் எதுவும் திணைப் பெயரைப் போல, சேர்க்கை, பரிவு, இரங்கல், கவலை, ஊடல், பிணக்கு ஆகியவற்றோடு தொடர்புடையதாக இல்லை. ஆனால், திணைப்பெயர்களில் சில, வேறு திராவிட மொழிச் சொற்களோடு ஒப்புடையனவாக இருக்கின்றன."[45] எனவே, நடத்தை முறைகளோடு தொடர்புடைய திணைக் கருத்துக்கள், சூட்சுமமான சிந்தனைகளின் விளைவாகத் தோன்றியவையாகக் காணப்படுகின்றன. இந்நிலையில், 'திணை' என்ற சொல்லின் மூலப்பொருளான குடும்பம், குடியிருப்பு ஆகியவை முக்கியத்துவம் பெறுகின்றன. பல நிலப்பகுதிகளின் நடத்தை முறைகளை விளக்கும் சொல்லாக பரிணமித்த வரலாற்றை அவை குறிப்பிடுகின்றன.

6

தான் வாழ்ந்த காலத்து முதலாளித்துவ வர்க்கத்தினரதும், பாட்டாளி வர்க்கத்தினரதும் உறவுகளை மதிப்பீடு செய்ய விரும்பிய மார்க்ஸ், மனிதர்கள் ஒவ்வொருவரும் சொத்துடையோராயும், உற்பத்தியாளராயும் இருக்கும் நிலையொன்று தொடக்கத்தில் இருந்ததாக ஒரு தேற்றத்தை முன்வைத்தார் என்பதனை மார்க்சியம், பொருளாதார வரலாறு ஆகியவற்றினைப் பயிலும் மாணவர்கள் எல்லோரும் அறிவர்.[46] இந்தியாவில் நிலவிய உற்பத்திப் பாங்கானது (mode of Production) முதலில் இருந்த உற்பத்திப் பாங்குகளில் ஒன்றாக அமைந்தது என மார்க்ஸ் கருதினார். அதனை அவர் 'ஆசிய உற்பத்திப்பாங்கு' எனப் பெயரிட்டு அழைத்தார். மற்றைய பாங்குகளாவன ஸ்லாவோனிக், ஜெர்மானிக், பண்டைய செந்நெறி என்பனவாகும். "இவை ஒவ்வொன்றிலும் தனி மனிதனானவன் அந்தக் குலக்குழுக் குழுமத்தின், அன்றேல்

திணைக் கோட்பாட்டின் சமூக அடிப்படைகள்

சமுதாயக் குழுமத்தின் பிரிக்கப்பட முடியாத அங்கமாக விளங்கினான்" என்பார்.[47] இம்முதல் நிலை முறைமைகள் ஒவ்வொன்றைப் பற்றியும் விரிவாக ஆராயும் மார்க்ஸ், மேலொரு கட்டத்துக்குச் செல்வதற்கான ஏதுவாக அமையும் இம்முறைகள் ஒவ்வொன்றினதும் அக முரண்பாடுகளைத் தெளிவுபடுத்துகிறார். ஆனால், ஆசியப் பாங்கு பற்றிப் பேசும்பொழுது அவர், இவ்வாசியப் பாங்கானது மிக நீண்ட காலம் தொடர்வது மாத்திரமல்லாமல் பிடிப்புறுதியுடன் நீடிக்கிறது என்கிறார். இதற்கான காரணம், அதற்குத் தளமாக அமையும் அடிப்படை அமைகோள் தான் (Principle) அதாவது, தனிமனிதர் தான் வாழும் சமுதாயத்திலிருந்து விலகிய, அதனில் தங்கியிராத ஒருவராக ஆவதில்லை என்பதே. தன்னைத்தானே பேணிக்கொள்கின்ற முறையில் விவசாயமும் கைவினை உற்பத்தியும் ஒன்றுடன் ஒன்று இணைந்து இயங்குகின்ற ஒரு உற்பத்திச் சுற்றுவட்டமாக இயங்குவதே இதன் தொடர்ச்சிக்கான காரணமாகும்.[48] இந்த ஆசிய வடிவத்தினுள் தொழிற்படும் வேலைக்கான பல்வேறு நிறுவன அமைப்புக்கள் பற்றிப் பேசிய மார்க்ஸ், இந்த முறைமையின் அடிப்படை அம்சம் அந்தச் சிறு சமுதாயத்தினுள் விவசாயமும் உற்பத்தித் தயாரிப்பும் சுயபேணுகைத் தன்மையுடையனவாக இருப்பதுடன், உற்பத்திக்கும் உபரி உற்பத்திக்குமான சூழமைவுகளையும் தனக் குள்ளே கொண்டிருப்பதுதான் என்றார்.[49]

திணை முறைமையினுள்ளே உள்ளார்ந்து நிற்கும் பொருளியல் ஒழுங்கமைவுகளைப் பரிசீலிக்கும்பொழுது மருதம், நெய்தல் தவிர்த்த மற்றைய பொருளாதாரச் சூழமைவுகளுள் இத்தகைய ஒரு ஆசிய உற்பத்திப் பாங்கு, அவற்றின் அடிநிலையில் தொழிற்படுவதை அவதானிக்கலாம். பெரும்பாலான பின்தங்கிய இந்தியக் குடியிருப்புச் சூழல்களிலே இப்பண்பினைப் பொதுவாகக் காணலாம்.

மிகவும் நுணுக்கமாக நோக்கினால், மருதமானது மிக முக்கியமான நிலைத்த குடியிருப்பாக மாறிய அடிப்படை மாற்றத்தை அறிந்து கொள்ள முடியும். அங்கு வேளாண்மை வளர்ச்சி பெற்றது. குறிஞ்சியின் வாழ்க்கை நிலைகளுள் ஒன்று உணவு தேடுதல். அங்கு நடைபெற்ற உணவு உற்பத்தியானது. அதன் அடிப்படையை மாற்றும் அளவு சக்தியுடையதாக இல்லை. ஏனெனில், உபரி உற்பத்தி அங்கு இல்லை. நெய்தல் நிலப்பகுதியிலும் அங்குள்ள மக்கள் மீனையும் உப்பையும் கொடுத்துத் தங்கள் உணவுப் பொருளைப் பெற்றுக் கொண்டார்கள் என்பதைத் தவிர வேறுபாடு எதுவும் இல்லை. முல்லையில் அங்குள்ள குழுவினரின் மனித ஆற்றல் முழுவதும் உற்பத்திக்காக ஒன்று திரட்டப் படவில்லை. உண்மையில், முல்லையில் ஆடவர்கள் மிருகங்களைப் பராமரிக்கவும் குடியிருப்புக்களைப் பாதுகாக்கவும் வெளியில் சென்றார்கள்.

இந்நிலையில் வேளாண் மையானது ஆரம்ப நிலையிலேயே இருந்தது. ஏனெனில், அது மிகுதியாக வளர்ச்சி பெற முடியாது. ஆனால், இத்தகைய பாதகமான வாய்ப்பற்ற நிலை மருதத்தின் குடியிருப்புகளில் காணப்படவில்லை. இவ்வேளாண்மை நிலப்பகுதியானது அதனுடைய உபரி உற்பத்தியான அரிசியினால், பிற நிலப் பகுதிகளின் மீது தன்னுடைய பொருளாதாரச் செல்வாக்கினைச் செலுத்த முடிந்தது. இவ்வாறு குறிஞ்சி, நெய்தல் போன்ற தாழ்ந்த அமைப்புக்கள் தேக்க நிலையில் இருக்கும்போது, மருதம் விரிவடைந்தது. அகழ்வாராய்ச்சி யாளர்கள் கண்டுள்ள ஓர் அம்சத்தை இது நிரூபிக்கிறது. சில பகுதிகள், மிகவும் குறைவாக முன்னேற, பிற பகுதிகளும் மிகவும் பின்தங்கிய பகுதிகளும், மிக முற்காலத்தில் இருந்த பகுதிகளுக்கே உரித்தான சில அம்சங்களைப் பாதுகாத்து வைக்கின்றன.[50]

வேறுபட்ட திணைகள் என்பன வேறுபட்ட உற்பத்தி முறைகளைக் கொண்டுள்ளன. இதனால்தான் முன்னோடிகளான அறிஞர்கள் திணைப் பிரிவுகள், வளர்ச்சியின் தொடர்ச்சியை வெளிப்படுத்து வதாகக் கருதினார்கள். தொடர்ச்சியான உற்பத்தி முறைகளும், அதனோடு தொடர்புடைய பொருளாதார உறவுமுறைகளும், ஒரு குறிப்பிட்ட சமுதாய அமைப்பிற்குக் காரணமாக அமைகின்றன. தொடர்ச்சியான சமுதாய அமைப்பு என்பது தொடர்ச்சியான சில ஒழுக்க வடிவங்களாகும்.

இந்த இடத்தில் 'திணை மயக்கம்' என்பதனை ஆய்வுக்கு எடுத்துக்கொள்ளலாம். ஒழுக்க வடிவங்களின், ஆரம்ப அம்சங்களான நிலம், பொழுது ஆகியவற்றை ஆய்ந்த பின்னர், தொல்காப்பியர் திணைமயக்கம் குறித்துப் பேசுகிறார்.

> திணைமயக் குறுதலும் கடிநிலை இலவே
> நிலனொருங்கு மயக்குதல் இல்லென மொழிப
> புலன்நன் குணர்ந்த புலமை யோரே

''ஒரு திணைக்கு உரிய முதற் பொருள் மற்றோர் திணைக்குரிய முதற் பொருளோடு சேர நிற்றலும் கடியப் படாது. ஆண்டு நிலன் சேரநிற்றல் இல்லை என்று சொல்லுவர், புலன் நன்கு உணர்ந்த புலமையோர்.''

இளம்பூரணர் முதல் அடிக்கு, 'காலத்தில்' மாற்றம் இருக்கும் என்ற பொருளில் விளக்கம் கொடுக்கிறார். நச்சினார்க்கினியர் திணை என்பதற்கு ஒழுக்கம் என்று பொருள் கொண்டு ஒழுக்க வடிவங்கள் மாறுபடும் என்றும், நிலங்கள் தம்முள் மயங்காது என்றும் கூறி விடுகிறார். ''ஒரு நிலத்து ஓரொழுக்கம் நிகழுமென நிரனிறுத்துக்

கூறிய ஒழுக்கம் அவ்வந்நிலத்திற்கே உரித்தாயொழுகாது தம்முள்
மயங்கி வருதலும் நீக்கப்படா. அங்ஙனம் ஒரு நிலத்து இரண்டொழுக்கந்
தம்முள் மயங்குதலில்லையென்று கூறுவர்."[51]

திணை மயக்கம் கவிஞர்களுக்கு உரிய முக்கியமான பிரச்சினை
என்பதனை இது மிகவும் தெளிவாகக் குறிப்பிடுகிறது. தொல்
காப்பியர் நிலத்தின் முதன்மையை நிலைநிறுத்த விரும்புகிறார். திணை
யானது இங்குப் பொழுது அல்லது ஒழுக்கம் என்பதனைக் குறிப்பிடுவ
தானால் அதில் எவ்வித முக்கிய சிறப்பும் இல்லை. ஏனெனில்,
நிலம் என்ற பிரிவிற்குத்தான் முதன்மையளிக்கப்பட்டுள்ளது. இதற்கு
அடுத்த சூத்திரத்தில் தொல்காப்பியர் ஒழுக்க வடிவங்கள் ஒன்றோ
டொன்று கலந்துவிடாது என்று உறுதியாகக் கூறுகிறார்.

நிலப் பிரிவுகளும், அவற்றிற்கிடையேயுள்ள வேறுபாடுகளும்,
சமூக மரபுகளில் காணப்பட்ட வேறுபாடுகளும் இலக்கியத்தில்
விதிக்கப்பட்டிருக்கும் தடைகளுக்குத் தவிர்க்க முடியாத காரணங்
களாகலாம். எனவே, சமுதாயத்தின் நிலப்பிரிவு அம்சமும் சமுதாய
முறையும் முக்கிய அம்சங்களாக இங்கு வெளிப்படுகின்றன.
அசமத்துவப் பெருளாதார வளர்ச்சி எப்படி அசமத்துவமான சமுதாய
மதிப்புகளைத் தோற்றுவித்துள்ளன என்பதை இங்கு நாம் காண்கிறோம்.

முல்லைத் திணை குறித்த சமூகப் பொருளாதார ஆய்வானது,
அந்நிலத்திற்கு உரிய ஒழுக்க வடிவங்களின் இயல்புகளின் பொருத்தத்தை
நிரூபிக்கிறது.[52] இதுபோன்ற ஆய்வுகள் இதர திணைகளுக்கு இதுவரை
செய்யப்படவில்லை.

மருதத்தின் ஒழுக்க முறையான ஊடலின் சமூக, பொருளாதார
முக்கியத்துவம் எளிதில் புரியக்கூடியதே. மருதத்தில் வேளாண்மையின்
வளர்ச்சியானது விரிவான தனி நிலவுடைமை வளர்ச்சிக்கு அடிகோலியது.
வேளாண்மை நடைபெறும் இப்பகுதியில்தான் நாம் முதல் முறையாக
நில உடைமையற்ற வேலைகளைக் காண்கிறோம். வேளாண்மை
நடைபெறும் நிலப்பகுதிகளை வருணிக்கும் போது கவிஞர்கள்
அடிக்கடி விதைத்தல், அறுவடை செய்தல் ஆகிய செயல்களைச்
செய்யும் வினைவலர் என்பவரைக் குறிப்பிடுகிறார்கள். பொருளாதார
ஆதிக்கத்தின் அடிப்படையான உபரி உற்பத்தியினை, மிகுந்த அளவில்
நெல்லைச் சேமித்து வைப்பதனைச் சில பாடல்கள் வெளியிடுகின்றன
(நற் 26, 60). பதிற்றுப்பத்தில் (13.23-4) நிலப்பிரபுத்துவம் இருப்பதை
நாம் யூகிக்க முடிகிறது.

இத்தகைய செழுமையான நிலப்பிரபுத்துவ அமைப்பில் வீர
யுகத்தின் விறலியர்கள் பரத்தையராக மாறியது வியப்பை அளிக்கும்

செயலன்று. அரசியல் ஆதிக்கத்தின், பொருளாதார அடிப்படையில் ஏற்பட்ட மாற்றத்தால் (கொள்ளையடிப்பதிலிருந்து உற்பத்தி செய்வது வரை) வீரயுகத்தின் பெண்குலக் கலைஞர்கள், நிலப்பிரபுத்துவ யுகத்தில் பரத்தையர்களாக மாறினார்கள். பரத்தமை சமுதாயத்தால் ஏற்றுக் கொள்ளப்பட்ட மண உறவுக்கு வெளியே இன்பம் காணும் வாயிலாக விளங்கிற்று. ஏனெனில், சொத்துரிமைக்கும் குடும்பப் பரம்பரை உரிமைக்கும் இடையூறு செய்யாத ஒரு தனியுரிமையாக இது திகழ்ந்தது. அப்படியிருந்த போதிலும் இது ஒரு மனிதாபிமானச் சிக்கலாகவும் அறைகூவலாகவும் மனையில் வாழும் கிழத்திக்கு இருந்தது. எனவே, இது போன்ற உறவு முறையில் ஊடல் ஆதிக்கம் செலுத்துகிறது.

கணவனின் பயணம் குறித்த மனைவியின் கவலை பாலைக்குரிய ஒழுக்க வடிவமாகும். மலைப்பகுதிகளின் பருவ மாற்றமே பாலை என்பதனை நாம் ஏற்கெனவே கண்டோம். பிரிவு பற்றிய பாடல்களில் கணவனைக் குறித்த மனைவியின் கவலையானது, அவன் கடந்து செல்ல வேண்டிய காடுகள் மலைகளையும், அவ்வழியில் உள்ள கொடிய கொள்ளைக்காரர்களையும் பற்றிய வருணனைகளால் நுட்பமாக விளக்கிக் காட்டப்படுகிறது. இப்பயணத்தின் நோக்கமும் நுட்பமான கலைச் சொற்களால் குறிப்பிடப்படுகிறது. செய்பொருள் (செய்த அல்லது ஈட்டிய பொருள்), வினை (முயற்சி) என்பன இச்சொற் களாகும். அரசனுக்குரிய கடமையும் 'வினையுள்' அடங்கும். ஆனால், 'செய்பொருள்' முக்கியமாகப் பொருளாதார முயற்சியின் விளைவே யாகும்.

மனைவியைப் பிரிந்து செல்லும் கணவர் தை, மாசி மாதங் களிலோ அல்லது சித்திரை, வைகாசி மாதங்களிலோ வீட்டினின்றும் புறப்பட்டுச் சென்று ஆடி, ஆவணி மாதங்களில் திரும்பி வருவார்கள். மாசியிலிருந்து ஆடி வரையுள்ள காலம், குறிப்பாகப் பங்குனியிலிருந்து ஆடி வரை உள்ள காலம் தமிழ்நாட்டில் கோடை காலமாகும். இக் காலத்தில் பிரிந்து சென்ற கணவரைப் பற்றிக் கவலைப்படுவதாக இலக்கியக் கரு அமைக்கப்படுவது, எளிதில் நமக்கு விளங்கக் கூடியதே.

குறிஞ்சி பற்றிய பாடல்களின் சமூக, பொருளாதாரச் சிறப்பின் கருத்தை ஆராய்வது சிறிது கடினமாகும். குறிஞ்சியின் முக்கிய ஒழுக்க வடிவமானது, புணர்தலும் புணர்தல் நிமித்தமும் ஆகும். சமுதாய அமைப்பில் ஆரம்ப நிலையிலுள்ள மலைவாழ் குழுக்கள், இனக்குழு மக்களின் பழக்க வழக்கங்களைக் கொண்டிருத்தல் இயல்பானதேயாகும். மணமுறப்புணர்ச்சி இப்பகுதிகளில் ஏற்றுக் கொள்ளப்பட்ட பழக்கமாயிருந்திருக்கலாம். இதன் வளர்ச்சியாகக் குறிஞ்சித்திணையின் ஒழுக்கமுறையைக் கருதலாம்.

7

திணைக் கருத்தோட்டத்தின் வட்டார, சமூக, பொருளாதார விளக்கமானது ஒரு முக்கியமான கேள்வியை எழுப்புகிறது. எப்பொழுது இம்மரபு தோன்றியது? இலக்கண ஆசிரியரான தொல்காப்பியர் இம் மரபை ஏற்படுத்தியதாகக் கூறமுடியாது. சங்க இலக்கியங்களும் இத்திணைக் கருத்தோட்டத்தைக் குறிப்பிடுவதை நாம் ஏற்கெனவே பார்த்தோம். நானிலம் (நான்கு நிலப் பகுதிகள்), ஐந்திணை (ஐவகை ஒழுக்க முறைகள்) என்ற கருத்தோட்டமானது இக்காலத்திலேயே அறியப்பட்டிருந்தது. இவற்றை இலக்கண விதிகளாக நோக்கும் தவறை யாரும் செய்யமாட்டார்கள். இம்மரபை இலக்கணங்கள் ஏற்றுக் கொள்வதானது, உயரிய இலக்கியங்களில் இது இடம் பெற்றிருப் பதனையே வெளிப்படுத்துகிறது. உயரிய இலக்கியங்களில் இம்மரபு இடம்பெற்றுள்ளதானது, சமுதாய முறையில் இம்மரபு எவ்வளவு ஆழமாக வேரூன்றியுள்ளது என்பதனைக் காட்டுகிறது.

இத்திணை மரபு எப்பொழுது தோன்றியது என்ற கேள்விக்குரிய விடையானது வரலாற்றுத் தொன்மையும் தொடர்ச்சியும் உடைய தமிழகத்திலுள்ள சில குடியிருப்புகளை வெளிப்படுத்தத் தவறவில்லை. மத்திய கற்காலக் கடற்கரைப் பகுதிகளை (தேரி) குறிப்பிடும் போது ஆல்ச்சின் பின்வருமாறு குறிப்பிடுகிறார்: ''இந்தியக் கடற்கரையில் உள்ள மீன் பிடித்து வாழும் இனத்தவர்கள் இதுபோன்ற சூழலிலேயே இன்னும் வாழ்கிறார்கள். மீன் பிடிக்கும் இடத்திற்கு அருகில் இருப் பதற்காக நிலையான மக்கள் குடியிருப்பதற்குத் தொலைவிலுள்ள தேரிப் பகுதிகளில் வீடு கட்டி வாழ்கிறார்கள்.''[53] இந்நிலப் பகுதியே பழமையான நெய்தல் நிலப்பகுதியாகும். இந்நோக்கில் பார்த்தால் சங்க இலக்கியத்தில் குறிப்பிடப்படும் ஆநிரை கவர்தலானது தென்னிந்தியாவின் புதிய கற்காலத்தில் உள்ள ஆநிரை வளர்த்தலைக் குறிப்பதாகக் கொள்ளலாம்.[54] இதுபோன்ற தொடர்புகள் திணைக் கண்ணோட்ட மானது தமிழகத்தின் வரலாற்றுக்கு முற்பட்ட காலத்தை வெளிப் படுத்தும் குறிப்பாக அமைகின்றன.

சங்க காலத்திற்குப் பின் திணைக் கண்ணோட்டமானது, இலக்கிய மரபாக இல்லாமல் மாறிவிட்டது. ஆனால், 'திணை' கவி மரபாகி, வாழ்க்கையிலிருந்த தொடர்பு நீங்கி வறண்டு போய்விட்டது. ஆனால், இக்கருப்பொருள் கலித்தொகையில் கையாளப்படும் முறையிலிருந்தே இதனை அறிந்து கொள்ளலாம். பாலை, குறிஞ்சி, நெய்தல் கவிதை களில் இந்நிலங்களின் வாழ்க்கை முறைகளை வருணிப்பதைவிட இந்நிலங்களோடு தொடர்புடைய உணர்ச்சிகளையே கவிஞர்கள்

முக்கியத்துவப்படுத்துகிறார்கள். குறிஞ்சிக் கலியில் தலைவன், காட்டின் உரிமையாளன் ஆவான் (48).

இதற்கான காரணத்தை ஆராய்வது கடினமல்ல. சங்க காலத்தின் அழிவிற்குப் பின்னர் அரசியல் ஆதிக்கத்தின் தன்மை மாறியது. பேரரசுகளின் விரிவு, வெளிநாட்டு ஆதிக்கத்தின் இடையீடு, பிராமணியத்தின் செல்வாக்கு ஆகியவற்றின் காரணமாக மருதம் தவிர்ந்த ஏனைய நிலங்கள் படிப்படியாக மறைந்து பின்னிலைக்குச் சென்றன. நாடு பற்றிய வள்ளுவரின் விளக்கம் இதனைத் தெளிவாகக் குறிப்பிடுகிறது. குறைவில்லாத விளைச்சலைத் தரும் வளமான நிலமும், அறிவாற்றல் மிக்க அறிஞரும், மிகுதியான செல்வம் உடையவரும் உடையதே நாடு என்று அவர் நாட்டிற்கு இலக்கணம் வகுக்கிறார் (731). இவ்விளக்கம் வளர்ச்சியடைந்த வேளாண்மை நிலப்பகுதிகளை வலியுறுத்துவதானது, இனக்குழு மக்கள் நாட்டின் எல்லைக்குள் இருக்கக் கூடாது என்பதனை வெளியிடுகிறது. குறுநில மன்னர்களை குறும்பு என்று குறிப்பிட்டு அவர்களை நாட்டின் நலத்திற்கு இடையூறாகக் கருதுகிறார் (735).

சிலப்பதிகாரம் பொருளாதார ரீதியில் சமத்துவமான வளர்ச்சியுடையதாக ஆக்க ஒரு இயக்கத்தைத் தொடங்க முயல்கிறது. முரண்பாடுகள் மிக்க தமிழகத்தில், இளங்கோவால் சித்தரிக்கப்படும் வாணிக வர்க்கத்தால் இதனைச் சாதிக்க முடியாது போயிற்று. பல்லவர் ஆட்சி தோன்றிய பின்னரும், மருதமல்லாத நிலப்பிரிவுகளில் வாழ்ந்த மக்கள், சாதிக்கப்பாற்பட்ட தாழ்ந்தவர்களெனக் கருதப்பட்டனர். இதன் பின்னர் திணை, இலக்கண அறிஞர்களது விவாதப் பொருளாகவும், பழங்காலத் திணை வழக்கைப் பின்பற்றிப் போலிக்கவிதைகள் எழுதவுமே பயன்பட்டது.

திணை மரபு தொடர்பாகத் தொல்காப்பியத்தில் உள்ள அனைத்துத் தரவுகளும் இங்குப் பயன்படுத்தப்பட்டிருந்தாலும், தொல்காப்பியரைப் பொருத்தவரை, சமஸ்கிருதத்தில் காணக் கிடைக்காத தமிழ் இலக்கிய மரபுகளைப் புரிய வைக்க வேண்டும் என்பதே அவருடைய நோக்கமாக இருந்தது என்ற உண்மையை நாம் பார்க்கத் தவறிவிடக் கூடாது.

★ ★ ★

இப்பொருள் தொடர்பான ஒளி பாய்ச்சத்தக்க விவாதங்களுக்காகப் பேராசிரியர் ஜார்ஜ் தாம்சனுக்குக் கட்டுரையாளர் நன்றி தெரிவிக்கிறார்.

ஆராய்ச்சி (ஜூலை 1971, மலர் 2 இதழ் 3) இதழில் இக் கட்டுரை வெளியிடப்பட்டபோது அதன் ஆசிரியர் என்ற முறையில் பேரா. நா.வா. அவர்கள் எழுதிய குறிப்பு:

'திணைக் கோட்பாட்டின் சமூக அடிப்படைகள்' என்ற இக் கட்டுரை, நமது பண்பாட்டு வரலாற்றிற்கும், இலக்கிய வரலாற்றிற்கும் மிகவும் முக்கியமானதோர் ஆராய்ச்சியாகும். திணைக் கோட்பாட்டைப் புவியியல் பிரிவுகளோடு ஒப்பிட்டு, ஒவ்வொரு புவியியல் பிரிவோடும் ஒவ்வோர் இலக்கிய மரபை இணைத்துச் சில ஆய்வாளர்கள் ஆராய்ச்சி நடத்தியுள்ளார்கள். ஆனால், சங்ககாலத் தமிழகத்தின் சமுதாய வளர்ச்சி நிலைகளை ஒருவழிப்போக்கான (Unilateral development) சமுதாய வளர்ச்சி விதியின் அடிப்படையிலும், அதே விதியின் செயல்பாடு ஒவ்வொரு புவியியல் சூழலுக்கேற்ற முறையில், அச்சூழலைத் தம் வாழ்க்கைக்கு ஏற்றபடி மாற்றியமைத்துக் கொள்ள மனிதர் பயன் படுத்திய உற்பத்திச் சக்திகளோடும், அறிவியல் திறமையோடும் தொடர்புள்ளது என்பதையும், இவ்விரண்டு சக்திகளிலுள்ள வேறு பாட்டால், ஒவ்வொரு புவியியல் பகுதியிலும் வளர்ச்சி விகிதம் வேறு பட்டிருப்பதையும், ஒரே காலத்தில் வேறுபட்ட நிலைகளில் காணப் படும் பண்பாடுகளையே திணைகளாக, இலக்கிய மரபுகளாகத் தொல் காப்பியர் அமைத்தார் என்பதையும் இவ்வாசிரியர் மார்க்சீய வெளிச்சத்தில் நிரூபிக்கிறார். ஒருவழிப்போக்கான சமுதாய வளர்ச்சிக்கும், ஒரே காலத்தில் சமத்துவமான வளர்ச்சி வேகத்தால், வெவ்வேறு பண்பாட்டு நிலைகளில் இருக்கும் சமுதாயங்கள் இருப்பதற்குமுள்ள தொடர்பை விளக்குகிறார். திணைக் கோட்பாட்டை இத்தகைய முறையியலைக் கையாண்டு ஆராய்வது மிகக் கடினமான முயற்சியே. அதனை இவ்வாசிரியர் நன்றாகவே செய்துள்ளார்.

குறிப்புகள்

1. தமிழ் இலக்கியம் மற்றும் வரலாறு குறித்த அறிமுகத் திற்குப் பார்க்க : L. Renou and J. Filliozaat, *L' Inde Clasique*, தொகுதி 1, பாரிஸ், 1947. Section on Tamil by P. Meille.

2. எட்டுத்தொகை நூல்கள் நற்றிணை, குறுந்தொகை, ஐங்குறுநூறு, பதிற்றுப்பத்து, அகநானூறு, புறநானூறு, கலித்தொகை, பரிபாடல் ஆகியன. இவற்றுள் கலித்தொகையும், பரிபாடலும் மரபுவழியாக எட்டுத்தொகை நூல்களில் அடங்குவனவாகக் கொள்ளப்பட்டாலும், இப்போது இவை காலத்தால் சற்றுப் பிந்தியனவாகவே கருதப்படுகின்றன. பத்துப்பாட்டு நூல்கள் பொருநராற்றுப்படை, சிறுபாணாற்றுப்படை, பெரும்பாணாற்றுப்படை, முல்லைப்பாட்டு, மதுரைக்காஞ்சி, நெடுநல்வாடை, குறிஞ்சிப்பாட்டு, பட்டினப்பாலை, மலைபடுகடாம், திருமுருகாற்றுப் படை ஆகியன.

மரபுவழிப் பட்டியலில் திருமுருகாற்றுப்படை முதலில் வைக்கப்பட்டிருந் தாலும், தற்போது சங்க காலத்தையடுத்த நூலாகக் கருதப்படுகின்றது.

3. K.A.N. Sastri, *History of South India*, Oxford, 1966, ப. 117.

4. A.L. Basham, *The Wonder that was India*, லண்டன், 1954; S.K. Chatterjee, *The Indian Synthesis and Racial and Cultural Inter mixture in India*, பம்பாய், 1953.

5. தொல்காப்பியம் எழுத்ததிகாரம், சொல்லதிகாரம், பொருளதிகாரம் என்ற மூன்று பகுதிகளைக் கொண்டது. இவற்றுள் பொருளதிகாரம் அகத்திணை யியல், புறத்திணையியல், களவியல், கற்பியல், பொருளியல், மெய்ப் பாட்டியல், உவமையியல், செய்யுளியல், மரபியல் என்ற பிரிவுகளாக வகுக்கப் பட்டுள்ளது.

6. S. Vaiyapuripillai, *History of Tamil Language and Literature*, சென்னை, 1956, ப. 65. மேலும், V. Chelva- nayakam, *'Some Problems in the study of Tolkappiyam in Relation to Cankam Poetry'*, Proceedings of the First International Conference Seminar of Tamil Studies, ஏப்ரல் 1966, தொகுதி - 2. மாற்றுக் கருத்துக்குப் பார்க்க : T.P. Meenakshisundaram, *A History of Tamil Language*, பூனா, 1965, ப. 51.

7. தொல்காப்பியம் பொருளதிகாரத்தின் முதல் ஐந்து இயல்களில் இவை விவரிக்கப்படுகின்றன.

8. தொல்காப்பியம் - பொருளதிகாரம் : இளம்பூரணம், தென்னிந்தியச் சைவ சித்தாந்த நூற்பதிப்புக் கழகம், சென்னை, 1965, ப.5.

9. கணேசையர் (பதி.), தொல்காப்பியம் - பொருளதிகாரம் : நச்சினார்க்கினியம், திருமகள் அழுத்தகம், சுண்ணாகம், 1948, ப. 5.

10. மேலது, ப. 20 மு.

11. மு. ராகவையங்கார், தொல்காப்பியப் பொருளதிகார ஆராய்ச்சி, தமிழ்ச் சங்கம், மதுரை, 1929, ப. 23.

12. மேலது, பக். 24 முதல்.

13. P.T. Srinivasa Iyengar, *History of the Tamils up to 600 A.D.*, சென்னை, 1929, ப. 4ef. அவரது கட்டுரை : 'Environment and Culture', Triveni, தொகுதி 1, எண் 3, சென்னை, 1928, ப. 72.

14. மேலது, பக் 5-12.

15. V.R. Ramachandra Dikshithar, *Studies in Tamil Literature and History*, University of Madras, 1936, ப. 72.

16. K. Zvelabil, *'Tamil Poetry 2000 years Ago'*, Tamil Culture, தொகுதி - 10, சென்னை, 1963.

17. X.S. Thaninayagam, *Landscape and Poetry*, Asia Publishing House, லண்டன், 1966, ப. 249.

18. S. Singaravelu, *Social Life of the Tamils: The Classical Period*, University of Malaya, கொலாலம்பூர், 1966.

19. N. Subramanian, *Sangam Polity*, Asia Publishing House, லண்டன், 1966, ப. 249.

20. இத்தொகுப்பு நூலில் 'முல்லைத்திணைக்கான ஒழுக்கம்' என்ற ஐந்தாம் கட்டுரை.

21. Hans Bobek, *'The Main Stages in Socio - Economic Evoluation from a Geographical Point of view'*, *Readings in Cultural Geography*, Philip L. Wagner, Marvin W. Miskell (Eds), University of Chicago Press, 1962, பக் 218 - 247.

22. Warde, *The Irregular Movement of History: The Marxist Law of the combined and Uneven Development of Society,* New York Publications, லண்டன், 1965, பக் 1-6.
23. Bridget and Raymond Allchin, *The Birth of Indian Civilization,* Pelican Books, 1968, பக். 233 34. மேலும், பக். 44, 53.
24. B.Subbarao, *The Personality of India,* பரோடா, 1956, ப. 6.
25. மேலது, ப. 55.
26. K. Ramamurthi, '*Some Aspects of the Regional Geography of Tamil Nadu*', Indian Geographical Journal, சென்னை, தொகுதி 22, எண் 2. தமிழக வரலாற்றில் புவியியலின் தாக்கம் குறித்து அறிய K.A.N. Sastri, *The History and Culture of the Tamils,* கல்கத்தா, 1964, பக். 1-3.
27. உ.வே. சாமிநாதையர் (பதிப்.), சிலப்பதிகாரம் அடியார்க்கு நல்லார் உரையுடன் (ஏழாம் பதிப்பு), சென்னை, 1960. ப. 302.
28. தொல்காப்பியம், இளம்பூரணம், ப.10.
29. சி. கணேசையர் (பதி.), முற்கூறப்பட்டது. ப.61.
30. உ.வே. சாமிநாதையர், பத்துப்பாட்டு நச்சினார்க்கினியர் உரையுடன் (ஆறாம் பதிப்பு).
31. நானிலம் என்று முன்னரும் ஐநிலம் என்று பின்னரும் குறித்துள்ளது பற்றி அடுத்துப் பார்க்கலாம்.
32. தொல்காப்பியம் - பொருளதிகாரம் (நச்சி.), பக். 58-9.
33. கா. சிவத்தம்பி, முற்கூறப்பட்டது.
34. சிலப்பதிகாரத்தின் காலம் குறித்து விரிவான ஆய்வுகளுக்குப் பார்க்க: K. Sivathamby, *Drama in Ancient Tamil Society,* Thesis for the degree of Ph.D. at the University of Birmingham, 1970, பக் 103 - 119. (நூலாகவும் வெளியிடப்பட்டுள்ளது: என்சிபிஎச், சென்னை).
35. தொல்காப்பியம் - பொருளதிகாரம் (நச்சி.), ப. 61 தொல்காப்பியம் - பொருளதிகாரம் (இளம்பூரணம்) பக். 20-1.
36. துரை. அரங்கசாமி, சங்க காலச் சிறப்புப் பெயர்கள், பாரி நிலையம், சென்னை, 1960, பக். 202-341.
37. T.V. Mahalingam, *The South Indian Polity,* University of Madras, 1955, ப.2.
38. B. Subbarao, முற்கூறப்பட்டது.
39. துரை அரங்கசாமி, முற்கூறப்பட்டது, ப.207.
40. J.R. Marr, *The Eight Tamil Anthologies with Special Reference to Purananuru and Patitrrupattu,* Ph.D. thesis (unpublished), University of London, 1958, ப. 202.
41. மைய அதிகாரி பற்றிய அறியாமையினால் ஏற்பட்ட ஆட்சியாளர் குறித்த மக்கள் மனப்போக்கினை, 'ராமன் ஆண்டால் என்ன, ராவணன் ஆண்டால் என்ன ?' என்ற பழமொழி வெளிப்படுத்துகிறது.
42. D.D. Kosambi, '*Development of Feudalism in India*', Annals of the Bhandarkar Oriental Research Institute, தொகுதி - 36, 1955, பக். 258-269.
43. முன் காட்டப்பட்ட குறிப்புகள் 8 மற்றும் 9 பார்க்க.
44. R. Caldwell, *Comparative grammar of Dravidian Languages,* லண்டன், 1856, ப. 172.

45. Marr, முற்கூறப்பட்டது, ப. 21.
46. Karl Marx, *Pre-Capitalist Economic Formations* edited with introduction by E.J. Hobsbawm, லண்டன், 1964. இதற்கு ஹாப்ஸ்பாம் எழுதிய முன்னுரை, இந்தப் பொருள் குறித்த மிகச் சிறந்த படைப்பாக விளங்குகிறது. மேலும், Daniel Thorner, *'Marx on India and the Asiatic Mode of Production'*, Indian Sociology, எண் 9, 1966.
47. Daniel Thorner, மேலது.
48. Karl Marx, முற்கூறப்பட்டது, ப. 83.
49. Daniel Thorner, முற்கூறப்பட்டது.
50. Allchins, முற்கூறப்பட்டது, பக். 44-5.
51. தொல்காப்பியம் - பொருளதிகாரம்: இளம் பூரணம், ப. 14; நச்சினார்க்கினியர், பக். 35-6.
52. K. Sivathamby, முற்கூறப்பட்டது.
53. Allchins, முற்கூறப்பட்டது, ப. 94.
54. F.R. Allchin, *Neolithic Cattlekeepers of South India*, Cambridge, 1963, ப. 172.

★★★

2. பூர்வ காலத் தமிழ்நாட்டில் அரசமைப்பு உருவாக்கம்

ஆட்சி அதிகாரம் உடையோரைக் குறிக்கும் சங்க காலத்துச் சொற்களை ஆதாரமாகக் கொண்டு அக்காலத்து அரச உருவாக்கம் பற்றிய பூர்வாங்க உசாவல்

அரசு உருவாக்கம் குறித்த பிரச்சினைகள் பற்றிய நன்கறியப்பட்ட படைப்புகள் (மார்ட்டின் ஹெச் பிரைடு *1960*, கிளாசன் மற்றும் ஸ்கால்னிக் *1978*, ரொமிலா தாப்பர் *1984*, ஹிண்ட்ஸ் மற்றும் ஹிர்ஸ்ட் *1979*, கிரடர் *1968*) கையளித்துள்ள கருத்தாக்கம் மற்றும் முறையியல் அடிப்படையில் சங்க இலக்கியத்தில் காணப்படும் மிக முக்கியமான சான்றாதாரங்களைத் தொகுத்து வகைப்படுத்தி, இயன்ற அளவு கவனமாகப் பரிசீலித்து, ஒப்பிட்டு, அவற்றிற்கிடையே வேறுபாடுகள் உள்ளனவா என்பதைக் கண்டறிந்து, பின் காரணக் காரிய முறையில் சான்றுகளை இயைபுபடுத்திச் சிந்திக்க இக்கட்டுரையில் ஒரு முயற்சி மேற்கொள்ளப்படுகின்றது. மேலும், அரசு உருவாவதற்கு வழிவகை செய்த முனைப்பான பண்புகளை இனம் பிரித்துக் காட்டவும் முயல் கின்றது. பண்டைய தமிழகத்தின் சமூக உருவாக்க வரலாறு குறித்து ஒளிபாய்ச்சத்தக்க பெரும் படைப்பு எதுவும் வெளிவராத சூழ்நிலையில் இவ்வாய்வு அது பற்றிய ஆழமான பரிசோதனைகள் மேற்கொள்ளப் பட வேண்டும் என்பதை வலியுறுத்துவதற்காகவே மேற்கொள்ளப் படுகிறது. 'அரசு' எனும் பதம் குறிப்பிட்ட ஒரு சமூகத்தில் ஏற்கெனவே நிலவும் உறவுநிலைகளைச் சுட்டுவதாகவும், அதிகாரம் (Power), அதிகார உரிமைப்பாடு (authority), வலு நீதி (force), சொத்து மற்றும் பலவற்றை உள்ளடக்கியதாகவும் அமையும் (கிளாசன் மற்றும் ஸ்கால்னிக்). இம்முடிபுகள் தாம் சரி என்று அறுதியிட்டுக் கூற முடியாத ஒரு புலமைநிலை இக்கட்டுரைக்குள் தொக்கு நிற்கின்றது ஆயினும், இவ்விடயம் பற்றி மேலும் தீர்க்கமாகச் சிந்திப்பதற்கு இம்முயற்சி உதவ வேண்டும் என்ற எண்ணத்துடனேயே இது மேற்கொள்ளப்படுகின்றது.

ஆசிய உற்பத்தி முறை மற்றும் கூறுபாட்டு அரசமைப்பு முறை பற்றிக் குறிப்பிடத்தக்க விவாதங்கள் நிகழ்த்தக்கூடிய வகையில் பி. ஸ்டெயின் *(1978)*, கேத்தலின் காஃப் *(1980)*, கரஷிமா *(1984)* ஆகியோரால் முன்னெடுக்கப்பட்டு சோழர் காலம் மற்றும் சோழர்

காலத்திற்குப் பிற்பட்ட அரசியல் குறித்துப் பயனுள்ள ஆய்வுகள் வெளிவந்துள்ளமை அனைவரும் அறிந்ததே. இருந்தபோதிலும், பல்லவர் காலத்திற்கு முற்பட்ட காலப்பகுதியில் அரசமைப்பின் பண்புகள் உருவாகிய முறைமை / முறைமைகள் பற்றி வரலாறெழுதியல் போக்கில் குறிக்கத்தக்க ஆய்வு எதுவும் இதுவரை மேற்கொள்ளப்பட வில்லை (பி.ஸ்டெயின் 1984, 1971; சிவத்தம்பி 1971). வரலாறெழுதியற் போக்கு குறித்த அவர்தம் புரிந்துணர்வு காரணமாக இதுவரை நன்கறியப்பட்ட பழந்தமிழ்நாட்டு வரலாற்று நூல்களில் இத்தகைய ஆய்வு மேற்கொள்வதற்கான தேவை அவர்களுக்கு இருக்கவில்லை. அவர்களைப் பொறுத்த அளவில் கிறிஸ்து சகாப்தத்தின் தொடக்கக் கால நூற்றாண்டுகளிலும் மற்றும் அதற்கு முன்னருமுள்ள காலப் பகுதியிலும் கூடத் தென்னிந்தியாவில் சங்க காலம் என்று அழைக்கப் படும் காலப் பகுதியிலேயே நிறுவனமயப்பட்ட அரசு ஆட்சி முறை நிலைபெற்றுவிட்டது என்றே கருதினர்.

வரலாறு குறித்து மேலும் ஆய்வு செய்வதற்கு அசோகனுடைய கல்வெட்டுக்களில் சேர, சோழ, பாண்டியர்கள் பற்றிய குறிப்புகள் அமைந்திருப்பதும், மெகஸ்தனீஸ் இந்நாடுகளைப் பற்றிக் குறிப்பிட்டிருப் பதுமே அவர்களுக்குப் போதுமானதாக இருந்தது (நீலகண்ட சாஸ்திரி 1955, 1963, 1976). சங்ககால அரசியல் குறித்து வினாக்களை எழுப்பிக் குறிப்பாக ஆராய்ந்த ஆய்வும், குறிப்பிட்ட இக்காலப் பகுதியில் அரசதிகாரத்தின் பரிணாம வளர்ச்சி முறையை ஆராய வில்லை. மாறாக, சங்க இலக்கியத்தில் குறிப்பிடப்பெறும் அரசும் மற்றும் சமூக வாழ்வும் பக்திக் காலத்தின் தோற்றம்வரை (7-ஆம் நூற்றாண்டு வரை) எவ்வித மாறுதலும் இன்றித் தமிழகத்தில் தொடர்வ தாகக் கொண்டது (சுப்பிரமணியம் 1980, ப. 80; சங்ககாலம் கிறிஸ்து சகாப்தத்திற்குச் சில நூற்றாண்டுகள் முன்னரே தொடங்குவதாக அவர் எடுத்துக் கொண்டார்). அத்தகைய ஊகம் வரலாற்றின் அசைவியக்கத்தை மறுதலிப்பதாகும்.

சங்க இலக்கியங்கள் எனப்படும் பத்துப்பாட்டு, எட்டுத் தொகை ஆகிய தொகை நூல்களில் முன்னதில் திருமுருகாற்றுப்படை நீங்கலாகவும், பின்னதில் கலித்தொகை, பரிபாடல் நீங்கலாகவும் உள்ள இலக்கியங்களில் கூறப்படும் அரசதிகார வளர்ச்சி முறையை வரை யறுத்துக் கூறுவதே இக்கட்டுரையின் முக்கிய நோக்கமாகும் (சங்க காலம் ஏறத்தாழ கி.மு. 200 தொடக்கம் கி.பி. 250 முடிய).

இக்கட்டுரை அரசு உருவாக்கம் குறித்த வினாவினை எழுப்பி, அதற்கு விடை காணும் முதன் முயற்சியாதலின் இவ்விலக்கியங்களில்

உள்ள செய்திகளைத் திரட்டித் தொகுப்பதோடு, இவ்விலக்கியத் தொகுப்புகளில் ஆட்சியமைப்பு முறை குறித்து வழங்கும் தொடர்களையும் ஒருங்கிணைக்க வேண்டியது மிகவும் அவசியமானதாகும். இத்தகைய பணியை மேற்கொள்ளுகையில், எக்கோட்பாட்டின் அடிப்படையில் அது மேற்கொள்ளப்படுகின்றது என்பதும் சுட்டிக் காட்டப் பெறுவது அவசியமாகின்றது.

2

ரொமிலா தாப்பர் கூறுவது போன்று, ''அரசின் மேற் கிளம்புகை என்பது, சமூக வரலாற்றில் அரசு, அது தான் தோன்றுவதன் காரணமாக அச்சமூகத்தில் குணமாறுதலை ஏற்படுத்தி, ஒன்றோடொன்று தொடர்புடைய பல மாற்றங்களை வெவ்வேறு நிலைகளில் ஏற்படுத்துவது'' அரசு இல்லா நிலையிலிருந்து, அரசை ஒத்த நிறுவனங்கள் அதற்கு மேல் இறுதியாக அங்கபூரணமான அரசு உண்டாக்க நிலைக்கு வருவதென்பது மாறுகின்ற நிலைகளினூடாகவே வரும். இந்தப் படிப் படியான மாற்றம், அந்தச் சாதியத்தின் (Community) தனித்துவமான தேவைகளுக்கான பதில் குறிகளாகவே கிளம்பும். இது அச்சாதியத் தினருடைய சமூக உறவுகளின், அசைவியக்கங்களின் ஊடாகவே மேற்கிளம்பும். இந்த நடைமுறை செயல்நிலைப்படும்பொழுது அந்தக் குழுமம் படிநிலைப்பட்ட வளர்ச்சியைப் பெற்று நிறுவனமயப்பட்ட 'அரசு அமைப்பினை'த் தனக்கென ஈட்டிக் கொள்ளும். அத்தகைய ஒரு முயற்சி எந்த அளவுக்கு ஒரு அரசியல் வரலாற்று உசாவலாக அமைகிறதோ அதே அளவுக்குச் சமூகப் பொருளாதார அம்சங்கள் குறித்த தேடுதல்சார் கண்டறிகையாகவும் அமையும்.

தொழிற்பட்டு நின்ற உற்பத்தி முறைமை / முறைமைகள் யாவை என்பதையும் அவை (அ) அவற்றினால் தக்க வைக்கப் பெற்றவையும், அவற்றுக்குத் தளமாக அமைந்ததுமான சமூக உருவாக்கத்தை இனங்காணுவதே இம் முயற்சியின் பிரதான நோக்கமாகையால், கண்டிப்பு முறைப்பட்ட ஒரு சமூக அரசியற் பண்பு கொண்ட, ஓர் எண்ணக்கரு நிலைப்பட்ட கருவியைப் பயன்படுத்தலே சரியான முறையாகும். இத்தகைய முயற்சிக்கான கொள்கையாக்கக் கட்டமைவுகளைத் தருவதற்கு மானிடவியல், சமூகவியல், வரலாறு, அரசியல் ஆகியவற்றின் நல்லிணைவு வழிவகுத்துள்ளது.

மார்ட்டின் பிரைடு கூறியது போன்று *(1960, 1967)* அடுக்கமைவுகளின் வளர்ச்சி காரணமாக சமூகம் அரச அமைப்பை வந்தடைகிறது. வயது, பால், படிநிலை ஆகியவற்றின் அடிப்படையில் நிரப்பத்தக்க

மதிப்பு மிகுந்த பதவிகள், அத்தகைய சமஉரிமையுடைய சமூக அமைப்பு களில் தோன்றுவதற்கான நிலை இருந்திருத்தல் வேண்டும் என்ற ஒரு ஊகநிலையை அவர் முன்வைக்கிறார். பெரும்பாலும் இச்சமூகங்கள் அனைத்தும் வேட்டையாடுதல் மற்றும் உணவு சேகரித்தல் ஆகிய அடிப்படை நிலைகளைக் கொண்டவையாகவே இருக்கும். இச்சமூகங்கள் பெருமளவு உணவுச் சேமிப்புத் தருகின்ற குறிப்பிடத்தக்க அறுவடைக் காலங்கள் அற்றவையாகும். சமத்துவத் தன்மையுள்ள சமூகங்கள் ஒன்றுக்கொன்று உதவும் பொருளாதார அமைப்புகளாகவே செயல் பட்டன. சமவுரிமை கொண்டிருந்த இத்தகைய சமூகங்களில், வளங்கள் ஒரு குறிப்பிட்ட அளவேனும் மீள்வழங்குகை (redistribution) செய்யப்பட் டிருக்கும். அதன் எளிமை நிலையில் அம்மீள் வழங்குகை குடும்ப மட்டத்தினுள் நடந்திருத்தல் வேண்டும். விரிந்த நிலையில் விஸ்தரிக்கப்பட்ட குடும்பம் முழுமைக்கும் அம்மீள் வழங்குகை செய்யப்பட்டிருக்கலாம். அத்தகைய கருவிதை நிலையில் நடைபெறும் மீள் வழங்குகையில் அக்குடும்பத்திலுள்ள வயதால் மிக மூத்த பெண்மணியே ஜீவாதாரமான பாகத்தை வகிப்பாள்.

சமூகங்கள் அளவால் பெருகத் தொடங்கி வன்முறையான நிலை பேறுடைமையைப் பெறத் தொடங்கியதும் இம்மீள் வழங்குகைக்கான சமூகம் ஐதீக நிலைப்பட்ட ஒரு முன்னோரைக் கொண்டதாய் உறவு முறை நன்கு விஸ்தரிக்கப்பட்டு வரன்முறையான ஒருங்குபடு குழுமக் கூறுகளாய் (band) அமையும். வழிவழிப்பட்ட உரிமைப்பேறு உருவாகின்றபோது, குறிப்பிட்ட முன்னோருடனான குடிவழி நெருக்கம் முனைப்பு பெறுகிறது. இத்தகைய ஒரு நிலையால் வரிசைப்பாடு (ranking) உண்டாகிறது (எல்மர் எஸ். மில்லர் மற்றும் சார்லஸ், ஏ.வெயிட்ஸ் 1979).

அத்தகைய வகைமாதிரியான வரிசைசார் சமூகத்தில் சுரண்டலதி காரம் உள்ள பொருளியல் அதிகாரமும் இருக்காது; அது மாத்திர மல்லாது உண்மையான அரசியல் அதிகாரமும் இருக்காது. இத்தகைய அமைப்பில் நடுவண்நிலை பெறுபவர் முன்னர் குறிப்பிட்ட கருவிதை நிலையில் மீள்வழங்குகைக்குப் பொறுப்பாக உள்ளவரை ஒத்தவராகவே இருப்பர். இது ஆச்சரியப்படத்தக்க ஒன்றன்று. ஏனெனில், வகை மாதிரியான வரிசை நிலைச் சமூகத்தில் உறவுக் குழுமத்தின் விஸ்தரிப்பு என்பது அந்த உறவுக் குழுமத்தின் ஒரு இயல்பான விரிவேயாகும். அத்துடன், ஏற்கெனவே தெரியப்பட்டிருந்த உறவுமுறை உரிமை களினதும் கடப்பாடுகளினதும் விஸ்தரிப்பேயாகும். முன்னேறிய வேடுவச் சமூகத்திலோ, உணவைச் சேகரிக்கும் சமூகத்திலோ, அன்றேல் எளிமை நிலைப்பட்ட விவசாயச் சமூகத்திலோ மீள்வழங்குகை

முறைமையின் உயர் அச்சாணியாக இருப்பவர் எந்த அளவுக்கு அதனைக் கொண்டு நடத்துபவராக இருப்பாரோ அந்த அளவுக்கே அதனால் பாதிக்கப்படுபவராகவும் இருப்பார். அவருடைய பிரதான செயற்பாடு சேகரிப்பதே அல்லாமல் அடித்துப் பறிப்பதன்று; அவன் பணி, கிடைத்ததை மற்றையோருக்கு வழங்குவதே; தானே நுகர்வதன்று. ஆள்நிலைப்பட்ட திரட்டுதலுக்கும் விநியோகக் கட்டுப்பாட்டுக்கும் இடையே உள்ள முரண்பாட்டில் முன்னதே பாதிப்புறும். வேறு விதமாய் இருக்குமாயின், அவர் பதுக்கல் மற்றும் சுயநலவாதியாகக் குற்றம் சுமத்தப்படுவார். சமூகத்தில் அவருடைய தலைமைத் தகுதி தாழ்ந்துவிடும். அதன் காரணமாக, அந்த ஒருங்கிணைப்பே இடையூறுக் குள்ளாகி, அத்தகைய நிலைமை பொறுத்துக்கொள்ள இயலாததாகி விடும்.

அதன் பொருளாதார அரசியல் துறைகளில் சம உரிமை அம்சங்கள் வலுவுள்ளவையாகக் காணப்படுவதுண்டு. எனினும், அச்சமூகத்தில் தோன்றி வளரும் சிறப்புப் பாவிப்புகளும் வைபவநிலைச் செயற் பாடுகளும் அதனுள்ளே வேறுபாடுகளை வளர்க்கத் தொடங்கும். கட்டளை பிறப்பிக்கும் அதிகாரங்கள் அற்ற பிரதானிகளைப் பற்றியும், அச்சமூகத்திலேயே ஏழைகளாக உள்ளவர்கள் சிலரைக் கொண்டு ஆளும் வர்க்கத்தினரைப் பற்றியும் இலக்கியங்களில் நிறையக் குறிப்புக்கள் காணப்படுகின்றன; எனினும் மீள் வழங்குகை கடமையைச் செய்யும் நடுவண் பதவியினர் அப்பதவிக்கான சில அலங்காரச் சின்னங்களை உடையவர்களாகவே இருப்பர். இவர்கள் இருக்கைகளில் அமர்வர், பெரிய வீடுகளில் வசிப்பர், அயலவர்களால் கலந்தாலோசிக்கப்படுவர். அவர்களுடைய மீள் வழங்குகைப் பங்கேற்பு, தன்னிச்சையாகவே சமூகத்தின் சமய வாழ்விலும் அவர்களை முன்னிலைக்குக் கொண்டு வந்து விட்டுவிடுகிறது. மரபுவழிக் குலத்தலைவர் அல்லது இரத்த இனஉறவுத்தலைவர் என்ற காரணத்தாலும் அவர்களுக்கு அத்தலைமை யிடம் கிட்டிவிடுகிறது...

உள்ளார்ந்தோ அல்லது வெளிப்படையாகவோ பொருளாதாரத்தைச் சார்ந்தமையும் தகுதி வேறுபாடு, இராணுவத் தலைமைத் தகுதியோடு சேர்ந்து கொள்ளும் போது, வரிசை வேறுபாடுகள் நிலைபெற்று நிறுவனமயப்படுகின்றன. தகுதிப்பாடுடைய சமூக அமைப்புகளில் சமூகத் தகுதி என்பது தொடக்கத்தில் வைபவ முறைமை முக்கியத் துவம் உடையதாய்த் தோன்றிப் பின்னர் அதனை உடையோருக்குச் சமூகப் பயன் தருவதாக மாறுகிறது. சமூகத் தளப்பிரிநிலையில் ஏற்படும் இம்மாற்றம் எளிதாகத் திருத்தி அமைக்கக் கூடியதன்று. இத்தகைய தளப்பிரிநிலை அமைப்பில் சிலர் மற்றவர்களை விட

உயர்ந்த நிலை பெறுகின்றனர். சமூகத் தளப்பிரிநிலை அமைப்பில் நிலவும் உறவுமுறை காரணமாகச் சமூகத்தில் சிலர் அமைவுசார் முக்கியத்துவமுடைய வளங்களைத் தங்குதடையின்றிப் பெறுவதும், வேறு சிலர் அடிப்படையான அந்த மூல வளங்களை அடைவதற்குப் பல தடைகளைச் சந்திப்பதும் தவிர்க்க இயலாததாகிறது...

தளப்பிரிநிலை முறையின் இயக்கம் தலைகீழான பல மாறுதல்களை ஏற்படுத்திச் சமூகத்தை மேலும் மாறுதலுக்குட்படுத்தும். பண்பாட்டுக்குள் உட்படுகையாலும் (enculturation), அகநிலைப்பட்ட ஏற்பிணக்கத்தாலும் (sanctions), மற்றும் ஏளன இழிவுக்கு அஞ்சி முன்னர் இருந்த சமூகக் கட்டுப்பாட்டு ஒழுங்கு, இப்பொழுது வெளிப்படையாக அறிவிக்கப்படும். கொள்கைகள், அதனை நடைமுறைப்படுத்தி விதிமுறையாக உண்டாக்கப் பெற்ற காவல் அதிகாரத்தால் வழிநடத்தப்படும். இவ்வாறான அமைப்புகளின் தோற்றத்தாலும் மற்றும் கட்டுப்படுத்தும் அமைப்புகளின் தோற்றங் காரணமாகவும் இரத்த உறவுக்குழுத் தலைமையிலிருந்து, குறிப்பிட்ட ஆள்நிலைத் தலைமை படிப்படியாகத் தோன்றுகிறது. அரசோடு இணைந்த பல உள்இணைவான வடிவங்களும் தோன்றுகின்றன...

தள அமைவுப் பகுப்பினைச் செய்வதற்கான அடிப்படைக் காரணம் செல்வ வேறுபாடு அல்ல. அது மூலவளங்களுக்கான இரண்டு வகைப் பெறுவழிகளைப் பற்றியதாகும். இதில் ஒன்று சலுகை சார்ந்தது, தடுப்பு முறை அற்றது. மற்றது, தடுப்பு முறைகள் உள்ளது. அத்தடுப்பு முறைகள் வரி கொடுப்பன போன்ற பல்வேறு சிக்கற்பாடுடைய அம்சங்களைக் கொண்டன. இத்தகைய சூழல் நிலவுவது சுரண்டலுக்கு வழிவகுக்கும். இது மிக எளிய அடிமை வேலையாகவோ அல்லது உட்சிக்கல் கொண்ட தொழிற் பிரிவினையை வகுத்தளிக்கும் திருக்குமறுக்கான வர்க்க முறைமையாகவோ இருக்கும். தன் அமைவு வளர்ச்சிப்போக்கு, இரத்த உறவுடைய இனக்குழு பகுதியும் இணைந்து உருவாகும் புதிய சமூக அமைப்பைத் தோற்றுவிக்கிறது. இச்சமூகம் முழுமையாக இரத்த உறவற்ற இயங்கு முறையில் செயல்படுகின்றது. (பிரைடு, முந்துநூல்).

சில சாதியங்களில் (Communities) தள அடுக்கை நோக்கிய நகர்வானது, பொருளாதாரத் தளத்தில் நீர்ப்பாசனத்தோடும், தட்டட்டியோடும் கூடிய நகர்வோடு ஒருபோக்குடையதாக அமைந்து நிற்பதைக் காணமுடிகின்றது. நிரந்தரமற்ற செய்கை நிலம் என்பதிலிருந்து பல்லாண்டுகட்கு, பல தலைமுறைகட்கு நிரந்தரமாக வேளாண்மை செய்வதற்குரிய வயல்நிலம் என்ற நிலையை வந்தடைகிறது.

மூலவளக் குறைவோ மக்கட் தொகைப் பெருக்கமோ இல்லாத நிலையிலும் நீர்ப்பாய்ச்சல் வேளாண்மை காரணமாகச் சமூகத்தில் தளப்பிரிநிலைகள் தோன்றுதற்குரிய சாத்தியப்பாடு உள்ளது.

நீர்ப்பாய்ச்சல் வேளாண்மை முறைமை உள்ள இடங்களில் மானாவாரிப் பிரதேசங்களில் இருப்பதைவிட மக்கள் குடியிருப்பு நெருக்கமாய் இருக்கும். விரிவுபட்ட போர்நிலை இருப்பின் அது தற்காப்பு முறைமைகளுக்குக் குறிப்பிடத்தக்க மதிப்பளிக்கிறது. இத்தகைய ஒரு நிலையில்தான் இராணுவம் முக்கியமாகிறது. ஏனெனில், அது அதிகாரத்தினை மேல்வலுப்படுத்தும் தன்மை உடையது. அத்தகைய ஒரு நிலை தோன்றும்பொழுது, நாம் இக் கட்டுரையிற் பேசப்படும் விடய வட்டத்துக்கு வந்து விடுகிறோம்.

சமூகத் தளப்பிரிநிலையின் முதிர்வு காரணமாக இருவேறுபட்டதான வர்க்கப் பிரிநிலைகள் ஏற்படும். ஆளுவோர், ஆளப்படுவோர் என்பதே அப்பிரிவுகளாகும். இவ்வாறாகத்தானே அரசு பிறக்கின்றது.

இங்கே குறிப்பிடப்படுவதுபோல் அது சுலபமானதும் துரிதமானதும் அன்று. தளப்பிரிநிலை சமூக அமைப்பிலிருந்து அரசு அதிகாரம் தோன்றும்போது அது அதிகாரத்தாற் செயற்கட்டாயத்தை ஏற்படுத்தும். ஏனெனில், உழைப்பில் ஈடுபடாதவர்களுக்கும் உழைப்பாளிகளுக்கும் இடையே உற்பத்தியைச் சுரண்டும் உறவை நிலைநிறுத்த வேண்டிய தேவை அதற்கு உள்ளது (ஹிண்டல் மற்றும் ஹிர்ட்ஸ், 1975, ப. 34). இம்மாறுதல் நீண்டகால இடை வெளியில் நிகழ்வது. அரசுடமைக்கும் அரசின்மைக்கும் இடையே உள்ள எல்லைக் கோடு திடீரென்ற இயந்தரத்தனமாக ஏற்படுவது அன்று. ஆகவேதான், பல அறிஞர்கள் இவ்வெல்லைக்கோட்டை வரையறுப்பதில் பெரும் சிரமத்திற்கு ஆட்பட்டுள்ளனர்.

சமுதாய வளர்ச்சியில் பூர்வகால அரசு என்பது முற்றிலும் வேறுபட்ட அமைப்பாக, மிக நீண்டகால வளர்ச்சி நிலையின் அடிப்படையாகத் தோன்றுகிறது (கிளாசன் மற்றும் ஸ்கேல்னிக், 1978, ப. 25).

கிளாசன் மற்றும் ஸ்கேல்னிக்கும் 22 பூர்வகால அரசு நிகழ்வுகளைப் பரிசீலித்து அவற்றினடிப்படையில் பூர்வகால அரசுகள் குறித்து ஏழு உரைகற்களைத் தந்துள்ளனர்.

1. சமூக வகைப்பாடுகள், தளப்பிரிநிலைகள் மற்றும் சிறப்புத் தொழிற்பாடுகள் உருவாவதற்குப் போதிய அளவு மக்கட் தொகை இருத்தல்.

2. குறிப்பிட்ட இடத்தில் வாழுதல் அல்லது பிறத்தலை அடிப்படையாகக் கொண்டு குடியுரிமை வழங்கல்.

3. அரசு ஒருமுகமாக மையப்படுத்தப்படுகிறது. சட்டம் ஒழுங்கை நிலைநாட்டுவதற்குத் தேவையான அதிகார வலுவுடையதாய் இருத்தல். தேவைக்கேற்ப அச்சுறுத்தல் அல்லது அச்சுறுத்துவதற்குரிய வலுவைப் பெற்றிருத்தல்.

4. சட்டபூர்வமாக இல்லாவிடினும், நிஜநிலையில் அரசு சுய அதிகாரத்தோடு செயல்படுகின்றது. அது பிரிவினையைத் தடுப்பதற்குரிய ஆற்றல் உடையதாகவும், வெளியார் அச்சுறுத்தல் வருங்கால் அது தன்னைப் பாதுகாத்துக்கொள்ளும் திறனுடையதாகவும் திகழ்தல்.

5. உருவாகும் புதிய சமூக அமைப்பில் ஆள்வோர், ஆளப்படுவோர் பிரிவுபடுவதற்குத் தக்க போதுமான அளவு சமூகத் தளப்பிரிநிலைக்கு வேண்டிய அளவு மக்கள் தொகைப் பெருக்கம் இருத்தல். (பூர்வ கால அரசமைப்பில் வர்க்கப் போராட்டமோ அதற்கு அடிப்படையான வர்க்க மோதுகை எதிர்வுக் குண இயல்போ காணப்படாது.)

6. உற்பத்தியாக்கம் மிக உயர்நிலையில் இருப்பதால், அரசு நிறுவனத்தைப் பராமரிப்பதற்கான உபரி ஒழுங்காகக் கிடைக்கிறது.

7. ஆட்சித் தளநிலையில் இருப்பவர்களை நியாயப்படுத்தும் ஒரு பொதுக்கருத்துநிலை இருக்கும்.

எடுத்துக் கொள்ளப்பட்ட 21 தனி நிகழ்வுகளில், பூர்வகால அரசுகளின் தோற்றங்கள் மற்றும் அவற்றின் வளர்ச்சி யாவற்றையும் ஒழுங்குபடுத்திப் பார்க்கும்போது பெரும்படியான மூன்று வகைப்பட்ட நிலைகளைக் காணலாம்.

அ) தொடக்க நிலையில், அதாவது ஆட்சித் தொடக்கம் ஏற்பட்டுவிட்டாலும் அரசுக்கான உறுப்பமைவுகள் துல்லியமாகாத இந்நிலையில் உள்ள அமைப்பு இரத்த உறவு இனக்குழு அமைப்புக்குத் தலைமையிடமளித்தல். அரசியற்றுறையில் குடும்ப சமுதாயப் பிணைப்புகளுக்கு முன்னுரிமை வழங்கல். சிறப்புத் திறமை உடைய முழு நேரப் பணியாளர்களின் எண்ணிக்கை வரம்புக்குட்பட்டதாக இருத்தல். தற்காலிக வரிவிதிப்பு முறை, ஆளுவோர் ஆளப்படுவோர் நேரடித் தொடர்பினூடாகப் பரஸ்பரம் விட்டுக் கொடுத்துப் பரிமாறிக் கொள்ளத்தக்க சமூக வேறுபாடுகள்.

ஆ) வகை மாதிரியான பூர்வகால அரசில் இருப்பிட முக்கியத்துவம் முன்னர் நிலவிய இரத்த உறவு இனக் குழுவிற்குச் சமனான வலுவுடையதாகிறது. போட்டியும் மற்றும் அதன் வழி நியமனங்களும் முன்னர் நிலவி பாரம்பரிய அதிகார வலுப்பெற்ற ஓர் இடத்திற்குச் சமனான இடத்தைப் பெறுகின்றன. இத்தகைய சமூக அமைப்புகளில், இரத்த உறவற்ற அரசு அதிகாரிகளும் மற்றும் பதவித் தகுதி உடையவர்களும் அரசு நிர்வாகத்தில் முக்கியப் பங்கேற்பவர்களாக ஆகின்றனர். சமூகத் தளப்பிரிநிலைகளுக்கிடையே ஒருவருக்கொருவர் விட்டுக் கொடுத்தலும் மீள்வழங்குகையும் பெருவழக்காறாக நிலவுகின்றது.

இ) மாறுதலுக்குட்படும் வகை மாதிரியான அரசு நிர்வாக அமைப்பில் இரத்த உறவுநிலை நோக்கு மிகக் குறைந்த அளவு பாதிப்பு ஏற்படுத்த, அரசால் நியமனம் செய்யப்படும் அதிகாரிகள் பெருஞ்செல்வாக்குப் பெற்று விளங்குகின்றனர். சமூக அமைப்பில் தனிச்சொத்து உரிமைக்கான முன்னீடுகள் படிப்படியாகத் தோன்றுகின்றன. சந்தைப் பொருளாதார அமைப்புக் காரணமாக அதிகாரமுடைய வர்க்கச் செயற்பாடு வெளிப்படையாகத் தெரிகின்றது.

(கிளாசன் மற்றும் ஸ்கேல்னிக், 1978, பக். 586-590)

பூர்வகால அரசு என்பது ஒரு மாறுதலற்ற நிகழ்வு அன்று. அது சமூக ஊடாட்டத்தின் காரணமாக உருவாகும் மிகச் சிக்கலான வளர்ச்சி முறையை உடையதாகும். அக்கால அரசுகளில் இரு வகைகள் இருந்தன: **1.** தொன்னலம் மிக்கது, **2.** துணைமை அரசு. முன்னது, குறிப்பிட்ட அச்சமூகத்தினது அகநிலைப்பட்ட பொருளாதார அழுத்தங்கள் மற்றும் அதன் செயற்பாடுகள் காரணமாக மேற்கிளம்புவது. பின்னது, இன்னொன்றுடன் ஒத்ததானதாகவும், முன்னுதாரணத்தின் செல்வாக்கால் வளர்ச்சி பெற்று அமைவதாகவும் அல்லது அதே தன்மையில் அமைந்த கட்டமைப்பின் செல்வாக்கால் நிலைநிற்பதாகவும் அமையும் (இதுவும் பிரைடு, *1960*, ப. *729*).

3

இத்தகைய கட்டுக்கோப்பு முறையொன்றை மனதிலிருத்திக் கொண்டு, தமிழ்ச்சான்றுகளை நோக்கி, முதலாவதாக அவற்றை வகைப்படுத்த வேண்டும். பின் அவற்றினூடாகக் காணப்படும் அதிகாரத்தியல்புகளின் பண்புகளை விரித்துரைக்க வேண்டும்.

இம்முயற்சியானது, முதலில் தமிழ்நாட்டின் வரலாற்றில் தொழிற்பட்ட சிறப்பு அம்சங்கள் யாவை என்று கண்டு, அவற்றினூடே இவ்வளர்ச்சி எவ்வாறு நடந்தேறியது என்பதை அறிவதாகவும், அதற்கு மேல் இந்த வளர்ச்சியானது உலகப் பொதுவான அரசு உருவாக்க வளர்ச்சியோடு எவ்வாறு ஒத்து நிற்கின்றது என்பதனை அறிவதற்கும் உதவும்.

பூர்வகாலத் தமிழ்நாடு என்பது சங்ககாலத்தைக் குறிப்பதாகும் (கி.மு. 200 முதல் கி.பி. 250 வரை உள்ள காலம்). இலக்கியங்களின் கால வரன்முறை பழந்தமிழ்ச் சமூகத்தில் நாடகம் (1981) என்னும் எனது ஏற்கெனவே வெளிவந்த ஆய்வின் அடிப்படையில் இது தரப்பட்டுள்ளது. அவ்வாய்வில் மூன்றாம் அத்தியாயத்தில் மொழியியல் ஆய்வின் அடிப்படையிலும் மற்றும் பொதுவான சமூக, இலக்கிய வளர்ச்சியினடிப்படையிலும், பல்லவர் காலத்திற்கு முற்பட்ட இலக்கிய வளர்ச்சியை அவற்றிடையே காணப்படும் ஒத்த தன்மைகளின் அடிப்படையில் பின்வருமாறு வகைப்படுத்தலாம்:

1. எட்டுத்தொகையும் பத்துப்பாட்டும் (இவற்றுள் கலித்தொகை, பரிபாடல் மற்றும் திருமுருகாற்றுப்படை நீங்கலாக (ஏறத்தாழ கி.மு. 200 முதல் கி.பி. 250-300 வரை).

2. தொல்காப்பியம் (குறிப்பாகப் பொருளதிகாரம்), திருக்குறள், கலித்தொகை, பரிபாடல் மற்றும் திருமுருகாற்றுப்படை (ஏறத்தாழ கி.பி. 300 - 450 வரை)

3. சிலப்பதிகாரம் (ஏறத்தாழ கி.பி. 436- 560 / 590 வரை.)

4

சங்கத் தொகுப்புகளில் உள்ள அரசு உருவாக்க மூலங்கள் தொகுக்கப்பட்டுப் பட்டியலிடப்பட்டு ஆராயப்படவில்லையாதலால் நாம் திருக்குறளில் தொடங்கிப் பின்நோக்கிச் சென்று சங்க காலத்தைப் பார்க்கலாம் என்று கருதுகின்றேன். அரசின் இன்றியமையாத் தன்மை களாக வள்ளுவர் கூறுவனவற்றைச் சரடாகும் வழிகாட்டியாகவும் எடுத்துக் கொண்டு நிறுவனங்கள் மற்றும் அரசியல் உறவுகள் குறித்து ஆராய இயலும் என்று கருதுகின்றேன்.

திருக்குறள் அத்தகைய வழிகாட்டியாகக் கொள்வதற்கு நம்பகத் தன்மை மிக்கது என்பதில் கருத்து வேறுபாடு இருக்க இயலாது. நாம் மேற்கொள்ளும் ஆய்விற்கு ஏற்றவாறு இலக்கியச் சான்றுகளின் இயல்பு எடுத்துக்காட்டப்பெறும். சங்க இலக்கியத் தொகுதி என்பது ஏதோ குறிப்பிட்ட ஆணைக்கியையத் தொகுக்கப்பட்டது என்பதை நாம்

மறந்து விடக் கூடாது. வீரம் மிக்க மன்னர்களின் படையெடுப்புகள் பற்றிய தேர்வு செய்யப்பெற்ற தொகுப்புதான் அது என்பதை நாம் மனதிலிருத்திக் கொள்ள வேண்டும். அகப்பாடல்களில் கூட அகத்திற்குப் புறம்பான புறச்செய்திகள் மிகுதியாகக் கூறப்பட்டுள்ளன (கைலாசபதி 1968). அச்சமூகம் குறித்து நாம் முழுமையாக அறிந்து கொள்ளும் வகையில் சமயம், தொன்மம் குறித்து விரிவாக எதுவும் கூறப்பட வில்லை. இத்தொகுதி முழுவதும் ஊடுருவி நிற்கும் புரவலர்- புலவர் உறவுநிலையை நாம் கவனிக்கத் தவறிவிடக் கூடாது. இக்குறைபாடு களையும் கடந்து இப்பாடல்கள் எவ்வாறு வரலாற்று ஆய்வுக்கான சிறந்த மூலங்களாகத் திகழ்ந்து வருகின்றன என்பதே இங்கு நாம் கருத்திற் கொள்ள வேண்டியதாகும்.

திருக்குறளைப் பொறுத்த அளவில் அது அறங்களைக் கூறும் அறநெறிப்பட்ட ஒழுக்க நூல் என்பதை நாம் மறந்து விடக்கூடாது. அது அர்த்தசாஸ்திரம் மற்றும் அதைப் போன்றதாகப் பேரரசுகளோடோ நிர்வாகிகளோடோ இருந்த உறவின் அடிப்படையில் வந்த ஒரு வார்ப்படம் அன்று. அன்றைய சூழ்நிலையில் எழுந்த சவால்களுக்கு அறநெறி நின்று அரசியல் நடத்த வழிவகை கூறிய ஒரு நூல் திருக்குறள் எனலாம்.

வட இந்திய எழுத்தாளர்களிடமிருந்து பெரிதும் வேறுபட்டு நிற்பது வள்ளுவர் கூறும் அரசு நெறி என்பது அறிஞர்கள் பலரால் தெளிவாக எடுத்துரைக்கப்பட்டுள்ளது. வள்ளுவர் தமது அறநெறி சார்ந்த ஒழுக்கப் பார்வைவழி மனிதனைக் குடும்பத்தின் ஒரு உறுப்பினனாகவும், அரசின் ஒரு அங்கமாகவும் காண்கிறார். வள்ளுவர் முடியாட்சி குறித்தும் அவ்வரசாட்சி தன்னதிகாரத்தை நிலைநிறுத்துவது குறித்தும் ஆராய்கிறார் (தெ. பொ.மீ 1981; திருக்குறள் குறித்த சொர்ணாம்பாள் அறக்கட்டளைச் சொற்பொழிவுகள், சென்னைப் பல்கலைக்கழகம், பகுதி 1, 1971).

கௌடில்யரிடமிருந்து வள்ளுவரைக் குறிப்பிடத்தக்க அளவு வேறுபடுத்துவது தமிழ் அரசியல் குறித்த மிக முக்கியமான விடய மாகும். அர்த்தசாஸ்திரம் சுவாமினை (அரசனை) அரசைத் தாங்கி நிற்கும் தூண்களில் ஒன்றாகக் குறிப்பிடுவதோடு, அரசை வலிமை மிக்க நிறுவனமாகக் கூறுகின்றது. குறள் அரசனை அரசமைப்பின் இயங்கு மையப் புள்ளியாகவும், படை, குடி, கூழ், அமைச்சு, நட்பு, அரண் ஆகியவற்றை அவனோடு தொடர்புடையனவாகவும் குறிப்பிடுகிறது. வள்ளுவர்; இவ்வாறும் உடையவன் அரசருள் ஏறு என்று கூறுகின்றார். இவ்வாறும் முழுமையாக அமையாத அரசர்களும் இருந்திருப்பர் என்பதை நாம் காணத் தவறிவிடுதல் கூடாது.

அடிப்படையில் வள்ளுவருடைய அரசு என்பது அமைப்பாக உருவான ஒரு நிறுவனமன்று. மாறாக, ஆட்சியாளன் என்னும் தனிமனிதனில் நிலைபெற்றிருக்கும் ஒன்றாகும். வள்ளுவருக்கு முற்பட்டும் பிற்பட்டும் ஏற்பட்ட தமிழ் அரசமைப்பு குறித்த புரிதலுக்கு இது மிகவும் வேண்டப்படுவதாகும்.

அர்த்தசாஸ்திரம் மற்றும் அதுபோன்ற சமஸ்கிருத நூல்களில் கூறப்பட்டுள்ள செய்திகளோடு வள்ளுவருடைய அரசு குறித்த ஆறு கூறுபாடுகளையும் இணைத்துப் பார்க்கும் முயற்சி மேற்கொள்ளப் பட்டுள்ளது.

1. படை   தண்ட (படை)   (6)
2. குடி   ஜனபத (நாடு)   (3)
3. கூழ்   கோஸ (செல்வம்)   (5)
4. அமைச்சு   அமாத்ய (அமைச்சர்கள்)   (2)
5. நட்பு   மித்ர (நட்புறவு கொண்டவர்கள்) (7)
6. அரண்   துர்க்கா (கோட்டை)   (4)

(வரிசை முறை வேறுபடுகிறது. இடது ஓரத்தில் தந்துள்ள வரிசை முறையை வள்ளுவர் மேற்கொள்கிறார். வலது ஓரத்தில் தந்துள்ள வரிசை முறையை அர்த்தசாஸ்திரத்தில் காண்கிறோம். அடைப்புக் குறிக்குள் மாறி வரும் வரிசை முறை தரப்பட்டுள்ளது. இவற்றை யெல்லாம் உடையவரான 'சுவாமின்' வரிசையில் முதலிடம் பெறுகிறார். வடமொழியில் இந்த ஏழும் (சப்தாங்கங்களும்) ராஜ்யத்தின் அங்கங் களாகக் கொள்ளப்படும்.)

இச்சமமாக்கலில் ஜனபத மற்றும் கோஸ ஆகிய இரு உறுப்புகள் குறித்து உயிர்நிலையான வேறுபாடு உள்ளது.

'குடி' என்னும் தமிழ் சொல் நாட்டைக் குறிக்க நிற்கிறது என்று கொள்ள இயலாது. சங்க காலத்திலேயே குடி என்னும் சொல் குறித்த மாறுபட்ட பொருள்களை ஒதுக்கி வைத்துவிட்டுப் பார்த்தால்கூட, இந்நிறுவனம் குறித்துக் குறள் கூறுவதிலிருந்தே (96 குடிமை - குடியுரிமையுடையவனாக இருத்தல்; 103 குடி செயல்வகை - நல்ல குடிமையாக இருப்பது எப்படி?) குலக்குழு முறைமை அல்லது விரிவுற்ற குடும்ப முறைமையை இது குறித்து நிற்கிறது என்பதை அறிய முடிகிறது. குடி மற்றும் குடும்பம் (குடும்பத்துக்கான இன்றைய பெயர்) ஒரு பொருட் பன்மொழியாகவே கருதப்படுகின்றன. குடிமை அதிகாரத்தில் வள்ளுவர் நல்ல குடியில் பிறத்தல் குறித்துப்

பேசுகின்றார். குறள் 956 இல் குடி, குலம் (பிற்காலத்தில் சாதியைக் குறிக்க நின்ற தொடர்) ஆகிய இரு சொற்களையும் சமமாகவே பயன்படுத்துகின்றார். குலக்குழு அல்லது பரந்துபட்ட குடும்ப அமைப்புகளையே அரசமைப்பிற்கான சமூக அலகாக வள்ளுவர் காண்கிறார். இங்கு எழும் நெருக்கடியான வினா, அரசு என்பது ஒரு குடியை மட்டும் கொண்டதா என்பதுதான். இல்லை, நிச்சயமாக இல்லை. ஒவ்வொரு குடியும் தன் அடையாளத்தைப் பேண வேண்டும் என்று வாதிடுவார்.

அதுபோன்றே 'கூழ்' என்ற செல்வம் (கோஸ) குறித்தும் சீரிய நோக்குடையவராயிருக்கிறார். சங்க இலக்கியத்தில் பெரும்பாணாற்றுப் படை 175, 327, பட்டினப்பாலை 163, நற்றிணை 367, குறுந்தொகை 221, பதிற்றுப்பத்து 90, அகநானூறு 21, 113, 194, புறநானூறு 70, 122, 160, 185, 320, 369, 399 ஆகிய இடங்களில் கூழ் என்னும் சொல் உணவைக் குறிக்க வந்துள்ளது. தெளிவாகக் கூறுவதானால், ஒரு தனிப்பட்ட வகையான கஞ்சியை அது குறிக்கிறது. எல்லோருக்குமுரிய அடிப்படையான உணவை அது குறிக்கிறது. உணவைக் குறிக்கும் வகையிலும் இச்சொல் திருக்குறளில் பயன்படுத்தப்பட்டுள்ளது (எடுத்துக்காட்டு 64, 754). ஒரே ஓரிடத்தில் மட்டும் பயிரிடப்பட்ட தாவரத்தைக் குறிக்கப் பயன்படுத்தப் பட்டுள்ளது (550). சங்க இலக்கியத்தில் அச்சொல் பயன்படுத்தப் பட்டுள்ள முறையை நோக்கும்பொழுது அது வாழ்வுக்கான குறைந்த பட்சத் தேவையைக் குறிப்பதாகக் கொள்ளலாமேயன்றிச் செல்வத்தைக் குறிப்பதாகக் கொள்ள இயலாது. உணவுடன் கூடிய வீடுகள் பற்றி சங்க இலக்கியங்களில் குறிப்புகள் வருகின்றன (நற்றிணை 367; பதிற்றுப்பத்து 90). குறைந்தபட்ச உணவுத் தேவையைக் குறிக்கும் கூழ் என்னும் சொல்லைச் செல்வத்துடன் பொருத்தி நோக்குவது ஏற்புடையதாகாது. இவ்விடத்தில் நாம் கருத்திற் கொள்ளத்தக்கது யாதெனில், அன்று நிலவிய வரலாற்று யதார்த்தத்தில் வள்ளுவரைப் பொறுத்த அளவில் அரசனுக்குக் கீழ் அமைந்த மக்களுக்குரிய குறைந்த பட்ச உணவுத் தேவையை நிறைவு செய்வது குறித்தே எண்ணிப் பார்க்க முடிந்தது. கூழ் என்னும் சொல்லை கோஸ (செல்வம்) என்னும் சொல்லுக்கு இணையாகக் கொள்வது வரலாற்றுச் சூழலுக்கு முற்றிலும் இயையாத ஒன்றாகும்.

குடி-நாடு என்ற சொல்லை அடையாளப்படுத்த வள்ளுவர் தனி அதிகாரம் ஒன்று அமைத்துள்ளார். நாடு என்பது 'தள்ளா விளையுளும் தக்காரும் தாழ்விலாச் செல்வரும் சேர்வது' நாடு என்று கூறுகின்றார் (731). வளர்ச்சியடைந்த நீர்ப்பாசன வசதியுள்ள நிலப்பகுதியை இவ்விளக்கம் சுட்டி நிற்பதால், இனக்குழுச் சமூகங்கள் அரசின்

எல்லைக்குள் சேர்க்கப்படவில்லை என்றுதான் அறிகிறோம் (சிவத்தம்பி 1981). இதனை 735ஆவது குறள் வெளிப்படையாக உணர்த்துகிறது.

பல்குழுவும் பாழ்செய்யும் உட்பகையும் வேந்தலைக்கும் கொல்குறும்பும் இல்லது நாடு.

ஒன்றுக்கொன்று மாற்றீடாகக் கொள்ளத்தக்க வகையில் ஒரு பொருள் குறித்த பல சொற்களாக வேந்தர் (382, 389, 390), அரசர் (381), அரசு (384, 385), மன்னன் (386), மன்னவன் (388) மற்றும் இறை (388) என்ற சொற்களை வள்ளுவர் பயன்படுத்துவதைக் காணத் தவறிவிடக் கூடாது. இச் சொற்களுக்கிடையே அவர் வேறுபாடு காட்டவில்லை. அரசியல் அதிகாரத்தைக் குறிக்கும் இச்சொற்களுக்கிடையே வள்ளுவர் காலத்தில் தனித்த வேறுபாடுகள் எதுவும் இருக்கவில்லை என்பதை நாம் மனதிலிருத்த வேண்டும்.

வள்ளுவர் கால அரசின் குறிப்பிடத்தக்க கூறுபாடு யாதெனில், முடியரசின் முழுப்பங்களிப்பும் அரசன் என்னும் தனிமனிதனைச் சார்ந்தே இருந்ததுதான். சமஸ்கிருத நூல்களில் கூறப்பட்டிருந்த கருத்துக் களை நன்கு தெரிந்திருக்க வள்ளுவர், தமிழ்நாட்டுச் சூழமைவில் அரசனுக்கு இருந்த ஆளுமை நிலைப்பட்ட முக்கியத்துவத்தை உணர்ந் திருந்ததன் காரணமாகவே அவனை ஆள் நிலையாக மையப்படுத்தி இருத்தல் வேண்டும். இவ்விடத்தில் நாம் அவையறிதல் (722) மற்றும் அவையஞ்சாமை (73) குறித்துக் கூறுவதைப் புறக்கணித்து விடலாகாது. அரசவையிலிருந்த கல்வியறிவுடைய, வயது மூப்புடைய கூட்டத் தாரையே அவை (கூட்டம், கூடுதல்) என்று குறிப்பிடுகிறது. அது நாள்மகிழிருக்கை, நாளவை என்ற மரபின் வழிவந்த தொடர்ச்சியாக இருத்தல் வேண்டும்.

வள்ளுவர் முன்னிறுத்தும் அரசு தனிநபர் சார்ந்ததாய் விளங்கியதே யன்றி நிறுவனமயப்பட்டதாய் இருக்கவில்லை என்பது மிகத் தெளிவானது. கௌடில்யர் கூறும் விரிவான நிர்வாக இயந்திரத்தைக் கொண்ட ராஜ்யத்துக்குரிய இயல்புகள் வள்ளுவர் கூறும் அமைச்சில் இல்லை என்பதை நாம் காணத் தவறுதல் கூடாது. எத்தகைய இயல்புடையவர் அதிகாரியாக இருக்க வேண்டும் என்பதற்குத் தரப்படுகிற அழுத்தம் (அதிகாரங்கள் 65, 66, 67, 68, 69, 70 மற்றும் 71) நிறுவனமயப்பட்ட ஆட்சியின் இயல்புகள் குறித்துத் தரப்படவில்லை.

வள்ளுவர் வாழ்ந்த காலத்தை நாம் மனதிலிருத்திக் கொண்டு சிந்திப்போமானால் (ஏறத்தாழ கி. பி. 300 - 350 - 400 - 450) இவ் வகைப்பட்ட அமைப்பே, அக்காலச் சவால்களுக்குச் சரியான தீர்வாக

இருக்க முடியும் என்ற முடிவுக்கு வந்திருப்பார் என்பதை அறிய முடியும் (சங்கத்தையடுத்த காலம், களப்பிரர்கட்கு முற்பட்ட காலம்).

5

சங்க இலக்கியத் தொகுதியில் உள்ள சான்றுகளை ஆராயப் புகுந்தோமானால், அங்கு முக்கியமாக இரு வகைப்பட்ட சான்றுகளைக் காண இயலும். திணை மரபோடு பொருத்திப் பார்க்கப்படும் இராணுவ நடவடிக்கை ஒன்று. அரசியல் அதிகாரத்தில் இருப்போரைக் குறிக்கப் பயன்படுத்தப்படும் தொடர் மற்றொன்று.

சங்க இலக்கியம் குறிப்பிடும் திணை மரபு என்பது தமிழகத்தின் புவியியற் பிரதேசங்களின் அல்லது பூப்பௌதிகப் பிரதேசங்களின் அடிப்படையில் ஆண்-பெண் பாலார் இடையே நிலவிய காதல் உறவின் வெவ்வேறு நிலைகளை முக்கியப்படுத்திக் கூறுகின்றது. இது அகம் எனப்பட்டது. இப்பௌதிக அடிப்படையில் புறம் என்னும் நடவடிக்கையும் பேசப்பட்டது. வீரனொருவன் தன் வீரத்தை வெளிக் காட்ட மேற்கொள்ளும் ஒரு குறிப்பிட்ட போர் நடவடிக்கையோடு அது தொடர்புபடுத்துகிறது. இலக்கியத்திற்கு அமைந்த திணை மரபிற்குக் குறிப்பிட்ட நிலப்பகுதி, அங்கு வாழும் தலைவர் / தலைவியர் தேவைப்படுவர்.

கவிஞர்கள் தங்கள் பாடல்களுக்குரிய பாடுபொருளாக இந்நடவடிக்கைகளையே கொண்டனர்.

(அ) காதற் செயற்பாடு

நிலம்	மலர்	நடத்தை
மலை	குறிஞ்சி	புணர்தலும் புணர்தல் நிமித்தமும்
மேய்ச்சல் நிலம் மற்றும் சமவெளி	முல்லை	(வெளியே சென்றிருக்கும் கணவர் வருகையை எதிர்நோக்கி மனைவி ஆற்றி) இருத்தலும் இருத்தல் நிமித்தமும்
ஆற்றுப்படுகை, வேளாண் பகுதி	மருதம்	(பரத்தையிற் பிரிவு காரணமாக மனைவி) ஊடலும் ஊடல் நிமித்தமும்

கடற்கரையை ஒட்டிய மணல்வெளி	நெய்தல்	இரங்கலும் இரங்கல் நிமித்தமும் (இரங்கல் என்னும் உணர்வு நிலைக்கான காரணம் துல்லியதாக்கப்பட்டுள்ளதாகக் கூறமுடியாமல் உள்ளது)
பயிரிடப்படாத வறண்டநிலம் (களர்நிலம்)	பாலை	உடன்போக்கும் அது காரணமாகக் குடும்பத் தாரிடமிருந்து பிரிதலும் அவற்றுக்கான நிமித்தங்களும்

(ஆ) போர்ச் செயற்பாடு

நிலம்	மலர்	செயற்பாடு
மலை	வெட்சி	ஆநிரை கவர்தலும் ஆநிரை மீட்டலும் ; சிலவேளைகளில் ஆநிரை காத்தல் தனித்து எடுத்துக் கொள்ளப்பட்டு அது கரந்தைப் பூவால் சுட்டப் பெறும்.
மேய்ச்சல் நிலம் / புல்வெளி (காடு)	வஞ்சி	குடியிருப்புகளைத் தாக்குதலும் அழிவுக்குள்ளாகாது அதனைப் பாதுகாத்தலும்
பயிர் செய்கை அல்லது வேளாண் நிலப்பகுதி	உழிஞை	அரணைக் காத்தலும், பகைவரைத் துரத்தி அரணைத் தாக்கித் தகர்த்தலும்; அரணைக் காப்போரின் முயற்சி தனித்து எடுத்துக் கொள்ளப்பட்டு அது நொச்சிப் பூவால் சுட்டப் பெறும்
கடற்கரையை ஒட்டியுள்ள மணல்வெளி	தும்பை	இறுதிவரைப் போரிடல்
வறண்ட நிலப்பகுதி	வாகை	வெற்றிபெறுதல்

ஒவ்வொரு நிலப்பகுதிக்கும் உரியதாகக் கூறப்பட்டுள்ள போர் நடவடிக்கை வகைப்பாடு அவ்வப்பகுதியில் வாழும் மக்களுடைய சமூகப் பொருளாதாரச் சூழலோடு பொருந்தி நிற்பதைக் காணலாம். மலை, சமவெளி, வேளாண் நிலப்பகுதி ஆகியவற்றின் குறைந்தபட்சத் தேவைகளை அது காட்டிவிடுகிறது எனலாம்.

சமகாலச் சமூகத்திலும், ஒவ்வொரு பூகோள நிலப் பகுதியும் தத்தமக்கே உரிய வகையில் சமூக மற்றும் பால் உறவுகளைக் கொண்டிருக்குமென்பது யதார்த்தம் என்பது முன்னரே காட்டப் பெற்றுவிட்டது. நிலப்பகுதிகட்கிடையே நிலவும் சமச்சீரற்ற வளர்ச்சி நிலையே அவற்றிடையே வெவ்வேறு வகைப்பட்ட வாழ்க்கைப் பாங்கு நிலவுவதற்கான காரணம் எனலாம்.

மனிதக் குடியிருப்புகளின் வளர்ச்சி முற்றிலுமாகச் சுற்றுச்சூழல் அம்சங்களைச் சார்ந்தமைகிறது என்பதைத் திணை மரபு நமக்கு உணர்த்துகிறது. ஒவ்வொரு நிலப்பகுதியும் தத்தமது வளர்ச்சி நிலைக்கு ஏற்ப, சமூக நிறுவனங்களையும் நிர்வாக வடிவங்களையும் தோற்று வித்து அவ்வவற்றின் தேவை மற்றும் இயல்புக்குரிய வகையில் அவற்றைத் தன் சமூக கட்டுப்பாட்டுக்குள் வைத்துக் கொள்வது மிக இயல்பாகத் திகழக் கூடியதே. வேளாண்மை நடைபெறும் பகுதிகளில் தான் உயர்ந்தபட்ச வளர்ச்சிக்கு வாய்ப்பு உண்டு. நீர்ப்பாசன வசதி காரணமாகப் பலதரப்பட்ட அறுவடைகள் சாத்தியமாகின்றன. மேய்ச்சல் புல்வெளி அல்லது சமவெளிகளில் விளைச்சலை அதிகரிக்கச் செய்ய வாய்ப்பு உண்டு. இவ்விரு நிலப்பகுதிகளிலும்தான் சிக்கலான சமூக அமைப்புகள் உருவாவதற்குரிய வாய்ப்புகள் உருவாகின்றன. அதன் காரணமாக அரசியல்ரீதியான மேலாண்மைத் தேவைகள் அதிகரிக்கின்றன. பொருளாதார ஆதாரங்களின் மிகுதியான வளத்தினால் அவற்றை வரையறை செய்ய வேண்டிய அவசியம் முல்லையிலும் மருதத்திலுமே மிகச் சிறந்த நிலையில் காணப்படும். முல்லைப் பொருளாதாரம் குடியிருப்புகளைச் சார்ந்ததாயும், மருதப் பொருளாதாரம் அரண் சூழ்ந்த அமைப்புகளைச் சார்ந்ததாயும் அமையும். மருதத்தில் அரசியல் அமைப்பு மேலும் வளர்ச்சியடைவதற்கு வாய்ப்புப் பெற்றிருத்தலை உணர்த்துகின்றது. குறிஞ்சியில் (மலைப்பகுதியில்) உற்பத்திச் சக்திகள் வளர்ச்சியடையாது தேக்கமுற்றிருப்பதனால் அப்பகுதியில் தேக்கமுற்ற நிலையே காணப்படும்.

இவ்வாறாகத் திணைக் கோட்பாடு ஒவ்வொரு நிலப் பகுதி யினூடாகவும் ஏற்பட்ட சமூக அரசியற் பொருளாதார வளர்ச்சி நிலையின் வகைப்பாட்டைக் காட்டி நிற்கிறது என்று கூறலாம். கிழான் / கிழார்

என்ற ஈற்றுப் பெயர்களுடன் வரும் பிரதானிகள் பற்றிய குறிப்புக்களை நோக்கும்பொழுது அவர்கள் பெரும்பாலும் 'மன்னன்', 'அரசன்' போன்ற ஆட்சியாளருடன் தொடர்புடையவர்களாய் இருப்பதையும் இவர்கள் ஆள்புலம் பெரும்பாலும் குறிஞ்சி, முல்லை ஆகிய வளர்ச்சி யடையாப் பிரதேசங்களாய் இருப்பதையும் அவதானிக்கலாம் (சிவத்தம்பி 1966). நாம் ஏற்கெனவே அறிந்துள்ளது போல, சங்க இலக்கியங்கள் தோன்றுகின்ற காலப்பகுதியிலேயே அத்தகைய அரசியலமைப்புகள் ஒன்றிற்கொன்று அருகமைந்து இருந்தன.

6

சங்க இலக்கியத்தில் அரசியல் அதிகாரத்தைக் குறிக்க வழங்கிய தொடர்களை நாம் அடுத்தபடியாக எடுத்துக் கொள்வோம். மிக முக்கியமான தொடர்களாக இறை, கோ, கிழவன் (மாறுபட்ட வடிவம் கிழான்), மன்னன் (மாறுபட்ட வடிவம் மன்னவன்), வேந்து மற்றும் வேந்தன், அரசு மற்றும் அரசன், குருசில் (குரிசில் என்றும் குறிக்கப் பெறும்) மற்றும் கொற்றம் ஆகியன வருகின்றன. இத் தொடர்களைப் பயன்படுத்துவதில் சங்க இலக்கியங்களில் உறுதியற்ற தன்மை காணப்படுகிறது என்பதை நாம் முதலில் மனதிலிருத்திக் கொள்ள வேண்டும். ஒரே அரசியல் அதிகாரத்தைக் குறித்திட ஒன்றுக்கு மேற்பட்ட தொடர்கள் சங்க இலக்கியத்தில் பயன்படுத்தப்படுவதை நாம் காண முடிகிறது. இருந்தபோதிலும், தொடர் பயன்படுத்தலில் காணப்படும் இந்நெகிழ்ச்சி அரசியல் அதிகாரத்தில் உயர் படிகளை நோக்கிச் செல்வோரிடத்து மட்டுமே காணப்படுகிறது. அரசியல் அதிகார ஏணியின் உயர்படிகளில் இருப்பவரைக் குறிக்கப் பயன் படுத்தும் தொடர் தவிர்த்த வேறு தொடர்களையே, அரசியல் அதிகார ஏணியின் தாழ்படிகளில் இருப்பவரைக் குறிக்கப் பயன்படுத்துவதையும் நாம் காண்கிறோம். எடுத்துக்காட்டாக கோ, இறை எனவும் மன்னன் அழைக்கப்படுவான். ஆனால், அவன் ஒருபோதும் அரசன் அல்லது வேந்தன் என்ற குறிப்பிடப்பட மாட்டான். மாறாக இறை, கோ, மன்னன் என்ற அரசியல் அதிகாரத்தைக் குறிக்கும் எச்சொல்லாலும் அரசன் சுட்டப்படுவான்.

இத்தொடர்கள் குறித்த விரிவான ஆய்வுகட்குச் செல்லும் முன்னர், தமிழ்ச்சூழலில் அதிகார வெளிப்பாடு குறித்த 'தகுதிப்பாடு' மற்றும் 'தளப்பிரிநிலை' எவ்வாறு இருந்தது என்பதை நாம் அறிந்து கொள்ள வேண்டும். தளப்பிரி நிலைகள் வளர்ச்சியடைந்த நிலையில்தான் தோன்ற முடியுமாதலின், அத்தகைய சமூக அலகுகளை அடையாளங் கண்டு கொள்வது சிரமமாக இருக்காது என்றே கருதுகின்றேன். 'தகுதி'

என்னும் கருத்தாக்கம் சங்க இலக்கியங்களில் எவ்வாறு வெளிப் படுத்தப்படுகின்றது?

சங்க இலக்கியத்தில் பயின்றுவரும் 'வரிசை* என்னும் தொடர் வரிசையாக வருவதைக் குறிக்கிறது. இத்தொடர் இப்பொருளில் பின்வரும் மூலபாடங்களில் அமைந்துள்ளது. சிறுபாணாற்றுப்படை 217, கலித்தொகை 85, புறநானூறு 6, 47, 53, 121,140, 184, 200, 206, 331, 398 ஆகிய இடங்களில் அது தகுதியை உணர்த்தி நிற்கிறது. சங்கப் பாடல்கள் பெரும்பாலும் பாணர் வழிவந்தவை. ஆளுவோரிடமிருந்து பரிசு பெற்ற பாணர்கள், பரிசு தொடர்பாக இத்தொடரைப் பயன்படுத்து கின்றனர். பாணர்தம் வரிசைக்கேற்பப் பரிசு வழங்கப்பட்டதை இக்குறிப்புகள் உணர்த்துகின்றன. பெரும்பான்மையான குறிப்புகள் பாணர்கள் வரிசைக்கேற்பப் பரிசு பெற்றதையே உணர்த்தி நிற்கின்றன. இது பாணர்களின் சமூகத் தகுதியையே தெளிவாகக் குறித்து நிற்கிறது. இது, சங்கச் சமூகம், அரசின் பயன்பாட்டிற்குரிய வகையில் தம்மிடையே இருந்த சமூக உயர்நிலையை வரையறுத்து முறைப்படுத்தி இருந்தது என்பதைக் காட்டுகிறது.

அரசியல் அதிகாரத்தைக் குறிக்கும் தொடர்களுள் கோ / கோன் என்ற தொடரை முதலாவதாக எடுத்துக் கொள்வோம். ஏனெனில், அத்தொடரே தமிழ்நாட்டில் அரசதிகாரத்தின் தொடக்கத்தைக் குறிக்கும் தொடர் என்று சீனிவாச அய்யங்கார் (1929) கூறுகின்றார். கோ, கோன் ஆகிய இரு தொடர்களையும் எடுத்துக்கொண்டு ஆராய்ந்தால் இத் தொடர்கள் (அ) சேரர்களையும் சோழர்களையும் பாண்டியர்களையும் குறிக்கப் பயன்படுத்தப்பட்டுள்ளன (பதிற்றுப்பத்து 55, 56, 61, புறநானூறு 9, 17, 22, 34, 212, 387); (ஆ) சில குறுநிலத் தலைவர்கள் பேகன் மற்றும் ஆய் அண்டிரன் (புறநானூறு 141, 147, 152, 374, 399) ஆகியோரைக் குறிக்கவும் மற்றும் (இ) குயவர் தலைவரைக் (புறநானூறு 228, 256) குறிக்கவும் பயன்படுத்தப்பட்டுள்ளன. பாண்டிய, சேர, சோழ அரசர்களுள் கோ என்னும் சொல் சேரர்களைக் குறிக்கவே பெரிதும் பயன்படுத்தப் பெற்றுள்ளது. பேகன், ஆய் அண்டிரன் போன்ற அரசல்லாத தலைவர்களையும் குறிக்க இச்சொல் பயன்படுத்தப்பட்டுள்ளது.

இத்தகைய குறிப்பீடுகளுள் ஓரியைப் பற்றி அமைந்த புறநானூறு 152 ஆம் பாடலில் வன்பரணர் குறிப்பிடுவது மிகவும் முக்கியத்

★ வரிசை என்னும் தொடர் இன்றுவரை பயன்படுத்தப்படுகிறது. மணமகளுக்கு அவள் பெற்றோர் அளிக்கும் நன்கொடை, சீர்வரிசை எனப்படுகிறது. யாழ்ப்பாணத்துக் கிராமங்களில் ஒருவரோ ஒரு குழுவினரோ தங்கள் தகுதிக்கு ஒவ்வாத வகையில் நடந்துகொண்டால் அவர்களை வரிசை கெட்டவர்கள் என்று குறிப்பிடும் வழக்கம் இன்றும் உள்ளது (தங்கள் தரத்தைத் தாழ்த்திக் கொண்டவர்கள்).

துவம் வாய்ந்ததாகும். வரி 13- 21 வரையுள்ள பகுதியில் இவ்வாறு கூறப்பட்டுள்ளது:

பாடுவல் விறலி ஓர் வண்ணம், நீரும்
மண்முழா அமைமின்........
....
....
இறைவன் ஆதலின் சொல்லுபு குறுகி
மூஏழ் துறையும் முறையுளிக் கழிப்பி
'கோ' எனப் பெயரிய காலை, ஆங்கு அது
தன்பெயர் ஆதலின் நாணி

விறலியை அழைத்து சந்த ஒழுங்குடைய பாடலைப் பாடுமாறு கூறி மற்றும் தம் குழுவினரை நோக்கி அதற்கியைய ஆட்டத்திற்குத் தயாராகுமாறு கட்டளையிட்டான்; நான் அக்குழுவிற்குத் தலைவன் (இறைவன்) ஆதலின் நான் நெருங்கிச் செல்லவும், 21 சுரவரிசைகளைப் பாடி இறுதியில் கோ என்ற சொல்லை அவர்கள் உச்சரிக்கவும் அவன் மிகவும் நாணினான்; ஏனெனில் அது அவன் பெயராகும்.

இவ்விடத்தில் நாம் அறிவது யாதெனில், 'இறை' எனப்பட்டோர் சிலர் 'கோ' என்றும் அழைக்கப்பட்டனர் என்பதே அது. ஒரு தனிச் சிறப்புமிக்க செயலைச் செய்து முடித்ததாலோ முயற்சி காரணமாக அடைந்த இடுபெயராகவோ இது இருத்தல் வேண்டும்.

எதற்காக இது வழங்கப்பட்டது என்பது இப்போது நமக்குத் தெளிவாகவில்லை. ஆனால், இறை என்பதைவிட உயரிய நிலையைக் குறிப்பது 'கோ' என்பது ஐயத்திற்கிடமற்ற ஒன்று. 'இறை' என்பவன் ஒரு குழு அல்லது குலத் தலைவனாக இருந்த போதிலும் அவனைக் குறித்து அச்சமிருந்ததை அறிய முடிகிறது. தொல்காப்பியம் மெய்ப் பாட்டியல் குறித்த 7ஆம் அதிகாரத்தில் பேய், விலங்குகள், திருடர்கள் மற்றும் தங்களுடைய தலைவராகிய 'இறை'க்கும் பெரிதும் அஞ்சுவார்கள் என்று தெரிவிக்கிறது. அதிகாரத்தில் இருப்போரைக் குறிக்கப் பயன் படுத்தப்பட்ட தொடர் (இச்சொல்லுக்கு 17 பொருள்களைத் தமிழ் லெக்சிகன் தெரிவித்துள்ளது) புறநானூறு 72, 794, 314, நற்றிணை 43, 161 ஆகியவற்றில் தலைவர், உயர்ந்த ஒருவர் அல்லது தலைமை வகித்து ஆட்சி செய்பவர் என்ற பொருளில் கையாளப்பட்டுள்ளமை தெளிவாகத் தெரிகிறது.

ஆகவே தலைவர் அல்லது உயர்நிலைக்குரியவரைக் குறிக்கும் 'இறை' என்பதிலிருந்து 'கோ' என்ற தொடர் உருவாகி இருக்க வேண்டும். எப்பொழுது, ஏன் அரசனைக் குறிக்க இச்சொல் பயன்

படுத்தப்பட்டது என்பதை அறிவது சுவாரசியம் வாய்ந்ததாக இருக்கும். இச்சொல் பெரும்பாலும் சேரரைக் குறிக்கவே பயன்படுத்தப்பட்டது. இருப்பினும் பேரரசுக்குரிய அரசரைக் குறிக்க வழங்கிய கோப்பெருஞ் சோழன் என்ற பெயரில் அரசரைக் குறிக்க 'பெரும் கோ' என்ற சொல் பயன்படுத்தப்பட்டுள்ளது. சோழ அரசன் ஒருவனும் பெருங்கோக் கிள்ளி என்று அழைக்கப்பட்டிருக்கிறான்.

ஒரு குழுவிற்கு இயல்பாக உருவான தலைவனே 'இறை' எனப்படுவான். இத்தொடரே பின்னாளில் கடவுளைக் குறிப்பதற்கும், ஆளுவோருக்குக் குடிமக்கள் வழங்கிய திறையைக் குறிப்பதற்கும் பயன்படுத்தப்பட்டுள்ளது.

'கோ' என்னும் தொடர் பற்றிக் கூறப்பட்டுள்ளவற்றிலிருந்து அச்சொல்லின் தனிச்சிறப்புப் பற்றித் தெளிவாக எதுவும் அறிய முடியவில்லை. ஒருக்கால் அது அரசியல்ரீதியாக ஒருங்கிணைக்கப் பட்ட தலைமையைக் குறிக்கலாம்.

அரசரல்லாத தலைவர்களைக் குறிக்கச் சங்க இலக்கியத்தில் வழங்கிய பெயர்கள் குறித்து இவ்விடத்தில் ஆராய்வது மிகப்பொருத்தமாக இருக்கும். புறநானூற்றில் புகழப்பட்டுள்ள 47 தலைவர்களை மார் எண்ணிக்கையிட்டுள்ளார் (மார், 1985 அத்தியாயம் 3). இப்பட்டியல் மிகவும் புகழ்வாய்ந்த வேளிர்களையும் குமணன் மற்றும் பாரியும் உள் ளடக்கியது (பாரியும் ஒரு வேளிரே).

புறநானூற்றில் இடம்பெற்றுள்ள இத்தலைவர்கள் குறித்தமைந்த கையறுநிலைகள் பற்றிய மாரின் குறிப்புரை இவ்விடத்தில் குறிக்கத் தக்கது.

''இவற்றில் உள்ள கவனிக்கத்தக்க வேறுபாடு யாதெனில், குறுநிலத் தலைவர்கள் பற்றிய பாடல்களில் அவர்கள் பெயர்கள் இடம்பெற்றுள்ள அளவு மூவேந்தர் பற்றிய பாடல்களில் அவர்கள் பெயர் இடம்பெறவில்லை. மூவேந்தர் பற்றிய பெரும்பாலான பாடல்களில் அவர்கள் பெயர்களே இடம்பெறவில்லை. குறுநில மன்னர்கள் குறித்த பாடல்களில் சரிபாதிப் பாடல்களில் அவர்கள் பெயர்கள் காணப்படுகின்றன. எடுத்துக்காட்டாக, 141 பாடல்களில் 71 பாடல்களில் பெயர்கள் காணப்படுகின்றன. மூவேந்தர் குறித்த 138 பாடல்களில் 45 பாடல்களில் மட்டுமே பெயர்களைக் குறிப்பிட்டுள்ளனர். இது இவ்வாறான பாடல்களில் எண்ணிக்கையில் மூன்றில் ஒரு பகுதிக்கும் குறைவே.

ஆகவே, அரசர்களை அவர்கள் பெயர்களால் குறிப்பது தகுதிக் குறைவான செயலாகவும், அரசர்களுக்குக் கீழான நிலையில்

இருந்தவர் களையும், தலைவர்களையும் இங்ஙனம் பெயரால் குறிப்பது அனுமதிக்கப்பட்ட ஒன்றாகவும் இருந்திருக்க வேண்டும்.'' (மேல் குறித்த நூல், 1985, பக்.246-47).

வேளிர் நீங்கலாக உள்ள ஏனைய தலைவர்கள் கிழவன்/கிழான் என்றே குறிப்பிடப்பட்டுள்ளனர் (குறிக்கப்படுபவர் எவரேயாயினும், புறநானூறு 129, 131, 152, 153, 155, 163). இத்தலைவர்களில் பெரும் பாலானவர்கள் ஒரு குறிப்பிட்ட நிலப்பரப்பிற்குட்பட்ட சில குழுக்களின் தலைவர்களாக இருத்தல் வேண்டும்.

வேளிர்களைப் பொறுத்த அளவில் அவர்கள் குறுநிலத் தலைவர் களாக இருந்தபோதிலும் (பாண்டிய, சோழ, சேர) நான்கு இடங்களில் வேந்தரும் வேளிரும் என்ற குறிப்பு இடம் பெற்றுள்ளது. வேளிர்களின் அரசாட்சிக்குட்பட்ட நிலப்பகுதி பற்றிய விரிவான ஆராய்ச்சிக்குப் பின், பெருங் கற்காலக் குறியிடத்தோடு அவர்களுக்கு இருந்துள்ள தொடர்பு களையும் ஒப்பிட்டு செண்பகலட்சுமி பின்வருமாறு தெரிவிக்கிறார்:

''அடிக்கடி குறிப்பிடப்படும் வேளிருடைய வல்லாண்மைக் குட்பட்ட பகுதிகளில் நெல் மிதமிஞ்சி விளைந்தது. தம்மை நாடி வந்த கற்றறிந்த மனிதர்களுக்கு அவர்கள் வழங்கியுள்ள கொடையை நோக்க அவர்கள் நீர்ப்பாசன வசதியுள்ள இடங்களில் குடியேறியவர்கள் என்று கருத வேண்டியுள்ளது (நீலகிரியில் குன்னூர், தென்னாற்காட்டில் திருக்கோவிலூர், தர்மபுரியில் தகடூர்). மேலே கொடுக்கப்பட்டுள்ள அட்டவணையில் பெருங்கற்காலக் குறியிடங்களில் வேளிர் குடியிருப்புப் பகுதிகள் அமைந்திருப்பதைக் காணலாம். சில நேரங்களில் இவை புதைக்குமிடமாகவும், வாழிடமாகவும் இரண்டுமாகவும் விளங்கி யிருப்பதைக் காணலாம்.'' (செண்பக லட்சுமி 1976).

வேளிருக்கு இருந்த மேம்பாட்டை இது உணர்த்துகிறது. சேலம், நீலகிரிப் பகுதிகளில் தொடக்க கால வேளாண்மைக் குடியிருப்புகளை முதன்முதலாக உருவாக்கியவர்கள் அவர்கள்தாம்.

அரசியலில் வலிமை மிக்கவர்களாக விளங்கியமையால் துவரையை (துவார சமுத்ரம்) ஆண்டவர்களோடு வேளிர்களை இணைக்கும் தொன்மம் உருவாயிற்று. புறநானூறு (201, 202) தரும் இறை, கோ மற்றும் வேளிர் குறிப்புகள், அவர்கள் இரத்த உறவுடைய சமூகக் குழுக்களின் தலைவர்களாக விளங்கியவர்கள் என்றும், தங்களிடையே உருவாகி வளர்ந்த அதிகார முறைமையால் உயர்ந்தவர்கள் என்றும் தெரிகிறது.

தான் இல்லாமல் சமூகம் இயங்க இயலாது என்னும் அளவிற்கு அரசியல் அதிகாரம் படைத்தவனாக நாம் மன்னனைக் காண்கிறோம்.

நெல்லும் உயிரன்றே நீரும் உயிரன்றே
மன்னன் உயிர்த்தே மலர்தலை உலகம் (புறநானூறு 186)

(மன்னன் என்பது மன்னர் என்பதில் ஒருமை வடிவம்)

இரத்த உறவுடைய இனக்குழு தலைவனே மன்னன் என்பதைச் சுட்டும் குறிப்பு எதுவும் இதில் காணப்படவில்லை. குழுத்தலைவனை விட மேம்பட்டவர்கள் இவர்கள். மூல முதல் மன்னன் என்பவன் யார்? அவன் தன் அதிகாரத்தை எங்ஙனம் நிறுவினான்? இவ்வினாக்களுக்கு இம்மூலங்களில் நேரான பதில் கிடைக்கவில்லை. மன்னன் என்னும் சொற்பிறப்பாய்வு நமக்கு ஓரளவு குறிப்புத் தருகிறது. மன்னன் என்ற சொல் மன்னு என்னும் வினையடியாகப் பிறந்தது. மன்னு என்ற சொல்லுக்கு 1. நிரந்தரமாக இரு, 2. நீண்ட காலத்திற்கு இரு, 3. ஏற்றுக் கொள்ளுதல், 4. அழியாது பாதுகாத்தல், 5. உறுதியாயிருத்தல் 6. நிரம்பி யிருத்தல் (தமிழ் லெக்சிகன்) என்னும் பொருள்கள் கூறப்படுகின்றன. இச்சொல்லுக்குரிய பொருள்களில் அழியாது பாதுகாக்கும் ஒருவன், உறுதியாய் இருக்கும் ஒருவன் என்பது மிகத் தெளிவாக உள்ளது. மன்னன் என்னும் தொடரின் தோற்றுவாய் குறித்த ஆய்வில் அழியாது பாதுகாக்கும் ஒருவன் என்னும் பொருள் மிகவும் பொருத்தமாக உள்ளது. புறத்திணையில் 60 ஆம் நூற்பா குறிப்பிடும் பிள்ளையாட்டுச் சடங்கு (அலைக்கழித்தல்/குழந்தையோடு ஆடுதல்/இளமை) மிகவும் முக்கியத்துவம் உடையதாகும். ஒரு உரையாசிரியர் இறந்தோர் புகழ்பாடுதல் என்று கூற மற்றொரு உரையாசிரியராகிய நச்சினார்க் கினியரோ ஆநிரை கவர வந்தோரைப் போரில் தோற்கடித்து விரட்டித் தங்கள் குழுவினருடைய மேன்மையை நிலைநாட்டிய இளைஞனுக்கு அவ்வினக் குழுவினர் அரசியல் அதிகாரம் வழங்கிக் கொண்டாடிய செய்தியைக் குறிக்கிறது என்று கூறுகின்றார். மொழியியல் நோக்கில் பின்னதே மிகவும் ஏற்புடைய விளக்கமாகத் தோன்றுகிறது. இது இவ்வாறாக, இவ்வழிபாட்டு மரபில் தமிழர்களிடையே அரசு தோற்றங் கொள்வதை நாம் காண்கிறோம் (சிவத்தம்பி 1971). கோ அல்லது மன்னன் ஒருவன் எவ்வாறு சடங்கு முறைமையோடு அரசனாகப் பதவிப் பிரமாணம் செய்யப்பட்டான் என்பது குறித்த ஆய்விற்குப் பிள்ளையாட்டு பயன்படுவதாய் இருக்கும்.

மன்னன் என்னும் ஆட்சிப் பொறுப்பிடம், வேந்தன் என்பதை விடக் கீழானது என்பதை நாம் புறநானூறு 319இன் குறிப்புக் கொண்டு அறிகிறோம். வேந்தன் அனுப்ப, அவன் வகுத்தளித்த செயலை நிறைவேற்ற மன்னன் சென்றான் என அறிகிறோம்.

சீறூர் மன்னன் நெருநை ஞாங்கர்
வேந்துவிடு தொழிலொடு சென்றனன்

(சிற்றூர் சார்ந்த மன்னன் வேந்தன் வகுத்த செயலை நிறைவேற்ற நேற்றுச் சென்றான்)

மன்னன் சில இடங்களில் சீறூர் மன்னன் என்று குறிக்கப் பெறுவது இங்குக் கருத்திற்கொள்ள வேண்டிய மிக முக்கிய விடயமாகும். (சிறிய ஊருக்குரிய மன்னன் புறம் 319, 308 மேலும் 299, 197, 328). மன்னனுக்கும் வேந்தனுக்கும் இடையே உள்ள வேறுபாடு புறம் 333 மற்றும் 338 ஆகிய பாடல்களில் மிகத் தெளிவாக வெளிப்படுகிறது.

குடும்பம்/குழுவோடு மன்னன் தன்மையைச் சேர்க்க இயலாது. ஏனெனில், சில குறிப்புகளில் புது என்னும் பொருளைத் தரும் 'விருந்தின்' என்ற சொல் பயின்று வருகின்றது. இப்பதவி புதிதாக உருவாகியது என்பதை உணர்த்த அச்சொல் சேர்க்கப்பட்டிருக்கலாம். ('விருந்தின் மன்னர்'- அகநானூறு 54).

மன்னருடைய ஆட்சி மற்றும் நிறுவப்பட்ட அவருடைய அதிகாரத்தின் தன்மையைப் பத்துப்பாட்டில் அமைந்துள்ள நெடுநல் வாடையின் 78 ஆம் வரி இவ்வாறு கூறுகின்றது:

பெரும்பெயர் மன்னர்க் கொப்ப மனைவகுத்து (மன்னருடைய தகுதிக் கொப்ப வடிவமைத்துக் கட்டப்பட்ட வீடு) இங்கு அதிகாரப் பொறுப்புடைய ஒருவர் ஏனையோரிடமிருந்து வேறுபட்டுப் பெருமனை ஒன்றைத் தமக்குரியதாகக் கொண்டிருந்தது மிகத் தெளிவாகக் கூறப் பட்டுள்ளது. சுவர் அமைந்த குடியிருப்புகளில் மன்னர்கள் வாழ்ந்தனர் என்பதற்கும் குறிப்புகள் காணப்படுகின்றன (அகநானூறு 373; சிறுபாணாற்றுப்படை 247; பட்டினப்பாலை 277-78). அவன் காவல் மன்னன் என்றும் குறிப்பிடப் பெறுகிறான் (புறநானூறு 331). ஆகவே, எங்கு வேளாண்மை வளர்ச்சி யுற்றதோ அங்கு மன்னன் என்னும் பெயர் வழக்கு தோன்றியிருக்கலாம். வளர்ச்சியுறும் அப்புதிய பகுதியை அழிவினின்றும் அவன் பாதுகாக்க வேண்டும். ஆகவே, காப்பவனே மன்னனாகிறான். அவனுடைய அதிகாரத்திற்குட்பட்ட நிலவெல்லை, வரையறைக்குட்பட்டதாகவே இருந்திருத்தல் வேண்டும்.

எளியனாய் இருந்த போதிலும் மன்னன் கொடையளிப் பவனாயும் உபசரிக்கும் தன்மை உடையவனாயும் விளங்கியது பற்றிப் புறநானூறு 320, 327, 328 ஆகியவற்றில் குறிப்புகள் உள்ளன. மீள் வழங்குகையில் மன்னன் ஆற்றும் பங்கினைப் புறநானூறு (320)

தெளிவாகக் குறிப்பிடுகின்றது. மன்னன் தன் கடமையை எண்ணிச் செயல்பட்டான் என்று நற்றிணை (146) குறிப்பிடுகின்றது.

சில சமயங்களில் வேந்தர்கள், மன்னர்களிடமிருந்து மணமகளைத் தேர்ந்தெடுத்தனர் என்று புறநானூறு 336, 337இல் குறிப்புக் காணப் படுகிறது. இது மகட்கொடை எனப்பட்டது (மகளைக் கொடையாக வழங்குதல்). சில வேளைகளில் வேந்தர்கள் தங்களுக்குள் ஒன்று சேர்ந்து மன்னர்களுக்கு எதிராகப் போர் புரிந்ததும் உண்டு (புறநானூறு 374, அகநானூறு 174).

மன்னன் தோன்றியவுடன் அவனது ஆளுகைக்குட்படும் நிலப் பரப்பும் உருவாயிற்று. ஆளுவோர், ஆளப்படுவோர் உறவமைப்பிற் கேற்ப இருப்பிடங்களும் உரிமைகளும் கடமைகளும் வரையறை செய்யப்பட்டன. மக்களில் ஒரு பகுதியினர் ஆளப்படுவோர் ஆயினர். இரத்த உறவுடைய ஒருமுகப்பட்ட சமூகக் குழுவிற்குத் தலைமை தாங்கிய இறை, கோ போன்றவன் அல்லன் மன்னன் என்பது தெளிவாகிறது. மன்னன் என்பவன் ஒரு நிலப்பகுதியைப் பாதுகாத்து அதற்குத் தேவையானவற்றை வழங்கி ஆட்சி புரிந்தவன் ஆவான். இவ்வாறாக, மன்னன் உருவாகியது, தமிழகத்தில் அரசன் மற்றும் அரசு உருவாவதற்கு ஒரு திருப்புமுனையாக அமைந்தது. ஒரு நிலப் பகுதியை ஆளுபவன் மன்னன். குழுவாக இணைந்த தனிநபர்களின் தலைவன் அல்லன். முன்னர், குறிப்பிடப்பட்ட பிள்ளையாட்டுச் சடங்கு ஆட்சியாளருடைய தோற்றத்தோடு பொருந்தி வருவதைக் காணலாம். மன்னனுடைய தோற்றத்தோடு ஆளுவோர் ஆளப்படுவோர் இடையே உள்ள வேறுபாடு யதார்த்தமாவதைக் காண்கிறோம்.

வேந்து அல்லது வேந்தனின் வருகையோடு ஆளுவோரிடையே ஆற்றல்மிக்க போர்த்தன்மையுள்ள ஆட்சியாளர் தோன்றுவதைக் காண்கிறோம்.

ஆட்சியின் பலம், அதிகாரத்தைப் பொறுத்த அளவில், வேந்தன் மிக்க படைபலம் உடையவன். அவனுடைய படைகளோடு தொடர்பு படுத்தியே அவன் எப்பொழுதும் பேசப்படுகிறான் (புறநானூறு 322, 38, 390, 278). புறத்திணை இயலில் தொல்காப்பியர் குறிப்பிடும் போர் நடவடிக்கைகள் அனைத்தும் கையறுநிலையோடு தொடர்புடைய வெற்றி குறித்தவையே. வேந்தன் என்னும் தொடர் வரையறையோடு தான் குறிக்கப்படுகிறது (தொல்- புறத்திணையில் 2, 5, 6,10, 14). தொல்காப்பியத்தின் அப்பகுதியில் மன்னன் என்னும் சொல் வாராமையைக் கருத்திற் கொள்ளவேண்டும். பாசறை வேந்தனோடு தான் தொடர்பு படுத்தப்படுகிறது. அவ்வாறு தொடர்புபடுத்தப்படுவதற்குக் காரணம்

யாதெனில், வேந்தனின் கீழ் போர் செய்தல் சில வேளைகளில் நிறுவனமயப்பட்ட தொழிலாக மாறியமையேயாகும். மன்னன் நிலையிலிருந்து இது தொடங்கிவிடுகிறது எனலாம். ஏனெனில், மன்னர்கள் குதிரைகளை உபயோகப்படுத்தியுள்ளனர் (புறநானூறு 299; நற்றிணை 81). தொழில் புரிவோருக்கமைந்த பாசறை குறித்து நெடுநல்வாடை 18, புறநானூறு 22, 31, 33, 62, 69, 294, 298, 304, 361, பட்டினப்பாலை 16, 50, 61, 64, 84, 88 ஆகியவை குறிப்பிடுகின்றன.

வேந்தன் தன் படையுடைமை அதிகாரத்தின் வலிமை காரணமாக, பிற அதிகாரங்களையுடைய இத்தகையோரிடமிருந்து வேறுபடு கின்றான். போர்சார் நிறுவனத்தை வைத்துக் கொள்வது வேந்தனுக்கு இயலெளிமையான ஒன்றாகும். ஆனால், நிலையான படை (standing army) அமைப்பு இருந்தது என்று சொல்வதற்குச் சான்று எதுவும் இல்லை. போர் வீரர்களுடைய போரற்ற கால வாழ்க்கைக் குறித்தக் குறிப்பு எதுவும் கிடைக்கவில்லை.

மன்னனுடைய நிர்வாக அமைப்பு குறித்துக் குறிப்பு எதுவும் இல்லை. மாறாக, வேந்துவினை காரணமாக மக்கள் வெளியே செல்வது போன்ற வேந்தனைப் பற்றிய குறிப்புகள் உள்ளன. (வேந்தனால் இடப்பட்ட பணிகள் - ஐங்குறுநூறு 426; அகநானூறு 254,104). மக்கள் தாம் மேற்கொண்ட பணிகளால் பல மாதங்கள் வெளியிடங்களில் இருக்கவேண்டியதாயிற்று. இதன் காரணமாகவே மிகவும் விரிவடைந்த நிர்வாக இயந்திரம் வேந்தன் கீழ் இருந்தது என்ற முடிவுக்கு வர இயலாது.

இன்னொரு முக்கியமான கூறு, முடிமன்னரைச் சுட்டும் கொற்றம் என்னும் எண்ணக்கரு, இவ்வகைப்பட்ட ஆளுவோருடன் முதன் முதலாகத் தொடர்புபடுத்தப்பட்டமையாகும் (பதிற்றுப்பத்து 64, 62, 69; புறநானூறு 37, 21, 367, 338). உள்ளபடி இது மன்னரோடு தொடர்பு படுத்தப்படவே இல்லை. சில அடையாளங்களுடன் இக்கொற்றம் தொடர்புபடுத்தப்பட்டது.

(எ.கா) முரசு, வாள், கொடி, குடை, தேர்.

பிற்பட்டு நாம் பார்க்கவுள்ள அரசோடும் இத்தொடர் தொடர்பு படுத்தப்பட்டது (புறநானூறு 35,55).

ஆற்றுப் பாசனம் சார்ந்த வளர்ச்சி நடவடிக்கை வேந்தரோடு தொடர்புடையது என்பது வரலாற்றில் குறிக்கத்தக்க மிகச் சிறப்பான நிகழ்ச்சியாகும்.

சேர, சோழ, பாண்டியர்களைக் குறிக்க மட்டுமே வேந்து என்னும் தொடரைப் பயன்படுத்த வேண்டும் என்ற குறிப்பு நமக்குக் கிடைத்துள்ள ஆதாரங்களில் இடம் பெறவில்லையாயினும், இம்மூன்று இராஜ்யங்களை ஆண்டவர்களே வேந்தர்கள் எனக் குறிக்கப்படுவது மரபுவழி வந்ததாகும். மரபு அவர்களை மூவேந்தர் என்றே குறிக்கிறது. மூன்றாமவரைப் புகழும்போது மற்ற இருவரையும் குறிக்கும் மரபும் உள்ளது (அகநானூறு 96; புறநானூறு 42). ஏனைய வேந்தர்களுடைய ஆட்சிக்குட்பட்ட நிலப் பரப்போடு ஒப்பிடுகின்றபொழுது இம்மூவேந்தர்களின் ஆட்சிக்குட் பட்ட நிலப்பரப்பு ஆற்றுப்படுகைகளில் விரிந்து கிடப்பது. ஒவ்வொரு நிலப்பகுதியும் தம்முள்ளே பல சமூகப் பிரிவுகளைக் கொண்டு விளங்கியது. வேளாண்மையின் வருகையொடு பெரும்படை அமைப்பது தவிர்க்கவொண்ணாததாயிற்று. வேந்தருக்குக் கீழ்ப்பட்ட குறுநிலத் தலைவர்கள் பற்றியும் குறிப்புகள் காணப்படுகின்றன (புறநானூறு 179).

அரசனுக்குரிய கூட்டத்தைக் குறிக்க வழங்கும் 'வேத்தவை' (மலைபடுகடாம் 39; புறநானூறு 382) என்ற தொடர் வேந்தரோடு தொடர்புபடுத்தப்படுகிறது. இச்சொல்லின் சொற்பிறப்பே இதற்கான சுயசாட்சியமாகின்றது. வேந்தனின் கூட்டம் (அவை) என்பதே அது. இருந்த போதிலும், இக்கூட்டம் நிரந்தரமான நிர்வாக அமைப்புக் கூட்டமோ நிரந்தரமான நிர்வாக இயந்திரமோ அல்ல என்பதை நாம் கவனத்தில் எடுத்துக்கொள்ள வேண்டும். இறை, கோ நிலையிற் காணப்பட்ட சுற்றமே வேந்து நிலையில் இந்த விஸ்தரிப்பைப் பெற்றிருக்கலாம். சில குறுநிலத் தலைவர்களும் மன்னர்களும் இத்தகைய சுற்றம் உடையவராய் இருந்தனர். இனக்குழு இயல்புடன் தொடர்புடைய இம்மரபு நாள்மகிழிருக்கையில் மிக நன்றாக விளக்கம் பெறுகிறது. நாள்மகிழிருக்கையில் ஆள்வோன், தன் குழுவைச் சேர்ந்த முதியவர்களுடன் சேர்ந்தமர்ந்து கள் பருகுவான் (புறநானூறு 29, 54, 123, 324, 330; பெரும்பாணாற்றுப்படை 441-7). இத்தருணம், பாணர்கள் புகழ்ந்து பாடுதற்குரியது. சடங்கு முறைமையான மீள்வழங்குகை இங்குதான் நடைமுறைக்கு வருகிறது. 'இருக்கை' நாளடைவில் கூட்டமாக வளர்ச்சி பெற, அக்கூட்டத்தில்தான் அரசன் மக்களுடைய குறைகளைக் கேட்கிறான். பின் வந்த சபாவிற்கும் இதற்கும் எவ்விதத் தொடர்பும் இல்லை. முடிசூடுதல் வேந்தர்க்கு மட்டுமே உரியதாக இருந்தது.

மன்னனுடைய போர் நடவடிக்கைகளைக் குறிப்பிடும் போது புறநானூறு (345) வேந்தர்களை 'வம்பவேந்தர்' (புதிதாக உருவாக்கிய வேந்தர்) என்று குறிப்பிடுகின்றது. இப்புலவர் குறிப்பிடும் நோக்கில் இக்குடியிருப்பும் இவ் வதிகாரப் பொறுப்பும் அழையா நுழைவு என்பது

புலனாகிறது. வேந்தர் உருவாக்கத்தோடு தமிழ்நாடு முறைப்படுத்தப் படாத தொடக்க நிலை அரசை வந்தடைந்துவிட்டது எனலாம். 'அரசு' குறித்த குறிப்புகள் தமிழ்நாட்டில் உயரதிகார அரசியல் நிறுவன அமைப்பின் தொடக்க நிலையை உணர்த்தி நிற்கின்றன எனலாம். அரசு என்னும் எண்ணக்கரு மூவேந்தரோடு மட்டுமே பொருந்துகின்றது (புறநானூறு 34,35; பொருநராற்றுப்படை 159). வேந்து என்பது அரசதிகாரம் குறித்து உள்நாட்டில் தோன்றி வளர்ந்த சொல்லாகும். அரசு துணைமை வடிவம் போல் தோன்றுகிறது. மூன்று வேந்தர்களுக்குரிய ஒவ்வொரு அரசும் 'அரசு' எனக் கொள்ளப்பட்டது. மதுரைக் காஞ்சி (191), பதிற்றுப்பத்து (89) ஆகியன அவற்றைக் குறிக்க அரசியல் என்ற சொல்லைப் பயன்படுத்துகின்றன. (இந்நாளில் அரசின் தன்மை, அரசறிவியல் ஆகியவற்றைக் குறிக்க நாம் அரசியல் என்னும் சொல்லைப் பயன்படுத்துகின்றோம்.) அரசு என்பது நிலையான படையுடன் தொடர்புடையது (புறநானூறு 55). அரசு என்பது நால்வகைப் படையுடனேயே முழுமை பெறுகிறது என்றும் தெரிகிறது (புறநானூறு 197; பதிற்றுப்பத்து 43).

படை வல்லமை மிக்க ஆட்சி அமைக்கப்பட்ட பின் வேந்தனின் நடவடிக்கைக்கான அறநெறிப்பட்ட வழிகாட்டலின் தேவை மற்றும் அவசியம் குறித்துக் குரல்கள் எழுகின்றன. புறநானூறு 35,55 ஆகிய இரண்டு பாடல்களும் இவ்வகை அறிவுரைகளை வழங்குகின்றன.

தொல்காப்பியர் மரபியலில் அரசனுடைய அடையாளச் சின்னங்களைப் பின்வருமாறு தொகுப்பார்.

> படையும் கொடியும் குடையும் முரசும்
> நடைநவில் புரவியும் களிறும் தேரும்
> தாரும் முடியும் தேர்வன பிறவும்
> தெரிவுகொள் செங்கோல் அரசர்க்குரிய

இக்கட்டத்தில் அரசு என்னும் சொல்லின் தோற்றம் பற்றி ஆய்வது பயனுள்ளதாக இருக்கும். இச்சொல் 'இராஜா' என்ற வடசொல்லின் தமிழ் வடிவமாகப் பொதுவாகக் கொள்ளப்படுகிறது. மொழியியல் நோக்கில் பார்த்தோமெனில் சமஸ்கிருத 'இராஜா' தமிழில் 'இராசன்' என வருமேயன்றி அரசன், அரசு என்று அது வர இயலாது. ஆகவே, சமஸ்கிருதப் பண்பாட்டோடு ஏற்பட்ட தொடர்பு காரணமாகப் பெற்ற கடனாக இத்தொடர் இருக்க இயலாது. அடுத்து, பிராகிருத ஆதாரங்கள் வழி இது வந்ததா என்று பார்க்க வேண்டும். அரசு என்னும் சொல் சங்க இலக்கியத்தில் அரைசு என்றும் பயன்படுத்தப்பட்டிருப்பதை நாம் பார்க்க வேண்டும் (பட்டினப்பாலை 34; புறநானூறு 26, 42, 354; சிலம்பு).

இதுபோன்ற வேறுபாடு முரசு (நற்றிணை 39; பதிற்றுப்பத்து 30, 31, 40; புறநானூறு 62 - 9) என்னும் சொல் குறித்தும் உள்ளது. இப்பயன்படுத்தல் பற்றி மிகுந்த கவனத்துடன் சிந்திக்க வேண்டியுள்ளது. ஏனெனில், 'அரைய' என்னும் சொல் அரிக்கமேட்டில் உள்ள மட்பாண்டத் துண்டிற் பொறிக்கப்பட்டுள்ளது. (டி.வி. மகாலிங்கம் 1966).

உருவாகிவரும் புதிய அரசின் தன்மைகள் குறித்து முடிவாகப் பார்க்குமுன்னே, சங்க இலக்கியத்தில் அரசியல் அதிகாரத்தைக் குறிக்கப் பயன்படுத்தப்படும் வேறொரு தொடர் குறித்தும் மிக முக்கியமான கவனம் செலுத்துவது அவசியமாகும். அத்தொடர் குருசில். குருசில் என்னும் தொடர் சில இடங்களில் குரிசில் என்றும் குறிக்கப்படுகிறது. (மதுரைக் காஞ்சி 151; மலைபடுகடாம் 186; ஐங்குறுநூறு 306, 471, 473, 480; பதிற்றுப்பத்து 24,31, 32, 53, 55, 72, 88; புறநானூறு 16, 50, 68, 161, 198, 210, 285, 290, 321, 333, 341, 377; அகநானூறு 184). அரசர், மன்னர் மற்றும் குறுநிலத் தலைவர்களோடு தொடர்புபடுத்தும் வகையில் இத்தொடர் பயன்படுத்தப்பட்டுள்ளது. பொதுவாக ஈட்டியோடும், அதுவன்றிப் படையோடும் இத்தொடர் குறிப்பிடப்படுகிறது. குரிசில் என்னும் தொடர் ஆளுவதற்கான உரிமையைச் சுட்டுகிறது எனலாம். இச்சொல்லின் சொற்பிறப்பியல் தெளிவாக இல்லை.

இனி வேந்தர்கள் முடிசூட்டிக் கொண்டார்களா என்று ஆராய்வது பொருத்தமாக இருக்கும். மகுடத்தைக் குறிக்கும் தொடர் முடி. தலையின் உச்சியில் உள்ள மயிரைச் சேர்த்து முடிச்சுப் போடுவதும் முடி என்றே குறிப்பிடப்படும். பழங்கால தமிழ்ப் பெண்கள் போட்டு வந்த ஐவகைக் கொண்டைகளுள் ஒன்றையும் இது குறிக்கும் (முல்லைப் பாட்டு 76). ஆண்கள் மயிரைச் சேர்த்துப் போடும் முடிச்சுக் குடுமி என்று குறிக்கப்பட்டது. பாண்டிய மன்னர்களுள் ஒருவனான பெருவழுதி, பழமையான குடுமியை உடையவன். முதுகுடுமிப் பெருவழுதி என்று குறிக்கப்படுகின்றான். பல்யாகசாலை அரசன் அவனேயாவான். தலைமயிரைச் சேர்த்து உச்சியில் கட்டுவது வீரத்தின் குறியீடாகக் கருதப்பட்டதா என்னும் ஐயம் இவ்விடத்தில் எழுகின்றது. தமிழ் ஆடவரிடையே உச்சிக்குடுமி வைத்துக்கொள்ளும் மரபு ஒன்று உண்டு. அரசியல் அதிகாரம் படைத்தவர்களைப் பிரித்தறிவதற்குத் தலையில் குடுமி வைக்கும் பழக்கம் ஏற்பட்டிருக்கலாம்.*

புதிதாக உருவாகும் அரசு நீர்ப்பாசனத்தோடு தொடர்புடையது என்பதை மீண்டும் இங்கு வலியுறுத்த வேண்டியது அவசியமாகிறது.

★ காலஞ்சென்ற தமிழ்ப் பேராசிரியர் டாக்டர் ந. சஞ்சீவி என் கவனத்தை ஈர்த்து இது குறித்து எண்ணிப் பார்க்குமாறு தூண்டினார். அவருக்கு நான் கடப்பாடுடையேன்.

நீர்ப்பாசன வசதி காரணமாக நெல் உற்பத்தி பெருகி, குறிப்பிடத்தக்க அளவு உபரி உற்பத்தி தோன்றியிருக்க வேண்டும். தொடக்கக் கால அரசுகள் நெல் உற்பத்தி செய்யப்பட்ட பகுதிகளிலே அமைந்திருப்பதை நாம் காணலாம். (சோழர்கள்: காவேரி, பாண்டியர்: வைகை மற்றும் தாமிரபரணி, சேரர்கள்: பேரியாறு-மெலோனி பக். 9-12).

வேந்தர்களின் அரசாட்சிக்குட்பட்ட நிலப்பகுதியில் இருந்த பெருஞ்செல்வம் வெளிவாணிபத் தொடர்புக்குக் காரணமாயிற்று. கிரேக்கத் தொல்சீர் எழுத்துக்களிற் காணப்படும் முக்கிய துறைமுகங்கள் அனைத்தும் இம்மூன்று அரசியல் அலகுகட்கு உட்பட்டனவே. நௌரா மற்றும் முசிறி சேர நாட்டைச் சேர்ந்தவை. நெல்சியானா, பிக்கார் மற்றும் பொதுகா சோழ நாட்டிலுள்ளவை. சோபட்டாமா, காஞ்சிக்கருகில் உள்ளது. ஏற்றுமதி, இறக்குமதி வாணிப அமைப்பு குறித்துப் பட்டினப் பாலை குறிப்பிடுகிறது (184-93). சிறுகச் சிறுகச் சோழர் கருவூலத்தில் செல்வம் குவிந்ததை இது காட்டுகிறது. பாண்டிய நாட்டிற்கு வாணிபம் விளைவித்த செல்வச் செழிப்பை மதுரைக் காஞ்சி உணர்த்துகிறது (321-4, 536-44). சேரர்களின் வாணிபச் செழிப்பை அறிய பதிற்றுப்பத்து வகை செய்கிறது.

நெடுந்தூர வாணிபத்தால் புதிதாக உருவாகி வரும் அரசுகள் பயன்பெற்றனவாயினும், வாணிபமும் வர்த்தகமும் முடியாட்சியின் ஏகபோகமாக இருக்கவில்லை. இக்காலத்தைச் சேர்ந்த தமிழ்ப் பிராமிக் கல்வெட்டுக்கள் வாணிபத் தொழிற் கூட்டுச் சங்கங்கள் இருந்தமை பற்றிய தகவல்களைத் தருகின்றன. (சிவத்தம்பி 1981, பக். 171-4).

அரசுகளை முறைமையுடையதாக்குவதற்குக் குறியீடாக ஒவ்வொரு அரசும், தன்னுடைய தோற்றம் வம்சாவளி குறித்தும் தொன்மக் கதைகளை உருவாக்கின. எடுத்துக் காட்டாகச் சோழப் பேரரசு சிபியையும், பாண்டியப் பேரரசு நெடியோனையும் உருவாக்கி யமையைக் கூறலாம். அவர்கள் மகாபாரதப் போரோடுகூடத் தங்களைத் தொடர்புபடுத்திக் கொண்டனர். ஒவ்வொருவரும் தாங்கள் வட புலத்தை வெற்றி கொண்டதாகவும் கூறிக் கொண்டார்கள்.

புதிதாக உருவாகிய அரசர்கள் தங்கள் தகுதியை அழுத்தமாக நிலைநாட்டி, அரசமைப்பு முறைமையுடையதாக சமஸ்கிருத மரபு வழிப்பட்ட யாகங்களைச் செய்தார்கள் (புறநானூறு 26, 15, 224; பதிற்றுப்பத்து 21, 74, 70). நிலத்துக்கே உரியதான தொன்முதுகுடி மரபில் தங்கள் அரசமைப்பை முறைமையுடையதாக்கத் தமிழ் வேந்தர் களுக்குப் புரோகித வகுப்பார் இல்லை என்பது மிகவும் கவனிக்கத்தக்க விடயமாகும். தமிழ் மண்ணுக்குரிய சடங்குமுறையைத் தமிழ்

இலக்கியம் குறிப்பிடுவது களவேள்வியேயாகும். தோற்று ஓடியவர்களின் தலையை வெட்டி அமைக்கப்படும் அடுப்பின் மீது, அவர்களின் தசை கொண்டு சமைக்கப்படுவது இவ்வுயிர்ப் பலியாகும். தோள் பட்டையுடன் கூடிய வெட்டி எடுக்கப்பட்ட கைகள், கூழைக் கிளரி விடும் அகப்பையாகப் பயன்படுத்தப்படும். போர்க்களத்தில் இறந்து கிடக்கும் படைவீரர்களின் உடம்பைக் கண்டு பேய் மகளிர் தங்களுக்கு விருந்தளித்தமைக்காக ஆனந்தத்தில் நடனமாடுவார்கள் (புறநானூறு *356, 359, 371*; பதிற்றுப்பத்து *36, 37*; சிறுபாணாற்றுப்படை *196-207* ஆகியன). தன்னின மாமிசத்தை உண்ணும் தன்மையையே இவ்விருந்து முறை சுட்டி நிற்கிறது. ஆனால் நாளாவட்டத்தில் வேத முறைப்பட்ட யாகங்களோடுகூட களவேள்வியும் இடம்பெற்றது. இவை இரண்டும் செய்தமைக்காக ஆட்சியாளர் புகழப்பட்டுள்ளனர். இவ்யாகங்களைச் செய்தமையும் சமஸ்கிருதச் சடங்கு முறைகளைத் தழுவியமையும் ஆட்சியாளர் பற்றியுள்ள கருத்துநிலையில் மாற்றத்தை ஏற்படுத்திற்று.

வடபுலத்தோடு தமிழ்நாட்டிற்கு ஏற்பட்ட தொடர்பு, அதன் காரணமாக வடபுலம், அதனுடைய அரசர்கள் மற்றும் மரபுகள் குறித்து ஏற்பட்ட அறிவு வளர்ச்சி (புறநானூறு *31, 52*; பதிற்றுப்பத்து *68*), யவனர்களேடு ஏற்பட்ட நட்பு இவையனைத்தும் அரசினுடைய துணை அமைப்புகள் உருவாவதற்குக் காரணமாக இருத்தல் வேண்டும்.

இவற்றுக்கு முன்னரே அமைந்த அரசமைப்புகளின் தாக்கமும் அல்லது அதே பரப்பில் ஏற்கெனவே அமைந்திருந்த அரசுகளின் தாக்கமும், தமிழ்நாட்டில் அரசு அமைவதற்குக் குறிப்பிடத்தக்க அளவு பெரிதும் காரணமாக அமைந்திருக்க வேண்டும். ஏனெனில், நாமறிந்த அளவில் தமிழ்நாட்டில் சமூகத் தளபிரிநிலைகளுக்கிடையே அக்காலப் பகுதியில் வர்க்க அடிப்படையிலான ஒன்றுக்கொன்று விரோதமான மோதல்கள் நிகழவில்லை. வணிக வர்க்கம் ‘நிக்காம’ங்கள் என்ற அமைப்பாகவும் நிலச் சொத்துக்களை உடையவர்கள் ‘கிழான்’களாகவும் நிறுவனமயமாகி இருந்தனர். சங்க இலக்கியம் வணிகர்களுடைய சமுதாயரீதியான செயற்பாடுகள் குறித்துத் தகவல் எதுவும் தெரிவிக்க வில்லை. வணிகர்களுடைய நகர மேம்பாட்டுத் தன்மை சிலப்பதி காரத்தில் காணப்படுகின்றது. பேரளவு நெல்லைக் களஞ்சியப்படுத்தல் பற்றிய குறிப்பில்தான் வர்க்க வேறுபாட்டு வளர்ச்சிக்கான தொடக்கத்தினைக் காண்கிறோம் (அகநானூறு *44*; நற்றிணை *26, 60*). அக்கால வேளாண்மை ‘வினைவலர்’ என்னும் நிலமற்ற விவசாயிகளை உருவாக்கிற்று. வேறொரு முக்கிய பொருளாதார நடவடிக்கையும் இருந்தது. ஆடவர், இளைஞர்களுடன் தமிழ்நாட்டிற்கு வெளியே சென்று செல்வம் ஈட்டும் முயற்சிகளில் ஈடுபட்டனர். செல்வம் சேர்ப்பதற்காகச் சென்ற இப்பயணத்தைக் கர்நாடகாவில் உள்ள தங்கச்

சுரங்கங்களில் தங்கத் தாது தோண்டச் சென்றனர் எனலாம். (சிவத்தம்பி 1981, 174-5). நெல் உற்பத்தியோடுகூட இந்நடவடிக்கையும் சேர்ந்து உபரி உற்பத்திக்கு அடிகோலியது. இச்செல்வம் சமூகத்தில் ஏற்படுத்திய விளைவுகளைச் சங்க இலக்கியத்தில் நாம் தெளிவாக உய்த்துணர முடிகிறது.

புதிதாகத் தோன்றி வளர்ந்த அரசியல் அதிகார அமைப்பில் உள்ளழுத்தமின்மை காரணமாக உயர்வான நிர்வாக இயந்திரம் எதுவும் ஏற்படவில்லை. எந்த ஒரு அமைச்சர் பற்றியும் சங்க இலக்கியத்தில் குறிப்பு எதுவும் இல்லை. ஏற்கெனவே காட்டப்பெற்றுள்ள வேத்தவை (நற்றிணை 90), அரசவை (பொருநராற்றுப்படை 850) ஆகியவை உயரதிகாரம் படைத்த நிர்வாக அமைப்போ அல்லது நீதி அமைப்போ அல்ல. உள்ளழுத்தமற்ற நிலைமை காரணமாக அரசுக்கு முற்பட்ட மரபுவழி அமைப்புகளான புலவர்களுக்குப் பரிசளித்தல், நாளவை ஆகியன புதிய அரசமைப்புகளினூடாகவும் தமிழ்நாட்டில் தொடர்ந்தன எனலாம். நெகிழ்ச்சியான குடி முறையிலிருந்து விடுபட்டு, வளர்ச்சி யடைந்து ஆற்றுப்படுகைகளில் அமைந்த நிலவுடைமை வேளாண் மையை வந்தடைந்ததே மிக முக்கியமான மாறுதலாகும்.

தமிழ்நாட்டில் புதிதாக வெளிப்பட்ட அரசுகளில், அரசன் என்னும் தனிநபரைப் புகழ்ந்து வழிபடும் போக்குத் தோன்றிற்று. பதிற்றுப்பத்துத் தொகை நூலில் நாம் இப் போக்கைத் தெளிவாகக் காணலாம். வெற்றி பெற்ற அரசனை அவனுடைய பேராற்றல், வீரத்திற்காகப் பாராட்டிய நிலையிலிருந்து, அரசனுடைய தோற்றச் சிறப்பை எடுத்துரைத்தற்கும் அவனுக்கு வேண்டுகோள் விடுப்பதற்குமாகப் பாடுகின்ற புதிய நிலைக்குப் புலவர்கள் வந்து சேரு கின்றனர் (பதிற்றுப்பத்து 50, 51, 52, 63, 65). இவ்வியல்புகள் பாண்டியர், சோழர் காலங்களிலிருந்து நாயக்கர் காலப் பாளையப்பட்டுகள் காலம் வரை தொடர்ந்தது கவனத்திற்குரியது.

கோ, மன்னன் அல்லது வேந்தன் தன்னுடைய தனிப்பட்ட வீரத்தையும், பேராண்மையையும் வெளிப்படுத்தி ஏற்புடைமை பெற்றிருத்தலே ஒரு வீரன்/அரசனின் புகழ் பாடுவதற்குக் காரணமாய் அமைகிறது எனலாம். குறிப்பாகச் சங்கப் புறப்பாடல்களில் ஆளுவோரின் வீர இயல்புகளை மிக உயர்வாகப் புகழ்ந்து பாடுவதை நாம் காண்கிறோம் (கைலாசபதி 1968). இவ்வதிகாரத்துவத்தை நிறுவுவதற்கு இது தேவைப்படுகிறது. சங்கப் பாடல்களில் வீர வழிபாடு ஊடுருவி நிற்பதற்கான காரணம் இதுவேயாகும்.*

★ பேராசிரியர் ஜார்ஜ் ஹார்ட் அவர்கள் இக்கருத்து குறிக்கப்பட வேண்டும் என்று எனக்குத் தெளிவுறுத்தினார். அவருக்கு என் கடப்பாடு உரியது.

உயர்மதிப்புடன் கூடிய தனிமனிதர் சார்ந்த முடியாட்சி மரபு தமிழ்நாட்டில் ஏற்பட்டமைக்கான காரணம் இப்பொழுது மிகத் தெளிவாகப் புலப்பட்டிருக்கும் என்று நான் கருதுகின்றேன். சோழர் குல மரபில் வந்த கரிகாலன், பாண்டியர் குலத்தில் அவதரித்த நெடுஞ் செழியன், சேரர் குலத்தைச் சார்ந்த பல்யாகசாலை செல்கெழுகுட்டுவன் ஆகிய நீர்ப்பாசனத்தோடு தொடர்புடைய பெரு வேந்தர்களோடு தொடக்க காலத்தில் உருவாகிய தமிழ்நாட்டு அரசுடைய இயல்பு, அதனுடைய வளர்ச்சிப்போக்கு ஆகியவை கருத்திற் கொள்ளப்பட்டு ஆராயப்பட வேண்டும். சேர வேந்தர்களைப் பொறுத்த அளவில் கீர்த்தி வாய்ந்த செங்குட்டுவனும் பின்வந்த வேந்தர்களில் குறிக்கத்தக்கவன். ஆட்சிப் பொறுப்பேற்ற வலிமை பொருந்திய வேந்தர்கள் பின்வந்தோருள் மிகவும் குறைவே. மேற்கூறியதைக் களப்பிரர் இடையீட்டோடு தொடர்புபடுத்த இயலாது. ஏனெனில், அது கி.பி. 430 இல்தான் ஏற்பட்டது. (கே.ஆர். வெங்கட்ராமன் 1957). முடியாட்சியின் மேன்மை தளர்ச்சி எய்தியமை பற்றி (நீலகண்ட சாஸ்திரி 1963, பக் 18, 155) சிறுபாணாற்றுப்படை குறிப்பிடுகிறது எனலாம். அக்காலத்தில் வலிமை பொருந்திய முடியாட்சி இல்லாமற் போனதுதான் குறிக்கத்தக்க காரணம்; இருப்பினும், அதற்கான முக்கியக் கூறுகள் ஆராயப்பட வேணடும்.

முறைப்படுத்தப்படாத தொடக்கக் கால அரசு, தனக்கே உரிய முறையில் ஒரு நிர்வாக அமைப்பை உருவாக்க இயலவில்லை. ஆகவே தான், நிர்வாக உள்ளமைப்புகள் குறித்த குறிப்புகள் எதுவும் காணப்படவில்லை. உண்மை யாதெனில் உள்ளமைப்பு எதுவும் இருக்கவில்லை. ஆட்சி என்பது முழுமையாக ஒரு தனிநபரை மையமாகக் கொண்டே அமைந்திருந்தது.

மேற்கோள் நூல்கள்

Champaka Lackshmy, R, 1976, *Archaeology and Tamil Literary Traditions*, Delhi.
Classen H.J.M.P. and Skalnik, 1978, *The Early State*, The Hague.
Fried, M.H., 1960, *'On the Evolution of Social Stratification.'*
    1960, *'The State in Culture and History'* (Ed. S. Diamond), New York.
    1967, *The Evolution of Political Society*, New York.
Gough, Kathleen, 1980, *'Modes of Production in Southern India'*, Economic and Political Weekly, India.
    1981, *Rural Society in South East India*, Cambridge.
Gunawardhana, R.A.L.H., 1978, *'Social Function and Political Powers; A Case Study of State Formation in Irrigation Society'*, The Indian Historical Review, Vol. IV, No.2, p.259-73.
    1981, *'Totol or Shared Power; A Study of the Hydraulic State and its Transformations in Sri Lanka from the Third to the Ninth Century AD'*, The Indian Historical Review, Vol VII, 1/2, No. 70-98.

Hindess, B., and Hirst, P.Q., 1979, *Pre-capitalist Modes of production*, London.
Kailasapathy, K., 1968, *Tamil Heroic Poetry*, OUP.
Karashima, N., 1984, *South Indian History and Society*, OUP.
Krader, L., 1968, *Formation of the State*, Prentice Hall, New York.
Mahalingam, T.V., 1966, 'Inscribed porsherds from Alagarai and Uraiyur', Seminar on Inscriptions (Ed. R. Nagaswamy), Madras.
    1967, *South Indian Polity*, Madras (2nd ed).
Maloney, C., 1976, 'Archaeology', Essays on South India (Ed.), New Delhi.
Marr, JR., 1985, *The Eight Anthologies*, Madras.
Miller, E.S. and A. Weitz, 1979, *Introductions to Anthropology*, Prentice Hall, USA.
Nilakanta Sastri, K.A., 1955, "*The Colas*"
    1963, *Culture and History of the Tamils*, Calcutta.
    1976, *A History of South India* (4th Ed.).
Seneviratne, Sudharshan, 1981, 'Kalinga and Andhra; The Process of Secondary State Formation in Early India', Indian Historical Review, Vol. VII, No.2.
Sivathamby, K., 1966, 'Analysis of the Anthropological Significance of the Economic Activities and the Conduct Code Ascribed to Mullai Tinai', Kuala Lampur, Vol.I, pp.320-331.
    1971 (a), 'Development of Aristocracy in Ancient Tamilnadu',
    Vidyodaya Journal of Arts Science and Letters, Vol. 4, No. 1/2, pp.2q5-46.
    1971 (b), 'Early South Indian Society and Economy; The Tinai Concept', Social Scientist No. 29, pp. 20-37.
    1981, *Drama in Ancient Tamil Society*, Madras.
    1986, *Literary History in Tamil*, Tamil University, Thanjavur.
Srinivas Iyengar. P.T. 1927, *History of the Tamils* (Reprint 1982).
Stein, B., 1980, *Peasant State and Society in Medieval South India*.
    1984, *All the Kings mana*, Madras.
Subrahmaniam, N., 1980, *Sangam Polity*, Madurai (2nd ed.)
Thapar Romila, 1978, *Ancient Indian Social History*, New Delhi.
    1984, *From Lineage to State*, OUP.
Index des Mots da le litterature tamoule ancienne, Vol.I, 1967.
Index des Mots da le litterature tamoule ancienne, Vol.II.1968.
Index des Mots da le litterature tamoule ancienne, Vol.II, 1970.
சங்க இலக்கியங்கள் (மர்ரே பதிப்புகள்), மறு அச்சு; நியூ செஞ்சுரி புக் ஹவுஸ், சென்னை, *1981*.
சங்க இலக்கியச் சொற்களஞ்சியம், திருவாவடுதுறை, *1965*.
தமிழ் அகராதி, சென்னைப் பல்கலைக்கழகம், *1926-39*.
திருக்குறள் உரைக் கொத்து பொருட்பால், திருப்பனந்தாள் மடம், *1960*.
பாட்டுத் தொகையும் (மர்ரே பதிப்பு), மறு அச்சு; நியூ செஞ்சுரி புக் ஹவுஸ், சென்னை, *1981*.

★★★

3. பண்டைய தமிழ்நாட்டில் உயர்குடி ஆதிக்க மேட்டிமையின் வளர்ச்சி

பண்டைய தமிழ்நாட்டில் சமூக அடுக்கமைவுகளின் தோன்றுநிலை குறித்த ஒரு ஆய்வு

அரச பரம்பரை வரலாறு தவிர்த்த ஏனைய வரலாறுகள் பற்றிய பரிச்சயமின்மை காரணமாகவும் சங்க இலக்கியங்களின் கால அடைவு பற்றிய ஒருமித்த கருத்தின்மையாலும், சமூக நிறுவனநிலைப்பட்ட ஒரு வளர்ச்சி பற்றி மேற்கொள்ளப்படும் இவ்வாய்வு சற்று உரிய காலத்துக்கு முந்தியதாகவே சிலரால் கொள்ளப்படலாம்.[1]

சமூகவியல் பார்வையோடு ஒருவர் ஆய்வு மேற்கொள்வதற்குப் போதுமான அளவு வரலாற்றுப் பொருட்கூறுகள் உள்ளன. ஆயினும், அவ்வாறான முயற்சியைத் தொடங்குபவர் பின்வருவனவற்றைச் செய்வதற்குத் தன்னை ஆயத்தப்படுத்திக் கொள்ளவேண்டும்.

அ) இலக்கியங்களின் கால ஒழுக்கு பற்றிய தெளிவு இருத்தல் வேண்டும்.

ஆ) அவற்றைத் தொல்லியல் மற்றும் கல்வெட்டுச் சான்று களோடு தொடர்புபடுத்திக் காட்ட வேண்டும்.

இ) அனைத்திந்தியப் பார்வைப் புலம் கொண்டதாக இருத்தல் வேண்டும். வேறுவகைப்பட்ட வினாக்களை முன்வைத்து மூல ஆதாரங்களை மறுவாசிப்புச் செய்ய வேண்டியது அன்றிப் புதிய சான்றுகளைத் தேட வேண்டியதும் இல்லை.[2]

1

ஆரிய உட்புகுகை காரணமாக ஏற்பட்டுவரும் மாற்றங்களைப் பதிவு செய்துள்ள இலக்கியங்களைக் கொண்ட ஆரியம் சாராத ஒரே இந்திய மொழி தமிழ்தான். ஆரியமல்லாத வேறு எந்த இந்திய மொழியிலும் இத்தகைய இலக்கியம் இல்லை.

தமிழில் கிடைத்துள்ள மிக முற்பட்ட கல்வெட்டு கி.மு. 200 ஆம் ஆண்டைச் சேர்ந்தது.* தமிழில் கிடைத்துள்ள மிக முற்பட்ட இலக்கியம் கி.மு. 100 ஆம் ஆண்டைச் சேர்ந்தது.[3] (கி.மு 300-250 காலப்பகுதியைச் சேர்ந்தது எனக் கொள்ளப்படுகிறது)

வட இந்திய இந்து மற்றும் சமண, பௌத்தச் செல்வாக்குத் தமிழ்நாட்டில் எங்ஙனம் பரவியது என்பதைப் பூர்வ தமிழ் இலக்கியங்கள் உணர்த்துவதோடு, இந்தியா நாடு முழுமைக்குரிய பண்பாட்டுக் கட்டளைச்சட்டம் (norms of a culture) தமிழகத்தில் எங்ஙனம் நிலை நிறுத்தப் பெற்றது என்பதையும் உணர்த்துகின்றன.

தமிழிலக்கியச் சான்றாதாரங்களின் தனிச் சிறப்புகளை நாம் முதலாவதாக அறிந்துகொள்ள வேண்டும்.[4]

நமக்குக் கிடைத்துள்ள மிகப் பழைய இலக்கிய ஆதாரம் சங்க இலக்கியமாகும் (சங்கங்கள் தோற்றுவித்த இலக்கியங்கள்). இவை எட்டுத் தொகை, பத்துப்பாட்டு என இரு தொகுதிகளில் அடங்கும்.

எட்டுத்தொகை நூல்கள் ஒவ்வொன்றும் பல்வேறு புலவர்களால் இயற்றப்பட்ட பாடல்களைக் கொண்ட தொகுப்பாகும். இத் தொகுப்புகள் வெவ்வேறு அடிப்படைகளில் அமைந்துள்ளன. எட்டுத் தொகை நூல்களுள் இடம் பெற்றுள்ள கலித்தொகை (கலி), பரிபாடல் (பரி) ஆகிய இரு தொகுதிகள் ஏனைய ஆறு நூல்களோடு ஒப்புநோக்கும் பொழுது காலத்தால் பிந்தியவை என்பது இப்பொழுது ஏற்றுக் கொள்ளப்பட்டுவிட்டது. புறநானூறு (புறம்) மற்றும் பதிற்றுப்பத்து (பதிற்று) ஆகிய இரு தொகுதிகள் புறப் பாடல்களால் அமைந்தவை. புறப்பொருள் என்பது போர், போர் நிலைப்பட்ட நடவடிக்கைகள், அரசியல் அமைப்பு, வீரத்தன்மை ஆகியவற்றைக் குறிக்கும்.

புறநானூற்றில் மூவேந்தர்களும் சிறிய நிலப்பகுதிகட்கு உரிமை யாளராக விளங்கிய மன்னர்களும் குறுநில மன்னர்களும் கிழார்களும் மற்றும் சிறந்த வீரர்களும் புகழ்ந்து பாடப்பட்டுள்ளனர்.

பதிற்றுப்பத்து அதன் அமைப்பொழுங்கில் பத்துச் சேர வேந்தர் களைப் பற்றி அமைந்த பத்துப்பத்துப் பாடல்களைக் கொண்ட தொகுதியாக இருந்தது.

அகப்பொருள் குறித்தமைந்த பாடல் தொகுதிகள், எடுத்துக் காட்டாகக் களவு, கற்பு, மற்றும் பரத்தன்மை குறித்தமைந்தவை யாவும் அவற்றிற்குரிய அடிவரையறை அடிப்படையில் தொகுக்கப்பட்டன.

★ முற்பட்ட கல்வெட்டு கி.மு.300 ஆம் ஆண்டைச் சார்ந்தது என்பது இப்போது நிறுவப்பட்டுள்ளது.

குறுந்தொகை (குறு) - 4 முதல் 8 அடி வரை
நற்றிணை (நற்) - 9 முதல் 14 அடிவரை
அகநானூறு (அகம்) - 15 முதல் 33 அடி வரை
ஐங்குறுநூறு (ஐங்) - 3 முதல் 6 அடி வரை

இப்பாடல்கள் மரபுவழிப்பட்ட பா வடிவத்தை மிகுதியாகப் புலப்படுத்தி நிற்பவை.

பத்துப்பாட்டுத் தொகுதி[5] நெடும் பாடல்களால் அமைந்தது. ஆதலின் ஏனைய தொகுதிகளைவிட வீரத் தன்மையை நன்கு வெளிப்படுத்துவன. மேலே குறிப்பிடப்பட்டுள்ள பாடல்களில் கூறப்பட்டுள்ள களவு வாழ்க்கையை வரிசை முறைப்படி தொடர்பு படுத்திக் காட்டுகின்ற புனைவான குறிஞ்சிப்பாட்டு நீங்கலாகவும், ஆரிய திராவிட சமய சமரச இணைப்பு மேற்கொள்ளல் காணப்படு கின்றதும், முருகனிடத்து ஆற்றுப்படுத்துகின்றதுமாகிய திருமுருகாற்றுப் படை நீங்கலாகவும் அமைந்த அனைத்துப் பாட்டுகளும் வீரர்களின் புகழ் பேசுபவையே.

1. பொருநராற்றுப்படை (பொரு)- பொருநரை ஆற்றுப்படுத்துவது
2. பெரும்பாணாற்றுப்படை (பெரும்)- பெரும்பாணனை ஆற்றுப்படுத்துவது
3. சிறுபாணாற்றுப்படை (சிறு) - சிறுபாணனை ஆற்றுப்படுத்துவது
4. மலைபடுகடாம் (மலை)- நடிப்புடன் கூடிய ஆட்டக் கலைஞருக்கு வழிகாட்டுவது.

புனைவியல் சூழல் அமையப் புனையப்பெற்ற இரண்டு நூல்கள் முல்லைப்பாட்டு, நெடுநல்வாடை ஆகியன. நிலைபேறுடைமை பெறுவது எவ்வாறு என ஆலோசனை கூறுவது மதுரைக்காஞ்சி. கரிகால் பெருவேந்தரின் புகழ் பாடுவது பட்டினப்பாலை.

தமிழ்நாட்டின் அரசியல் வரலாற்றை எழுதுவதற்கு இத்தொகுதிகளின் முக்கியத்துவம் ஏற்கெனவே நிறுவப்பட்டு விட்டது.[6] கைலாசபதியின் ஆய்வு இவை வீரயுகப் பாடல்கள் என்பதை நிறுவி, உயிர்ப்பிலும் இயல்பிலும் இவை ஹோமருடைய வாய்மொழிக் காவியப் பாடல் களை ஒத்திருப்பன எனக் காட்டி, மேலும் வேறு வீரயுகக் காப்பியங் களோடு இவற்றை ஒப்புநோக்க இயலும் என்கிறது.[7]

மொழியியலாளர்களும் வரலாற்றாசிரியர்களும் ஏற்றுக்கொண்டு உள்ளபடி இப்பாடல்களின் காலம் ஏறத்தாழ கி.மு. 300 முதல் கி.பி. 250

வரை எனலாம். காலத்தால் பிற்பட்டவை எனக் கருதப்படுகின்ற திருமுருகாற்றுப்படை, கலித்தொகை, பரிபாடல் ஆகியவை வெவ்வேறு காலங்களில் கி. பி. 5, 6, 7 நூற்றாண்டுகட்கு இடைப்பட்டுத் தோன்றியிருக்க வேண்டும் என்பர். இவ்வாறாக, மேற்கூறிய பாடல்கள் முழுவதும் கி. பி. நான்காம் நூற்றாண்டிற்கும் கி. பி. ஆறாம் நூற்றாண்டிற்கும் இடைப்பட்டுத் தோன்றியிருக்க வேண்டும் என்பர்.

இவற்றோடு சேர்த்துக் கொள்ளப்பட வேண்டிய இலக்கண நூல் ஒன்றுள்ளது. அது தொல்காப்பியம் ஆகும். இன்னொரு நூற்தொகையும் உள்ளது. அது பதினெண் கீழ்க்கணக்கு எனப் பெயர் பெறும். மேலே நாம் குறிப்பிட்ட நூற்தொகை பதினெண் மேற்கணக்கு எனப்படும். இவற்றோடு நாம் சேர்த்துக் கொள்ள வேண்டியது, கிடைத்துள்ள நூல்களுள் மிகப் பழைய தொடர்நிலைச் செய்யுளான சிலப்பதிகாரமும் ஆகும். இலக்கண நூலின் காலம் குறித்துக் கருத்து வேறுபாடுகள் உள்ளன. தொல்காப்பியத்தின் முப்பெரும் பிரிவுகள் எழுத்ததிகாரம், சொல்லதிகாரம், பொருளதிகாரம் எனப்படும். எழுத்ததிகாரம், எழுத்திலக்கணம் பற்றியும், சொல்லதிகாரம், சொல்லிலக்கணம் பற்றியும், பொருளதிகாரம் இலக்கியத்தின் உள்ளடக்கம் மற்றும் உருவம் குறித்தும் பேசுவன. நம்முடைய ஆய்விற்குப் பயன்படுவது இறுதியாகக் கூறப்பட்ட நூல். பொருளதிகாரம் இன்னும் முக்கிய மானது. அதில் கூறப்பட்டுள்ள சமூக இலக்கிய வகை விடயங்கள் சங்கப் பாடல்களில் காணப் படுவனவற்றிலிருந்து பெரும்பாலும் வேறுபட்டே நிற்கும். இந்நூலின் காலம் ஏறத்தாழ கி. பி. 5 ஆம் நூற்றாண்டு எனக் கருதலாம். ⁸

பதினெண் கீழ்க்கணக்கு நூல்களுள் தனியே குறிப்பிடத்தக்கது திருக்குறள். உலக இலக்கியத்தில் இது போன்று வேறு ஒழுக்கவியல் ஆக்க நூல் பெரும்பாலும் இல்லை என அல்பர்ட் சுவைட்சரால் பாராட்டப்பட்ட அறநூல் இது.⁹ தீர்ந்த விதிமுறைகளைக் கூறவந்த வள்ளுவர் சுற்றம், நாண்மகிழிருக்கை போன்ற முன்பிருந்த நிறுவனங் களைத் தூக்கியெறிந்து, குடும்பம் போன்ற பழைய அமைப்புகளுக்குப் புதிய கடமைகளை விதிக்கிறார். வள்ளுவர் பரத்தமை போன்ற வற்றைக் கடிந்து ஒதுக்குகிறார். வட இந்தியாவில் வளர்ந்திருந்த அரசு போன்ற புதிய கருத்தாக்கங்களை அறிமுகம் செய்கின்றார். இப் படைப்பிற்குரிய காலமாக கி. பி. 250 முதல் கி. பி. 450 வரை கொள்ளலாம். இந்நூல் சமூக நிறுவனங்களைக் குறித்த ஆய்விற்கு மிகச் சிறந்த மூலாதாரமாகத் திகழ்கின்றது.

அடுத்த முக்கியமான இலக்கியப் படைப்பு சிலப்பதிகாரம் (சிலம்பு). இத்தொடர்நிலைச் செய்யுள் செல்வச் செழிப்புமிக்க

வணிகத் தலைவர் ஒருவருடைய நிலை மாற்றத்தை விவரிக்கின்றது. நாடகக் கணிகை ஒருத்தியோடு சில காலம் வாழ்ந்தவர் மீண்டும் தம் மனைவியிடம் திரும்பி வருகிறார். அவ்வாறு வந்தவர், தம் வாழ்வைச் சுய முயற்சி கொண்டு மீண்டும் நடத்த விழைந்து, வேறொரு நாட்டிற்குச் செல்கிறார். அந்நாட்டு அரசியினுடைய காற்சிலம்பைத் திருடிய கருந் தொழிற் கொல்லன் ஒருவனால் 'பொய்க்குற்றம்' சுமத்தப்பட்டுக் கொலையுண்டு இறக்கிறார். இப் படைப்புக்குரிய காலமாக கி.பி. 450 முதல் கி.பி. 550 வரை கொள்ளலாம். நகர வாழ்வில் வணிகர்களுடைய பங்கை இப்படைப்பு பதிவு செய்துள்ளது. தலைநகர்கள் குறித்து இப்படைப்பில் அமைந்துள்ள வருணனைகள், இக்காலப் பகுதி யினுடைய சமூகப் பண்பாட்டு வரலாற்று மீட்டுருவாக்கத்திற்கு மிகவும் இன்றியமையாதவை ஆகும்.

2

பாடற்பொருள் சார்ந்த வகைப்படுத்தும் போக்கு சங்க இலக்கியத்தில் காணப்படுகின்றது. அது காரணமாகக் குறிப்பிட்ட செயற்புனைவு, குறிப்பிட்ட திணை நிலப்பகுதியோடு தொடர்பு படுத்தப்படுகிறது. நிலப்பரப்பு அந்நிலத்திற்கேயுரிய மிக உயர்ந்த மலரால் குறிக்கப்படும்.[10]

	நிலப்பரப்பு	மலர்	காதல் நடவடிக்கை
1.	மலைப்பகுதி	குறிஞ்சி	புணர்தலும் புணர்தல் நிமித்தமும்
2.	மேய்ச்சல் புல்வெளி அல்லது சமவெளிப்பகுதி	முல்லை	இருத்தலும் இருத்தல் நிமித்தமும்
3.	ஆற்றுப்படுகை/ வேளாண் நிலப்பகுதி	மருதம்	ஊடலும் ஊடல் நிமித்தமும்
4.	கடற்கரையை ஒட்டியுள்ள மணல்வெளி	நெய்தல்	இரங்கலும் இரங்கல் நிமித்தமும்
5.	வரன்முறையான பயிர்செய்யமுடியாத வறட்சியான பகுதி	பாலை	பிரிதலும் பிரிதல் நிமித்தமும்

இந்நிலப்பகுதி ஒவ்வொன்றும் வெவ்வேறு வகைப்பட்ட படைசார் நடவடிக்கையோடு தொடர்புபடுத்தப்படுகிறது.

	நிலப்பகுதி	மலர்	படைசார் நடவடிக்கை
1.	மலைப்பகுதி	வெட்சி	ஆநிரை கவர்தலும் ஆநிரை மீட்டலும்
2.	மேய்ச்சல் புல்வெளி அல்லது சமவெளிப் பகுதி	வஞ்சி	குடியிருப்பைக் காத்தலும், திடீர்த் தாக்குதல்தொடுத்தலும்
3.	ஆற்றுப்படுகை/ வேளாண் நிலப்பகுதி	உழிஞை	அரணைக் காத்தலும் அரணை அழித்தலும்
4.	கடற்கரையை ஒட்டியுள்ள மணல்வெளி	தும்பை	இறுதிவரை போரிடுதல்
5.	பாலை	வாகை	வெற்றி பெறுதல்

மேலே குறிப்பிட்டுள்ளவற்றுள் வரன்முறையான பயிர் செய்ய முடியாத வறண்ட பகுதி, அடிப்படை நானிலப் பிரிவுகளோடு பின்னர் சேர்க்கப்பட்டது. இந்நான்கு பிரிவுக் கோட்பாடு பழமையான இனக் குழுக்களிடம் காணப்படும் நான்கு அண்டப் படைப்புக் கோட்பாட்டை மிக அழுத்தமாக நினைவூட்டுகிறது.[11] பிற்காலத்தில் தோன்றிய தவறான கருத்துருவாக்கத்தால், இந்நாட்டின் அறிஞர்கள் கூட, இவ் வேறுபட்ட நடவடிக்கைகள், ஒரு தம்பதியாரின் வாழ்க்கையினுள் அல்லது ஒரு போரினுள் இடம்பெறும் என்ற தவறான முடிவிற்கு வந்தனர். ஆனால், வரலாற்று இனவியலாளரோ, குறிப்பிட்ட நிலத்திற்குரியதாகக் கூறப்படும் நடத்தை விதிகளும் மற்றும் படைசார் செயற்பாடுகளும், அவ்வந்நிலத்தின் இயற்கையமைப்போடும் மற்றும் அங்கு வாழும் மக்களின் அரசியல் பொருளாதார நிறுவன அமைப்போடும் தொடர் புடையது என்பதைக் காணத் தவறமாட்டார்.

ஒவ்வொரு புவியியல் அலகும் தனித்தனி மக்கட் குடியிருப்பாகக் கொள்ளப்படும். அங்கு வாழும் மக்களுடைய பொருளாதார முயற்சி களும் சமூக அமைப்பும் பொதுவானதாகவே இருக்கும். ஒவ்வொரு குடியிருப்பும், நான்கில் ஏனைய மூன்றோடு வேறுபடும் என்பது பத்துப் பாட்டுத் தொகுதியில் அமைந்துள்ள ஆற்றுப்படை பாடல்களில் காணப்படும் வேறுபட்ட பல குறிப்புகளினடியாக மிக நன்கு விளக்கிக் காட்டப்படுகிறது.

சமச்சீரற்ற வளர்ச்சிக் கூறுகள் தொல்லியலாளர்களாலும் அழுத்திக் கூறப்பட்டுள்ளன. ஆல்ச்சின் பின்வரும் கருத்தைத் தெரிவித்துள்ளார். ''தொல்லியலாளனுடைய நோக்கில் இந்திய நாட்டின் வெவ்வேறு வகைப்பட்ட நிலப்பகுதிகள் இரு மடங்கு ஆர்வமூட்டுபவை. முதலாவதாக, அவற்றினுடைய தனிச் சிறப்புமிக்க தன்மைகள் அவ்வக்காலத்தோடு தொடர்புடையவை. வளர்ச்சியும் நிலப்பகுதிகளுக்கிடையே வேறுபடும் பண்பாடுகளுமே தொல்லியலுக்குரிய மூலப் பொருளாகும். இரண்டாவதாக, சில நிலப்பகுதிகள் ஏனையவற்றைவிட மிக மிக வேகமாக வளர்ச்சி யடையும். மிகவும் பின்தங்கிய நிலப் பகுதிகள் வேறிடங்களில் மிக முற்பட்ட காலத்திற்குரியதாகக் கொள்ளத்தக்க இயல்புகளைத் தன்னகத்தே கொண்டு விளங்கும்.''[12]

இதன் காரணமாகப் பண்பாட்டில் காணப்படும் வேறுபாடு கணக்கிலெடுத்துக் கொள்ளப்பட வேண்டும். இந்தியத் துணைக் கண்டம் முழுவதும் வெவ்வேறு நிலைப்பட்ட பண்பாட்டுக் குழுமங்கள் ஒன்றுக்கருகே ஒன்று அருகருகே வாழ்ந்துள்ளன என்பதை மீண்டும் அழுத்திக் கூறவேணடும்.[13]

முன்னர் தெரிவித்த விவரமான, பிற இடங்களில் புராதன காலத்திற்குரியதாகக் கொள்ளப்படும் இயல்புகளை மிகவும் பின் தங்கிய பகுதிகள் கொண்டிருக்கும் என்பது வரலாற்றில் மிகவும் சிறப்பு முக்கியத்துவம் வாய்ந்ததாகும்.

சங்க இலக்கியத்தில் நாம் காணும் சான்றுகள், இடம் சார்ந்த, அல்லது நிலப்பகுதி சார்ந்த வளர்ச்சியை அறிவதற்குப் பயன்படுவ தோடன்றி, வரலாற்றடிப்படையில் அவற்றை வரிசைப்படுத்து வதற்கும் அவை பயன்படும்.[14]

3

புறநானூற்றில் புகழப்பட்ட புரவலர்களைப் பின் வருமாறு வரிசைப்படுத்தலாம்.

1. நிலைபெற்ற அரசுகளின் மன்னர்கள்
   - (அ) சேரர் - 18 அரசர்கள்
   - (ஆ) சோழர் - 13 அரசர்கள்
   - (இ) பாண்டியர் - 2 அரசர்கள்
2. குறுநில மன்னர்கள் - 47

இக்குறுநில மன்னர்களைப் பின்வருமாறு பகுக்கலாம்:

அ) ஏனாதி - மூவேந்தர்களில் ஒருவருடைய படைத்தளபதி.

ஆ) சிறுநிலப் பகுதிகளின் மன்னர்களாய் விளங்கிய புரவலர்கள். சில முக்கிய குலக்குழுக்களான வேளிர் மற்றும் ஆய் போன்றவர் இவர்களில் அடங்குவர்.

இ) சில பிரதேசங்களுக்கு உரிமையுடையவர்களாக விளங்கிய புரவலர்கள் (ஆம்பர்கிழான், அருவந்தை , நாலைகிழவன், மல்லிக் கிழான், சிறுகுடிக்கிழான்)

புகழ்ச்சிப் பாடல்கள் புறத்திற்கு மட்டுமே உரியவை அல்ல. அகப்பாடல்களிலும் மறைமுகமாகப் புகழ் பாடப்படுகின்றது. நேரடியாகப் புறப்பாடல்களில் புகழப்படாத சில புரவலர்கள் அகப்பாடல்களில் குறிப்பிடப் பெறுகிறார்கள்.

இத்தகைய குறிப்புகள் யாவற்றையும் கணக்கிலெடுத்துக் கொண்டு துரை. அரங்கசாமி அடியிற் கண்டவாறு வகைப்படுத்துகின்றார்:

1. நிலைபெற்ற மூன்று முடியரசுகள் (சேர, சோழ, பாண்டியர்).
2. சேரர் நிலப்பகுதிக்குட்பட்டு வாழ்ந்த சுதந்திரமான இனமரபுக் குழுக்கள் (குடவர், அதியர், மலையர், மழவர், புளியர், வில்லோர், கொங்கர், குறவர்).
3. பாண்டிய நாட்டில் வாழ்ந்த இனமரபுக் குழுக்கள் (பரதவர், கோசர்).
4. நிலைப்பெற்ற மூவேந்தர்களின் முடியரசுத் தலைமைக் குட்படாத இனமரபுக் குழுக்கள் (ஆவியர், ஓவியர், வேளிர், அருவர், அண்டர், இடையர்).
5. தமிழ் நிலப்பரப்பை ஒட்டிய நிலப்பகுதிகளில் வாழ்ந்த இனமரபுக் குழுக்கள் (தொண்டையர், காவலர், வடுகர்).[15]

சங்க காலத்தின் மிக உயர்ந்த கவிஞரான பரணரால் புகழ்ந்து பாடப்பெற்ற மன்னர்கள் மற்றும் குறுநிலத் தலைவர் குறித்து ஆழமாக ஆராய்ந்தோமானால் மன்னர்களும் குறுநிலத் தலைவர்களும் சம காலத்தில் வாழ்ந்திருந்து வெளிப்படும். அக்காலப் பகுதியில் நிலவிய சமச்சீரற்ற தன்மையை அது சுட்டி நிற்கிறது.[16]

சேர வேந்தர்கள் பற்றி அமைந்த பதிற்றுப்பத்தில் ஐந்தாம் பத்தின் ஆசிரியர் பரணரால், புகழப்படும் சேர வேந்தன் ‘குட்டுவன்’ ஆவான். அவர் ‘பெரும்பூட் பொறையன்’ என அடையாளப்படுத்தப்படும் கழுவுள் வெற்றியை ஈட்டிய மற்றொரு சேர வேந்தனையும் பாடியுள்ளார்.

சோழ வேந்தர்களுள் சிறந்த வேந்தன் கரிகாலனையும் (கி. பி. 150) அவனுடைய தந்தை இளஞ்சேட் சென்னியையும் பரணர் பாடியுள்ளார்.

பாண்டிய வேந்தர்களுள் தலையாலங்கானத்துப் போரில் வெற்றி ஈட்டியவனாகக் கருதப்பெறும் பசும்பூட் பாண்டியனையும் அவர் பாடியுள்ளார்.

அவர் இருபத்தியொரு குறுநிலத் தலைவர்களைக் குறிப்பிட்டு உள்ளார். அவர்கள் ஒவ்வொருவரும் தனியாட்சி புரிந்தவர்களேயாவர். அவர்களுள் சிலர் மன்னர்களுக்குக் கீழ்ப்பட்ட நில உரிமையாளர்கள் ஆவர் (அருகை போன்றோர்). சிலர் அவர்களுக்குத் துணையாய் இருந்தவர்கள். அவ்வகையில் அவர்கள் சுதந்திரமானவர்கள் (மிஞிலி மற்றும் நன்னன்).

காளாரைச் சேர்ந்த மட்டி, மீன் பிடிப்போரின் தலைவன்; கழுவுள், கால்நடை வளர்ப்போரின் தலைவன்.

கபிலருடைய சமகாலத்தவரான பரணர் ஒரு சேர மன்னனையும் எட்டுக் குறுநிலத் தலைவர்களையும் புகழ்கிறார். அவர்களுள் மூவர் பரணராலும் புகழப்பட்டவர்கள்.

இனி நாம் குறுநிலத் தலைவர்களுடைய இயல்புகளையும் உருவாகி வரும் அரசியல் பாங்கையும் காண்போம்.

முன்னர் தெளிவாக்கியபடி, சில தலைவர்கள் தங்கள் நிலப் பகுதியின் பெயராலும், வேறு சிலர் தங்களுடைய குழுவினருடைய தொழிலாலும் விளக்கியுரைக்கப்பட்டனர். குறிப்பிட்ட நிலப் பகுதியில் வாழ்ந்த மக்கள் ஒரே பொருளாதார முயற்சியிலேயே ஈடுபட்டனர் என்பது பொதுவாக நிறுவப்பட்ட ஒன்றாகும். இது முதன்மை நிலையாகச் சுற்றுச்சூழலோடு காரணக் காரியத் தொடர்புடையது. ஆகவே, ஆரம்பநிலைக் குழு அமைவுகள், இனக்குழுமமே என்பது தெளிவாகிறது. மீன் பிடிப்போர் மற்றும் கால்நடை வளர்ப்போர் தலைவர்கள் குறித்த வெளிப்படையான கூற்று இதனைப் புலப்படுத்துகிறது. சொத்துரிமை யுடையவர்களே பாடுவதற்குரியவர் என்று பாடுதற்குரியவர்களின் இலக்கணத்தைக் கூறுகின்றபொழுது தொல்காப்பியம் தெரிவிக் கின்றது. வேளாண் பகுதிகளில் இருந்தவர்கள் போலல்லாது, ஏனைய பகுதிகளில் இருந்தவர்கள் கால்நடை வளர்ப்போர் மற்றும் வேட்டை யாடுவோர், தங்கள் குழுவின் பெயராலேயே அழைக்கப்பட்டனர். அவர்களிடையேயும் சிலர் உடைமையாளர்கள் என அழைக்கப்பட்டனர் (தொல். அகம் 20-21). கால்நடை வளர்ப்போரிடமும் வேட்டையாடு வோரிடமும் மட்டுமே கூட்டுடைமை முறை காணப்பட்டது.

கடைக்கற்காலத் தென்னிந்தியாவைப் பற்றி அல்ச்சின் கூறுவது இவ்விடத்தில் எண்ணிப் பார்க்க ஆர்வத்தைத் தூண்டுவதாகும். பொது வாகப் பழமையான மணல் தேரிகளிடையே வாழும் குழுவினர் (தேரி - உடைந்த மெல்லிய சிம்புகளால் அமைந்த சிறுகற்கருவித் தொழில்), இந்தியக் கடற்கரையோரங்களில் மீன் பிடிப்பதைத் தொழிலாகக் கொண்டு வாழும் சமுதாயத்தினர் இன்னமும் இது போன்ற சூழ்நிலை களிலேயே வாழ்ந்து வருகின்றனர். தங்கள் தொழிற்தளத்திற்கு அருகாமையில் இருப்பதற்காக நிலையற்ற அடிப்பரப்பையுடைய மணல் தேரிகளிலேயே தான் தங்கள் குடிசைகளைக் கட்டி வாழ்ந்து வருகின்றனர்.[17] கிழக்குக் கடற்கரையில் அகழ்வாய்வு செய்யப் பட்ட பகுதிகளில் மட்டியின் நிலப்பகுதியைத் தேடிக் கண்டறிய வேண்டும் (அகம் 226).

இவர்களைப் போன்ற இனக்குழு தலைவர்களன்றி, சிறிய நிலப்பகுதிகளை ஆட்சி செய்த குறுநிலத் தலைவர் குறித்தும் அறிகிறோம். இதற்கு எடுத்துக்காட்டாக வேளிர்களைக் கூறலாம். பெரும்பாலான சுதந்திரமான தலைவர்கள், தமிழ்நாட்டிலுள்ள மலைகள் மற்றும் அதனைச் சுற்றி அமைந்த பகுதிகளை ஆட்சி செய்தவர்கள். மேற்குத் தொடர்ச்சி மலையின் தென்கோடியிலிருக்கும் பொதியில் மலைப் பகுதியை வேள் ஆய் ஆட்சி செய்தான். கன்னியாகுமரி மற்றும் பெற்றிகோ தாலமியால் குறிப்பிடப்பட்டுள்ள 'அயோய்' என்னும் அரசனை நாம் 'ஆய்' என்று அடையாளம் கண்டுகொள்ளலாம்.[18] பாரி என்னும் கீர்த்தி மிக்க புரவலன் பறம்புமலையைச் சுற்றியுள்ள பகுதியை ஆட்சி செய்தான். இன்றைய பிரான்மலையே அன்றைய பறம்பு மலையாக இருந்தது என்று அறிகிறோம்.[19] கொல்லி மலையை ஆட்சிசெய்த மற்றொரு தலைவன் ஓரியாவான்.

இத்தலைவர்களில் பெரும்பாலானவர்கள் புவியியல் அடிப் படையில் ஒதுக்கப்பட்டும், அதன் காரணமாகவே இயற்கை அரண் அமைந்து விளங்கிய பகுதிகளுக்குரியவர்களாகவும் இருப்பதை நாம் காண இயலும்.

மூவேந்துகளே மிக முக்கியமான அரசியல் அலகுகள். அசோகருடைய கற்றூண் அரசாணை (கி.மு. 3 ஆம் நூற்றாண்டு) பேரரசின் தென்னிந்திய எல்லையைக் குறிப்பிடும்பொழுது சேர, பாண்டி, சோழ அரசுகளைக் குறிக்கிறது. அக்காலப்பகுதியில் இம் மூன்று இராச்சியங்களும் நன்றாக நிறுவப்பட்டிருக்க வேண்டும். மெகஸ்தனிஸ் பாண்டிய இராச்சியம் பற்றிக் குறிப்பிடுகிறார். அசோகருக்கு முற்பட்ட அர்த்தசாஸ்திரம் பாண்டிய இராச்சியத்தில்

கிடைத்த தனிச்சிறப்பு வாய்ந்த முத்து பற்றிக் குறிப்பிடுகிறது. இவை யாவும் இவ்வரசுகளின் தொல் பழமையை உணர்த்துகின்றன. சங்க இலக்கியம் ஏனைய ஆட்சியாளர்களை விட, குறிப்பாக இம்மூன்று ஆட்சியாளர்களையும் குறிக்கும்போது தனித்தன்மை காட்டுகிறது. 'வேந்தன்' என்னும் தொடர் இம்மூன்று அரசுகளை ஆண்ட மன்னர்களை மட்டுமே குறிக்கப் பயன்படுகிறது.

மேற்குப் பகுதியைச் சேரர்கள் அரசாட்சி செய்தார்கள். குறிப்பிட்ட சில காலங்களில் சேர, சோழர்களிடையே வேறுபட்ட இரு குடும்பங்கள் வேறுபட்ட இரு தலை நகர்களாகும். இந்துமாக் கடலோடு காவேரி சங்கமிக்கும் இடமே புகார் அமைந்துள்ள இடமாகும். தாலமி குறிப்பிடும் 'பொடூகே' அதுவேயாகும். தமிழ்ப்பண்டாட்டோடு தொடர்புடையதாகக் கருதப்படும் மிக முக்கியமான தமிழ்நாட்டு ஆறு காவேரியாகும். பாலாறும் பெண்ணாறும் காவேரிக்கு வடக்கேயுள்ள முக்கியமான ஆறுகளாகும். பாண்டியர் தலைநகரான மதுரை வைகைக் கரையில் அமைந்துள்ளது.

இந்நிலப்பரப்பின் முக்கியமான ஆறுகளைத் தம் கட்டுப் பாட்டுக்குள் வைத்திருந்த அரச பரம்பரைகள் முக்கியத்துவம் பெற்றன.

4

நகரங்களும் பெருநகரங்களும் ஆற்றுப் படுகைகளில் வளர்ச்சி யுற்றது குறித்த விவரங்களையும், அங்கு வளர்ந்த சமூக அடுக்கமைவு களையும் ஆராயும் முன்னர், இனக்குழுத் தலைவர்கள் மற்றும் அவர்களுடைய குழுமங்கள் எவ்வெவ் அரசர்களுக்குக் கீழ்ப்பட்டு அரசாட்சி நடத்தினார்களோ, அவர்களோடு இவர்கள் கொண்டிருந்த உறவுகளும் ஆராயப்பட வேண்டும்.

முதலாவதாகக் குழுவினருடைய சமூக அமைப்பு ஆராயப்பட வேண்டும். ஒவ்வொரு குழுவினரிடையேயும் இருந்த அடுக்கமைவுகள் குறித்து நமக்குச் சான்று எதுவுமில்லை. தொல்காப்பியத்தில் கவனத்தைத் தூண்டும் ஆதாரம் ஒன்று உள்ளது.

பாடல்களில் புகழ்ந்து பாடத்தக்க படைசார் நடவடிக்கைகள் மற்றும் செயற்பாடுகள் குறித்துக் கூறுகையில் பிள்ளையாட்டு என்னும் நிகழ்ச்சி குறித்துக் கூறுகின்றது (குழந்தை அல்லது இளைஞரோடு நடனமாடுதல் - புறத்திணையியல் 60). இறந்துபட்ட வீரன் ஒருவனைப் புகழ்ந்து பாடுதல் என்று உரையாசிரியர் ஒருவர் கூறிப் போக, மற்றொரு உரையாசிரியரான நச்சினார்க்கினியரோ ஆநிரை கவர வந்தோரைப்

போரில் தோற்கடித்து விரட்டித் தங்கள் குழுவினருடைய மேன்மையை நிலைநாட்டிய இளைஞனுக்கு அக்குழுவினர் ஆட்சி அதிகாரம் வழங்கிக் கொண்டாடிய செய்தியை இது குறிக்கிறது என்று கூறுகிறார். மொழியியல் நோக்கிலும் இதுவே ஏற்புடையதாகத் தோன்றுகிறது.[20] இது இவ்வாறாக, சடங்கு மரபில் தமிழர்களிடையே அரசு தோற்றங் கொள்வதை நாம் காண்கிறோம். மேற்கூறிய விளக்கம் ஆளுவோன் ஆளப்படுவோனுக்குப் பாதுகாப்புத் தர வேண்டும் என்ற கருத்தமைவை மிக அழுத்தமாக வலியுறுத்துவதைக் காண்கிறோம் (புறம் 32, 35).

இவ்விடத்தில் மிக முக்கியமான கருத்தொன்று பதிவு செய்யப்பட வேண்டும். சில்லோராட்சி அரசியல் (politicaloligarchies) தமிழ்நாட்டில் எங்கும் நடைமுறையிலிருக்கவில்லை. வணிகர்களுடைய சங்கம் சாத்து எனப்பட்டது. அது எப்பொழுதுமே அரசியலதிகாரம் படைத்ததாக இருக்க வில்லை. சில்லோராட்சி அரசியல் நிறுவனம் வட இந்தியா வில் இருந்திருக்கிறது. புத்த மதத்தை நிறுவிய சித்தார்த்தர் பழமையான சில்லோராட்சி மரபில் வந்தவரே. லிச்சவியர் மற்றொரு முக்கிய சில்லோராட்சியினரே.

சில மன்னர்களும் இனக்குழுத் தலைவர்களும் தமக்கேயுரிய சுற்றத்தைக் கொண்டிருந்தனர் என அறிகிறோம் (புறம் 2; பெரும் 441-447; மதுரை 227; மலைபடு 76-78). சுற்றியிருப்போரைச் சுட்டும் சுற்றம் என்னும் தொடர், இன்றைய நிலையில் ஒருவனுடைய உறவினரைக் குறிக்கிறது எனலாம். மரபான நாள் மகிழிருக்கையில் ஆளுவோருடைய இனக்குழுத்தன்மை மிக நன்கு விளக்கப்படுகிறது. நாள் மகிழிருக்கையில் ஆளுவோர் அமர்ந்திருக்க, உடனுறுப்பினர் களான இனக் குழுவினர்கள் குடிக்கின்றனர் (புறம் 29, 54, 123, 324, 330; பெரும் 441- 447). இந்நேரம் பாணர்கள் புகழ்பாடுவதற்குரியது. தொடக்கத்தில் நிறுவப்பட்ட முடியாட்சிகள்கூட இந்நிறுவனத்தைக் கொண்டிருந்தன (புறம் 29, 54). பெருநகரங்களில் வாழ்ந்த பெருஞ் செல்வர்களும் இச்சடங்கு முறையை நடைமுறைப்படுத்தினர் (441-52).

ஏனைய அலகுகளிடமிருந்து இம்மூன்று அரசுகளும் பெரிதும் வேறுபடவில்லை என்பதை இது உணர்த்துகிறது. வேந்துகளின்கீழ் அமைந்த இனக்குழுத் தலைவர்கள் தங்கள் அதிகாரத்தை இழந்ததாகத் தெரியவில்லை. புறநானூறு பாடல்கள் 319 , 322 மற்றும் 324 ஆகியன வேட்டையாடுவோர் வேந்துகளுக்கு உதவி புரிந்ததைத் தெரிவிக் கின்றன; அப்பரப்பு அத்தலைவர்களுக்கேயுரியதாகத் தெரிவிக்கின்றன. இத்தகைய அரசு நிர்வாகம் முதல்நிலை நோக்கில் நிலவுடைமைக்கு வழி வகுத்தது எனலாம். அரசனுக்குக் கீழ்ப்பட்ட ஆட்சியாளர் என்ற

நிலையிலிருந்து அரசன் சார்பாக ஆட்சி நடத்துபவர் என்ற நிலைக்கு மாறுவதைப் பார்க்கிறோம். இவ்வியல்பு கோசாம்பியால் மேலிலிருந்து வரும் நிலப்பிரபுத்துவம் என்று குறிப்பிடப்படுகிறது. இது இந்திய நிலப்பிரபுத்துவ வளர்ச்சிப் போக்கில் காணப்படும் முக்கிய இயல் பாகும்.[21] 'சமந்த என்ற அயலவரைக் குறிக்கும் தொடர் வட இந்தியாவில் நிலப்பிரபுத்துவ அதிகாரியைக் குறிக்கப் பயன்படுத்தப்பட்டுள்ளது.[22]

கீழ்வருவன சில இனக்குழுத் தலைவர்களின் பெயர்களாகும். சிறுகுடிக்கிழான் பண்ணன், மல்லிகிழான் காரியாதி, நாலை கிழவன் நாகன், ஈர்ந்தூர் கிழான் தோழன் மாறன், வல்லார் கிழான் பண்ணன், கரும்பனூர்கிழான், அம்பர்கிழான் அருவந்தை, பொறையாற்றுக்கிழான்.

இந்நிலப்பிரபுத்துவத் தலைவர்களுக்கும் மன்னனுக்கும் உள்ள உறவு நாலைகிழவன் நாகனுடைய (புறம் 179) பாடலில் நன்கு வெளிப் படுகிறது. பாண்டிய அரசனுக்காகப் போரிடுபவன், அரசனுக்குத் தேவையானவை அனைத்தும் வழங்குகிறான். அரசனுக்கு ஆயுதங்கள் தேவைப்படும் பொழுது வாட்கள் வழங்குவான். படைப்பிரிவும் ஆலோசனையும் அவன் கேட்டால் அவற்றையும் வழங்குவான். எண்ணிப் பார்க்குங்கால் சில இனக்குழுத் தலைவர்களைத் தவிர (ஆய் அண்டிரன் போன்றோர், பொதுவாக வேளிர் இனத்தவர்) ஏனையோர் சமூக அமைப்பில் அதிக முக்கியத்துவம் பெறவில்லை.

நாம் எல்லோரும் ஒரே மொழி (எ.டு தமிழ்) பேசுபவர்கள் என்ற உணர்வு வேறுபட்ட நிலப்பகுதியைச் சேர்ந்தவர்களிடமும் இருந்தது. தமிழ் மொழி பேசப்படாத பகுதிகளில் வாழும் இனக் குழுக்களைக் குறிப்பிடும் ஆதாரங்களிலிருந்து இதை நாம் அறிந்து கொள்கிறோம் (அகம் 205, 11, 215, 349; குறு 11). அவர்களைக் குறிப்பிடும் பொழுது மொழிபெயர் தேயத்து மக்கள் அல்லது மொழி பெயர் தேயத்தினர் என்று குறிப்பிடுவதைக் காண்கிறோம்.

5

வர்க்க உருவாக்கத்தின் தொடக்கத்தை அறிய நாம் மூன்று அரசுகளின் வளர்ச்சியைப் பார்க்கவேண்டும்.

இத்தலை நகரங்களினுடைய புவியியல் அடிப்படையிலான பொருத்தத்தை நாம் ஏற்கெனவே பார்த்துவிட்டோம். ஆற்றுப்படுகைகள் வழங்கிய வளமைச் செழிப்பே இம்மூன்று அரசுகள் உருவானதற்கான முக்கிய காரணமாகும். மழை வளம் குறைவாக இருந்தபோதிலும், ஆற்றுப் படுகைகள் வழங்கிய நீர்ப்பாசன வசதி அதனை நிறைவு

செய்தது. புனைவியல் நடவடிக்கைகட்குப் பின்புலமாக அமையும் வேறுபட்ட நில அமைப்பு குறித்த சித்திரங்களில் ஒவ்வொரு நிலப் பகுதியிலும் விளைந்த உணவுப் பொருள் பற்றியும் அது எவ்வாறு அவர்களுக்குக் கிடைக்கிறது என்பது பற்றியும் அறிகிறோம். இளைஞன் ஒருவன் பெண்ணொருத்தியைச் சந்திக்கச் செல்லும் கிளைக்கதையில் சிறுதானியக் கதிர் மணிகள் நிறைந்து கிடக்கும் தினைப் புனத்தைக் காக்கும் பெண்ணைச் சந்திக்கிறான் (வெட்டித் தீயிட்டுப் பயிரிடும் முறை - அகம் 118, 1 88, 192, 242, 302; குறுந். 141, 142, 193, 198, 217, 219, ; நற். 22, 57, 102, 108, 128, 134; ஐங் 281-90). முல்லை நிலப்பகுதியில் காடுகளை அகற்றி, தோட்டப் பயிரிடுதல், கால்நடை வளர்ப்போடு கூடவே நடைபெற்றது என அறிகிறோம் (அகம் 334, 393; நற். 121, 266; குறுந். 279, 221). ஆற்றுப் பாசனப்பகுதியில், குளங்களிலிருந்தும் ஆறுகளிலிருந்தும் நீர் பாய்ச்சியது பற்றி அறிகிறோம்.

மையப்படுத்தப்பட்ட முடியரசு உருவாக்கத்தில் நீர்ப்பாசனத்தின் பங்கு குறித்துப் பல அறிஞர்கள் குறிப்பிட்டுள்ளனர்.[23] பூர்வ காலத் தமிழ் இலக்கியத்தில், மூன்று அரசுகளோடு மட்டுமே நீர்ப்பாசனம் குறித்த ஆதாரங்களைக் காண்கிறோம். ஏனைய ஆட்சியாளர்களிடம் மிகுதியான அளவு உபரி கிடைத்ததாகக் குறிப்புகள் உள்ளன. ஆனால், நீர்ப்பாசன ஆதாரங்களுக்கான நடவடிக்கை பற்றிய குறிப்பெதுவு மில்லை. பட்டினப்பாலை (283-9), கரிகாலன் பயிரிடுவதற்கு ஏதுவாகக் காடுகளை அகற்றினான் என்றும், பயிர் செய்கைக்குத் தேவையான நீர்வளம் இடையீடின்றிக் கிடைக்க அணை கட்டினான் என்றும் அறிகிறோம். புறம் 18-இல் குடபுலவியனார் என்னும் புலவர் தலையாய சங்ககாலப் பாண்டிய வேந்தனுக்கு இவ்வாறாக ஒரு வேண்டுகோள் விடுக்கிறார். உணவு என்பது நிலமும் நீரும் இணைந்ததுதானேயன்றி வேறு யாது? இவை இரண்டையும் ஒருங்கே கொண்டு வருபவர் பெயர் வரலாற்றில் என்றென்றைக்கும் நிலைபெற்றிருக்கும்.

மதுரைக் காஞ்சி (85-95) வயல் தழைக்கும்படி நீர்த் தேக்கத்தி லிருந்து இறைகூடை கொண்டு நீர் முகந்து கொண்டது குறித்துக் கூறுகின்றது. சேரர்களைப் பொறுத்தளவில் (பதிற்றுப் பத்து 27) நீர்ப்பாசனக் கால்வாய்களும், கதவைத் திறந்துவிட்டால் நீர் பெருக் கெடுத்தோடும் அணைக்கட்டுகளும் அமைந்திருந்தனர் என அறிகிறோம். அதே தொகுதியிலுள்ள அடுத்த பாடல் (பதிற். 28) மேற்குக் கடற் கரையோரத்திலுள்ள பேரியாறு பெரிய வறட்சிக் காலத்திலும், தரிசு நிலத்திற்கு (கரம்பை) நீர்ப்பாசனமளித்து விளைநிலமாக்கியது குறித்துக் கூறுகின்றது.

பயிற்றின நெற்றுக்களாகிய கொள்ளும் அவரையும் மற்றும் வரகு, தினை ஆகிய சிறுதானிய வகைகளுமே அவர்களுடைய மரபான உணவாக விளங்கிற்று எனலாம் (புறம் 335). அரிசி வேறு பகுதியிலிருந்து அறிமுகப்படுத்தப்பட்டிருக்க வேண்டும். அரிசியின் வெண்மை பாடல்களில் அடிக்கடி பாராட்டப்படுவதை நாம் பார்க்கிறோம் (பொருநர் 119; மலைபடு 564). 'ஐவனம்' என்னும் மலைநெல் வகை பற்றிய குறிப்புக் காணப்பட்ட போதிலும், மலைப் பகுதிகளிலும் சமவெளிகளிலும் விரிவான நிலப்பரப்பில் நெல் பயிரிடப்பட வில்லை என்பது தெளிவாகிறது. இது தொல்பொருள் அறிஞர்களுடைய கண்டுபிடிப்புகளை உறுதிப்படுத்துகின்றது. மேற்கு இந்தியாவுக்கும் வடக்குத் தக்காணத்துக்கும் இடைப்பட்ட பகுதி குறித்து ஆல்ச்சின் பின்வருமாறு கூறுகின்றார். ''அரிசி உள்நாட்டுப் பயிராகவே தோன்றுகிறது. மற்றபடி இப்பகுதியில் கோதுமை, சணல், செடி மற்றும் அவரையினச் செடிவகைகளே பெருமளவு பயிரிடப்பட்டன. இப்பயிர், செய்கை முயற்சிகள் யாவும் ஹரப்பா நாகரிகத்திற்குப் பிற்பட்டு ஏற்பட்ட வளர்ச்சி எனலாம். தென்பகுதியினரிடமிருந்து தினை, வரகு போன்ற சிறுதானிய வகைகளையும், பயற்று நெற்று வகைகளையும் பயிரிடும் முறைகளைக் கற்றுக் கொண்டனர். தீபகற்பத்தின் தென்பகுதியில் மிகப் பழங்காலத்திருந்தே, ஏறத்தாழ இரும்புக் காலத்தின் தொடக்கத்திலிருந்தே நெல் பயிரிடுவது இருந்து வந்தது.''[24]

பயிரிடப்படும் நிலப்பகுதியை இப்பகுதியில் இன்றும் நஞ்சை என்பது புஞ்சை என்று வகைப்படுத்துவதைக் காண்கிறோம். நஞ்சை நீர்ப்பாசனமுள்ள நிலப்பகுதியையும், புஞ்சை என்பது தினை, சாமை போன்ற சிறுதானியங்களைப் பயிரிடும் பகுதியையும் குறிக்கும்.

உருவாகிவிட்ட மையப்படுத்தப்பட்ட ஆட்சிமுறை இப் பொருளாதார வளர்ச்சிக்கு வழிவகுக்க, அதன் காரணமாக வெளிநாட்டு வணிகம் தழைத்தோங்கியது. சோழர்களின் தலைநகரமாகிய புகார், கிரேக்கர்களால் பொடூகே என்று அழைக்கப்பட்டது. இத்துறைமுகத்திலிருந்து ஏற்றுமதி செய்யப்பட்ட பண்டங்களைப் பட்டினப்பாலை பட்டியலிடுகிறது (184- 193). முசிறி சேரர்களின் ஆட்சிக்குட்பட்டது. பாண்டியர்களுடைய தலைநகராகிய மதுரை இன்னொரு முக்கிய இடமாகும் (மதுரை 315- 325 மற்றும் 500- 556). இந்திய ரோமானிய வணிகம் நன்கறியப்பட்டதாதலின் அது குறித்து இங்கு ஆராய வேண்டியதில்லை.[25] பெரிபுளூஸ் என்னும் நூலாசிரியர் குறிப்பிடும் துறைமுகங்கள் பெரும்பாலும் இம்மூன்று இராச்சியர்களுக்குட் பட்டனவாகவே உள்ளன.

நௌரா (கண்ணனூர்) - சேரர்
திண்டிஸ் (தொண்டி)

முஷ்ஜரி (முசிறி) - சேரர்

நெல்சிந்தா - பாண்டியர்

பொடுகே (புகார்) - சோழர்
சோபட்டமா (எயிற்பட்டினம்)

நெல் பயிரிடுவதும், வெளிநாட்டு வணிகமும், தொலை ஒதுக்கமான நிலப்பகுதிகளிலிருந்து முற்றிலும் வேறுபட்ட ஒருவகைச் சமுதாயத்தைத் தோற்றுவித்தன. பழைய இனக்குழுச் சமூக அமைப்பு உடைந்து சிதைவடைய, சொத்துடைமையை அடிப்படையாகக் கொண்ட புதிய வர்க்கச் சமூக அமைப்பு திடீரென்று தோன்றியது.

இப்புதிய வர்க்கத்தின் வெளிப்பாடு குறித்த விரிவான செயல் தொடர்பு மேற்கொள்ளும் முன், ஒவ்வொரு வேந்தருக்கும் ஒரு தலைநகரும் மற்றும் துறைமுகப்பட்டினமும் இருந்தன என்பதை நாம் முக்கியமாக நினைவிலிருத்தல் வேண்டும்.[26] தலைநகரம் படைசார் காரணங்களுக்காகவே பராமரிக்கப்பட்டது எனலாம். ஒவ்வொரு நகர் பற்றிய வருணனைகளும் படைசார் பாதுகாப்பிற்கு மிகுந்த அளவு முக்கியத்துவம் அளிக்கப்பட்டதை உணர்த்துகின்றன. (புறம் 27, 98, 177, 350; பொருநர் 64-68; சிறுபாண் 203-206; மதுரை 343-366; பட்டினப்பாலை 283-288; மலை 12, 488-91). பூர்வகால அரசின் படைசார் தன்மையும் நகரங்களிலிருந்த நெருக்கமான குடியிருப்புகளுமே போர் போன்ற தொடக்கக் கால அமைப்பிற்கான அடிப்படையைத் தோற்றுவித்தன என்று மார்க்ஸ் கூறுகின்றார்.[27] உலகின் மற்ற பகுதிகளில் காணப் பட்டது போலவே இது தமிழ்நாட்டிலும் காணப்பட்டது எனலாம்.

அவ்வாறு உருவாகிய பல நகரக் குடியிருப்புகளில் நெல் பயிரிடுதலும், வணிகச் செழிப்புமுடையவையே வளமை எய்தின.

நெல் பயிரிடப்படுவதோடு தொடர்புபடுத்தியே நிலச்சொத்து உரிமையற்ற வேலையாளைப் பற்றி நாம் முதல் முதலாகத் தமிழ் நாட்டில் கேள்விப்படுகிறோம். விதைத்தல், அறுவடை செய்தல் ஆகிய தொழில்களில் சிறந்து விளங்கிய 'வினைவலர்' குறித்து வேளாண் நிலப்பகுதிகளை விரித்துச் செல்லும் கவிஞர்கள் கூறுவதைப் பார்க்கிறோம் (குறு 309; நற் 60, 400; பெரும் 196-262; மதுரை 230-270; பொரு 7-19). வேலையாளை நியமித்தல், சொத்துடமை நிறுவனமயப் பட்டதைக் குறிப்பாகச் சுட்டி நிற்கிறது எனலாம். கிழான் என் நிலப்பிரபு அழைக்கப்பட்டான். வர்க்க வேறுபாட்டின் தோற்றக்கால வளர்ச்சியைப்

பேரளவு நெல் சேமித்து வைக்கப்பட்டதிலிருந்து அறியலாம். (நற்26, 60). பழமையான குடும்பத்திலிருந்து வந்த செல்வந்தர் மகளாகிய தலைவியைப் பற்றி நாம் அறிகின்றோம் (குறுந். 337). பணியாட்கள் மற்றும் வேலையாட்கள், காதல் குறித்தமைந்த பாடல்களில் பாடு பொருளாகும் தகுதியற்றவர்கள் என்று கூறுவதும், ஒருதலைக்காமம், ஒவ்வாக்காமம் ஆகியவற்றில் மட்டுமே அவர்கள் இடம்பெறத் தக்கவர்கள் என்று தொல்காப்பியர் விதிமுறை வகுப்பதும் (தொல். அகத்திணையில் 23 மற்றும் 24) செல்வநிலை அடிப்படையில் பாகுபாடு காட்டும் போக்கு இலக்கியத்தில் தோற்றுவாய் கொண்டதை உணர்த்தி நிற்கிறது எனலாம்.

கரும்பைக் கசக்கிப் பிழியும் இயந்திரம் பற்றியும் குறிப்பு உள்ளது. கரும்பு உற்பத்தியிலும் தொழிலாளர் பணி புரிந்திருக்க வேண்டும்.

வளர்ந்து வரும் வேறுபாடு பெண் தோழி படைப்பிலும் தொல் காப்பியத்தில் காணப்படுகிறது. பெண்ணுடைய தோழி என்ற நிலையிலிருந்து படிப்படியாகப் பெண் பணியாள் என்ற நிலைக்குச் செல்வதை நாம் இங்குப் பார்க்கிறோம் (இவ்வேறுபாட்டை நாம் அகநானூறு 63, குறு. 36, 37; ஐங். 1,33; நெடு. 151 ஆகிய இடங்களில் காணலாம்). வளர்ச்சியுறும் பருவத்தைச் சேர்ந்த பெண்களை மேற்பார்வை செய்யும் இனக்குழு மேற்பார்வையாளரிடமிருந்து படிப்படியாக எழுந்த மாற்றமே செவிலித்தாயைத் தோற்றுவித்திருக்க வேண்டும்.

பரத்தமை நிறுவனமாக வளர்ந்தது மற்றொரு உதாரணமாகும். பாணர் குழுவிலிருந்த பெண்கள் பரத்தைகளாக மாறினர். தொல் காப்பியர் காலத்தில் அவர்கள் தனி வகையான குழுவினர் ஆயினர்.

தமிழ்நாட்டு வேசியர் நிறுவன அமைப்பு குறித்து முழுமையாக ஆய்வு செய்யப்படாத நிலையில் பாணர் குழுவின் பிரதிநிதிகளை இக்குழுவினரோடு இணைத்தே சிந்திக்க வேண்டியுள்ளது (நற். 360, 390; மதுரை 563 தொடக்கம்; பரி. 20: 74-5).

பிரிவு குறித்தமைந்த பாடல்களிலும் சொத்துடைமை வர்க்கத்தின் தோற்றுவாயைக் காணமுடிகிறது. வீட்டிலிருந்து வெகுதொலைவில் குறிப்பிடத்தக்க காலம் கணவன் பிரிந்திருப்பதற்கு இரு நடவடிக்கைகள் காரணமாகின்றன. அரசு கடமை காரணமாகப் போவது ஒன்று; செல்வம் ஈட்டுவதற்காகச் செல்வது மற்றொன்று. பழந்தமிழ்நாட்டின் முக்கியப் பொருளாதார நடவடிக்கையான இதனைப் பல வரலாற்றாசிரியர்கள் பார்க்கத் தவறி விட்டனர்.

பிரிவு குறித்தமைந்த பாடல்களில் கணவன் கடந்து செல்ல வேண்டிய காடுகள் மற்றும் மலைகள் விவரிக்கப்படுவதோடு அது குறித்து மனைவியின் கவலையும் தெளிவுபடுத்தப்படுகிறது. வழிகளில் எதிர்நோக்க வேண்டிய கொடிய கொள்ளைக்காரர்கள், ஆறலைக் கள்வர்கள் பற்றியும் பார்க்கிறோம். பயணத்திற்கான நோக்கம் குறிப் பிட்ட தொடர்களால் துல்லியமாகச் சுட்டப்படுகிறது. அத்தொடர்கள் 'செய்பொருள்' (செய்யப்படுகின்ற அல்லது ஈட்டப்படுகின்ற பொருள்) மற்றும் 'வினை' (மேற்கொள்ளப்படும் முயற்சி). வினை, அரச கடமையையும் கூடக் குறிக்கலாம். ஆனால், செய்பொருள் என்பது இன்றியமையாப் பொருளாதாரத்தைக் குறிப்பதாயும் தனிநபர் சார்ந்ததாயும் இருப்பதைக் காணலாம்.

சில இடங்களில் பொருளீட்டுவதற்காகச் செல்வோர் இளையோ ரோடு தொடர்புபடுத்தப்படுவதைக் காண்கிறோம் (நற். *361, 367*). தொல்காப்பியர் இவ்விளையோரைக் கணவன் மனைவியரிடையே வாயில் நிற்போராகக் காட்டுகிறார் (தொல். கற்பியல் *170-171*). இவ்விளையோர் தாம் மேற்கொண்டுள்ள பணியிலுள்ள வேலைச் சுமையையும், கடந்து செல்லவேண்டிய பாதையின் அருமையையும் குறித்து, அவருடைய தலைவியரிடம் எடுத்துரைப்பர். தங்களுடைய எசமானர்களுக்காகப் பணிபுரிவதோடு, அவர்களுடைய மெய்க் காப்பாளர்களாகவும் இவர்கள் விளங்கினர். ஆகவே, இளையர் என்பவர் உண்மையாகவே வேலையாட்கள் என்பது தெளிவாகிறது. இம்முறைமையின் வளர்ச்சி, வேறுபாட்டிற்கான வேறொரு தோற்று வாயாக அமைகின்றது எனலாம்.

ஆண்கள் எல்லோருமே தூதுரைக்கும் பணி மேற்கொள்ளுவ தில்லை என்பதை நற். 266 தெளிவுபடுத்துகிறது. ஏனெனில், தலைவன் திரும்பி வரும் வழியில் கால்நடை வளர்ப்போரைச் சந்திக்கிறான். நகரங்களில் குடியேறிய சொத்துடைமையாளரே இவ்வாறு பணி நிமித்தமாகச் சென்றவர் ஆவார்.

நெல் உற்பத்தியோடு, இதுவும் சேர்ந்து உபரி உற்பத்தி மூலமாகச் செல்வம் சேர்வதற்கும் வழி செய்கிறது. இச் செல்வத்தின் சமூகத் தாக்கம் படிப்படியாக நாம் உணரத்தக்கதாய் உள்ளது.

ஆற்றுப் பாசன வளர்ச்சி ஏற்படுகின்றபோது பிற பகுதிகளைச் சேர்ந்த மக்கள் படிப்படியாக ஓரங்கட்டப்படுவதை நாம் உணர முடிகிறது. கால்நடை வளர்ப்போரும் வேட்டையாடுவோரும் கல்வியறிவற்றவர்கள் அல்லது அறிவூட்டப்படாதவர்கள் என்று அடிக்கடி குறிப்பிடப் பெறுவதை நாம் காண முடிகிறது. (அகம் *75, 107*; நற் *367*;

ஐங் 304). சமூக அந்நியமாதல் வளர்ச்சியைச் சில பாடல்கள் நமக்குக் காட்டுகின்றன (அகம் 54, 58; நற் 69, 75, 88, 127,140, 169, 228, 264, 274, 321, 331; குறுந். 335, 346, 358). இச்சூழல் நம் கவனத்தைத் தூண்டுகிறது. ஏனெனில், குறிப்பிட்ட நிலப்பகுதி, குறிப்பிட்ட காதல் பொருள் சார்ந்து கவிமரபுப்படி இடம் பெற வேண்டும். காதல் வயப்படுதலும், பாலுறவு கொள்ளுதலும் மலைப்பகுதி சார்ந்த பின்னணியில் கூறப்பட வேண்டும். இவ்வகைப்பட்ட ஆரம்பக் காலப் பாடல்களில், வேட்டை யாடுவோரும் வேட்டைச் சமூகப் பெண்ணுமே பாத்திரங்களாக இருந்தனர். ஆனால், விரைவில் இம்மரபு கைவிடப்பட்டு மலைகளில் வாழ்ந்த வேட்டையாடுவோனுக்குப் பதிலாக மலைக்கு உரிமை யுடையவன் (மலைக்கிழவோன்) இடம்பெறத் தொடங்குகிறான் (கலித்தொகை 39). உரிமையாளர்களே காதலர்களாகத் திகழ முடியும் எனத் தொல்காப்பியர் விதிக்கும் வரன்முறையோடு இது ஒத்துப் போவதைக் காண்கிறோம்.

அந்நியமாதலும் ஒதுக்குதலும் மிக முக்கியமானவை. ஏனெனில், பின்னாளில் சாதி அடிப்படையில் சமூகப் படிநிலைகளை உருவாக்கிய போது, மலைப்பகுதிகளில் வாழ்ந்தவர்களையும் சமவெளிகளில் வாழ்ந்தவர்களையும் இந்தப் படிநிலைகளுக்கு உட்படுத்தாது விட்டு விட்டனர். ஏனெனில் அவர்கள் இப் படிநிலைகளில் சேர்த்துக் கொள் வதற்கு அருகதையற்ற இழிந்தோராகக் கருதப்பட்டனர்.

இதன் காரணமாகத் தனிமைப்படுத்திவிடப்பட்ட மக்களிடையே உட்பிணைப்புகள் வலுவடைந்தன. எப்பொழுது அவர்கள் இந்நாற்குல அமைப்பிற்குள் உட்படுத்தத்தக்க தகுதி படைத்தவர்களாகக் கருதப்படு கிறார்களோ, அப்பொழுது அவர்களுள் அரசியல் அதிகாரம் உடைய வர்கள் தனி ஒரு சாதியாகக் கொள்ளப்பட்டு இப் பிடிக்குள் சேர்த்துக் கொள்ளப்பட்டனர்.

குடி என்னும் தொடர் தரும் வேறுபட்ட பொருள் தனிமைப் படுத்தலைப் பிரதிபலிக்கிறது. சங்க இலக்கியத்தில் குடி என்னும் தொடர் இரு பொருள்களில் பயன்படுத்தப்பட்டுள்ளது: 1. குடியிருப்பு, 2 இனக்குழு அல்லது சாதி. வேளாண்மை செய்பவர்களிடம் பணி புரிவோர் சாதிகளைக் குறிக்க இத்தொடர் பின்னாளில் பயன்படுத்தப் பட்டது. குடி என்னும் தொடரோடு அடிக்கடி பயன்படுத்தப்படும் பெயரடை சிறு என்பதாகும் (திராவிட மொழிகளின் சொற்பிறப்பியல் அகராதி 1379). புறம் 335 ஆவது பாடல் மிக அழுத்தமாக இனக்குழு அல்லது குலமரபுக்குழு என்னும் பொருளைத் தருகிறது. ஒரு வேளை திடுமெனத் தோன்றிய வேறுபட்ட பல சமூகக் குழுக்களுக்கு எதிராக

இவை நான்கே குலமரபுக் குழுக்கள் அல்லது நான்குதான் குலமரபுக் குழுக்கள் என்பதை வலியுறுத்துவதாய் இது இருக்கலாம். அவை பாணன், பறையன், துடியன், கடம்பன் என்பன. இத்தொடர் பெரும் பாணாற்றுப்படை (197), பதிற்றுப்பத்து ஆகியவற்றில் பயன்படுத்தப் பட்டிருப்பதை நோக்கும்பொழுது அது வேளாண்மைப் பணியாளர் குடியிருப்புகளையே உணர்த்தி நிற்கிறது என்பது தெளிவாகிறது. பதிற்றுப்பத்து 13 ஆவது பாடலில் வணிகர்களைப் பாதுகாப்பது, குடிகளுடைய செயல்களுக்காக மன்னன் புகழப்படுவதைக் காண்கிறோம். இவ்விடத்தில் குடிகளென்பது வேளாண்மைத் தொழிலாளர்களையே குறித்து நிற்கிறது எனலாம்.

புதிய இந்நிலப்பிரபுத்துவ வர்க்கம் நீங்கலாக, நகரத்திலேயே தோன்றிருந்த வேறு குழுக்களும் இருந்தன. இக்குழுக்களைப் பற்றிய வருணனைகள், வணிக நகரங்களிலும் படைசார் தலைநகர்களிலும் இடம் பெற்றிருப்பதை நாம் காண்கிறோம். நன்கு உடையணிந்து, தேரில் செல்லுகின்ற செல்வவளம் கொண்ட பிரிவினரைப் பற்றி மதுரைக்காஞ்சி குறிப்பிடுகிறது. அவர்கள் தாராள சிந்தை உடையோராகக் குறிக்கத் தக்கவர்கள் ஆவர் (431-442). இவர்களுடைய உண்மை அறியப்படவில்லை. இருப்பினும், காலை வேளைகளில் இவர்கள் அமர்ந்து அரசு நிறுவனமாகச் செயல்பட்டது மிக முக்கியமாகக் குறிக்கத்தக்கது.

அதே பாடலில் அரசு அதிகாரிகளின் குழு பற்றிய குறிப்பும் வருகிறது (489-526). நீதி அமைப்பின் உறுப்பினர்களான அவர்களே, பெரியோர் நால்வர் குழுவின் உறுப்பினர்களும் ஆவர்.

காவிதிப் பட்டம் வழங்கப்பட்டவர்கள் குறித்து மதுரைக்காஞ்சி குறிப்பிடுகிறது. மேன்மை மிக்கோருக்குப் பழந்தமிழ் அரசுகள் மூவகையான பட்டங்களை வழங்கின. அவை ஏனாதி, காவிதி மற்றும் எட்டி என்பனவாகும்.

படைத் தளபதிக்கு ஏனாதிப் பட்டம் வழங்கப்பட்டது. கலித் தொகை 80 குறிப்பிடும் ஏனாதிப்பாடியம் - ஏனாதிகள் குடியிருப்பைக் கொண்டது - விலைமகளிர் வைக்கப்பட்டிருந்த இடமாகக் குறிப்பிடப் படுவது இங்கு நம் கவனத்திற்கு உரியதாகின்றது.

அடுத்த பட்டமான காவிதி, உயர் அதிகாரிகளுக்கு வழங்கப் பட்டது. இப்பட்டத்திற்குரியோர் சிறந்த கல்வி மான்களாகவும் அறிவுடையவர்களாகவும் விளங்கினார்கள். இப்பட்டத்திற்குரிய அடையாளம் ‘பூ’ ஆகும். 15 ஆம் நூற்றாண்டு உரையாசிரியராகிய

நச்சினார்க்கினியர் தொல்காப்பியம் எழுத்ததிகாரம் 154 ஆம் நூற்பாவிற்கு உரை எழுதுகின்றபோது, அரச குடும்பங்கள் காவிதி குடும்பங்களோடு மன உறவு கொண்டதாகக் கூறுகின்றார்.

மூன்றாவது பட்டமாகிய எட்டி, பொதுவாக வணிகர்களுக்கே வழங்கப்பட்டது. மதிப்பிற்குரிய இவையனைத்தும் சேர்ந்து மாராயம் எனப்பட்டது.[28]

பாடல்களில் அமைந்துள்ள வருணனைகளை நோக்கும்போது இவ்வதிகாரிகள் அனைவரும் அச்சமூகத்தின் அறிவார்ந்த பகுதியினர் என்பது தெளிவாகிறது. ஆனால், திராவிட மொழிகளின் சொற் பிறப்பியல் அகராதி இத் தொடர்கள் எதனையும் குறிக்கவில்லை என்பது இங்குக் குறிக்கத்தக்கது. வணிகர்களுக்கு வழங்கப்பட்ட எட்டி என்ற பட்டத்திற்கும், தமிழ்நாட்டு வணிகச் சாதியினுள் ஒரு உறுப்பினராய் விளங்கும் 'செட்டி' என்ற சாதியைக் குறிக்கும் தொடருக்குமிடையே உள்ள ஒப்புமையை நாம் இங்குக் கவனிக்க வேண்டும்.

இவ்வாறாகப் பொருளாதாரம் மற்றும் அமைப்பு காரணமாகச் சமூக வேறுபாடுகள் தோன்றுவதை நாம் பார்க்கின்றோம். நகரங் களிலுள்ள சமூகத்தின் உயர் மட்டங்களில் மட்டுமே பிராமணர்களின் செல்வாக்கு காணப்பட்டது.

6

இனி, நாம் அடுத்தபடியாக ஆரியச் செல்வாக்கால் தமிழ்நாட்டுச் சமுதாயத்தில் ஏற்பட்ட மாறுதல்களைப் பார்க்க வேண்டும்.

தமிழ்நாட்டிற்குள் ஆரியச் செல்வாக்கு நுழைந்த சரியான காலம் எது என்று தெரியவில்லை. சோழர் மற்றும் பாண்டியர் காலம் குறித்த தன்னுடைய பாரியப் படைப்புக்களால் நீலகண்ட சாஸ்திரி அகில இந்திய வரலாற்றுக்குத் தமிழ்நாட்டு வரலாற்றை முக்கியக் குவிமையம் ஆக்கினார்.[29] ''வட இந்தியாவைப் போன்றே தென்னிந்தியாவிலும் வரலாறு ஆரியர் வருகையோடேயே தொடங்குகின்றது.''[30] வரலாறு என்பது சமகாலத்தில் எழுதப்பட்ட பதிவுகளே என சாஸ்திரி பொருள் கொண்டால், அவர் கூறுவதை நாம் சரியென்று ஏற்கலாம். ஆனால், அவர் அவ்வாறு கொள்ளவில்லை என்பதை அவருடைய அடுத்த வாக்கியமே காட்டி விடுகின்றது. தெற்கை ஆரியமயப்படுத்துவதன் முன்னேற்றத்தை, அதனுடைய இலக்கியத்திலும் பழங்கதைகளிலும் அமையும் பிரதிபலிப்பு கொண்டு உணரலாம்.

தமிழ்நாட்டில் ஆரியமயச் செல்வாக்கை மிகைப்படுத்தவும் கூடாது; குறைத்துப் பார்ப்பதும் கூடாது. இது உணர்ச்சியைத் தூண்டும் அரசியல் சிக்கலாகும். இந்தியாவில் எழுதப்பட்டுள்ள பெரும்பாலான ஆராய்ச்சிகள் அதற்கு ஆதரவாகவோ அல்லது எதிராகவோ அமைந்த ஈடுபாட்டுடன் தான் எழுதப்பட்டுள்ளன. இந்தியரல்லாத அறிஞர்களில் பலர் தமிழ் தெரியாதவர்கள். பக்கச் சார்புடைய வரைவுகளைச் சார்ந்தே அவர்களும் இருக்க வேண்டியுள்ளது.

இதற்கு ஒரே மாற்றுவழி இலக்கிய மூலாதாரங்களுக்கு அதிக அழுத்தம் கொடுக்காது விட்டு விடுவதுதான். தொல்பொருள் சான்றுகள் இன்றுள்ள நிலையில் கிழக்கு நோக்கிய ஆரியர்களின் விரிவாக்கம் அரசியல் வெற்றியால் ஏற்பட்டது என்பதைத் தெளிவுபடுத்துகின்றன. கிழக்கு நோக்கிய ஆரிய விரிவாக்கம் என்பது, இரும்பின் பயன்பாட்டிற்கு வழிவகை செய்ததோடு, பயிர் செய்கை முறைமைகள் மேலும் மேன்மை அடைவதற்கு உதவியது. தென்னிந்தியாவைப் பொறுத்த அளவில் அது அவ்வாறாக இருக்கவில்லை. இரும்புக் காலத்தின் வருகையைப் பற்றி விரிவாக விவாதித்த பின், தென்னிந்தியாவில் இரும்புக் காலக் கல்லறை ஆதாரம் குறித்துச் சிறப்பு நிலையில் (பொதுவாகப் பெருங்கற்காலக் கல்லறைகள் என அழைக்கப்படுகின்றன) ஆராய்ந்த ஆல்ச்சின் அம்மையார் பின்வருமாறு முடிவு செய்கிறார்: "அகழ்வாராய்ச்சி மூலம் கண்டறிந்த குடியிருப்புகளில், இரும்புக் காலத்தின் வருகையால் இங்கு ஏற்கெனவே இருந்து வந்த மக்களுடைய வாழ்க்கை முறையில் பெரிய மாறுதல் ஏற்பட்டதற்கான குறிப்புகள் எதுவும் கிடைக்கவில்லை. இக்காலகட்டத்தில் தென்னிந்தியாவில் வாழ்ந்த மக்களிடையே குறிப்பிடத்தக்க அளவு பழமை பேணலே காணப்பட்டது, புதிய கற்காலப் பகுதியில் பின்பற்றப் பெற்ற நடைமுறைகளே தொடர்ந்து இரும்புக் காலத்திலும் நீடித்தன என்பதில் எவ்வித ஐயமும் இல்லை."[31]

ஆனால், வட இந்தியாவைப் பொறுத்த அளவில் இந்நிலை இருக்கவில்லை. இரும்புக் காலத்தோடு வேதத்திற்கு இருந்த தொடர்பு குறித்து அவர்கள் கூறுவது இதுதான்: "பிற்பட்ட வேத இலக்கியங்கள் அனைத்தும் இரும்பை அறிந்திருக்க வாய்ப்புண்டு. ஆகவே, அவை யாவும் செம்புக் காலத்தன என்று சொல்வதை விட இரும்புக் காலத்தைச் சேர்ந்தவை என்று சொல்வதே பொருத்தமாக இருக்கும். ரிக் வேதப் பகுதிக்குக் கிழக்கேயுள்ள புவியியற் பகுதிகளில் செம்புக் கால பண்பாடு காணப்பட்ட போதிலும் அவை ஆரியர்களுக்கு முற்பட்ட குடியிருப்பு களாகவோ அல்லது ரிக் வேதத்தைக் கொண்டு வந்தவர்களுக்கு முன்பாக

அப்பகுதியில் குடிபெயர்ந்தவர்களது பண்பாடாகவோ அப்பண்பாடு இருக்க வேண்டும்.''[32]

ரிக் வேத காலத்திற்கு முற்பட்ட ஆசிரியர்கள் தென்னாட்டிற்குள் வந்தார்கள் என்று சொல்ல இயலாது. வெற்றி ஒன்றுடன் ஒன்று ஒத்ததாயிருந்த போதிலும் வேதகால ஆரியர்கள் வட இந்தியாவில் ஏற்படுத்திய புரட்சியைக் காட்டிலும் குறைந்த அளவு புரட்சியையே தென்னிந்தியாவிலும் ஏற்படுத்தினார்கள் எனலாம்.

தீபகற்ப இந்தியா நோக்கிய அவர்களது விரிவாக்க உந்துகை முறை, கிழக்கு நோக்கிய விரிவாக்கத்திலிருந்து இயல்பில் மாறுபட்டு இருந்தது என்பது ஏற்றுக்கொள்ளப்பட வேண்டியதாகும். இந்திய வரலாற்றை உற்பத்திச் சக்திகள் மற்றும் உற்பத்தி உறவுகளில் ஏற்பட்ட வளர்ச்சி முறைமை அடிப்படையில் எழுதும் கடமையைத் தமக்குத் தாமே வரித்துக் கொண்டு எழுதிய கோசாம்பி இப்புதிய விரிவாக்கத்தின் தன்மை குறித்து இவ்வாறு விளக்குவார்: ''தீபகற்ப இந்தியா நோக்கிய சரியான அடுத்த உந்துகை வளர்ச்சியடைந்த வட இந்திய சமூகத்தின் தொழில்நுட்ப ஆதரவோடு நடைபெற்றது. குறிப்பாகச் சமீப காலத்தில் உலோகங்கள் பற்றி அறிந்திருந்த அறிவாற்றலோடு அது ஏற்பட்டது. இப்புதிய பகுதி மிக மிக வேறுபட்டதாய் இருந்ததால் வடக்கே ஏற்படுத்தியது போன்றொரு தாக்கத்தை இங்கு ஏற்படுத்த இயல வில்லை. ஆகவே, சாதியமைப்பு மேலும் வளர்ச்சியுற்றுப் புதிய பயன்பாடுகளுக்கு இணங்கி நிற்க வேண்டியதாயிற்று. இங்கோ பிராமணர்கள் பூர்வீகக் குடிகளுக்கு மதிப்பளிக்கும் வகையில் புராணங்களை எழுதியதோடு, அநாகரிகமான இனக் குழுத் தலைவன் அரசனாக மாறி அக்குழுக்களை ஆளுகின்ற உயர்புகழ் பெற்றவனாக விளங்க வகை செய்ய வேண்டியிருந்தது.''[33]

இப்பெரும் ஆரியமய உந்துகை கி.மு.600க்குப் பின்னரே வருகின்றது. சாஸ்திரியும் அடியிற்காணும் தம் கூற்றில் இதனை ஏற்றுக் கொள்கிறார்: ''கி.மு. 600 வரை வட இந்தியாவில் உருவாக்கப் பட்ட படைப்புகளில் விந்திய மலைக்குத் தெற்கேயுள்ள இந்தியப் பகுதியைக் குறித்து எத்தகைய அறிவும் இல்லாமலே இருந்தது. ஆனால், நூற்றாண்டுகள் செல்லச் செல்ல ஒருவரைப் பற்றிய மற்றொரு வருடைய அறிவு வளர்ச்சியடையத் தொடங்கியது.''[34] தென்கோடியி லிருக்கும் பாண்டிய, சோழ, சேரரைப் பற்றிய குறிப்பு முதன் முதலாகக் கி.மு. 4 ஆம் நூற்றாண்டைச் சேர்ந்த காத்யாயனாவில்தான் காணப் படுகிறது. இக்காலத்தையே தென்னிந்தியாவை ஆரியமயப்படுத்து வதற்கான காலமாக நாம் ஏற்றுக்கொண்டாலும் 'ஆரியமயப்படுத்துதல்'

என்பதில் ஏற்பட்டுள்ள மாற்றங்கள் இக்கால ஆரியமயப்படுத்துகையையே தீவிரமான மாற்றத்திற்குள்ளாக்கி விட்டது என்பதை நாம் காணத் தவறிவிடுதல் கூடாது.[35]

கி.மு. 5ஆம் நூற்றாண்டின் இறுதியில் பௌத்தம் மற்றும் ஜைனத்தின் தோற்றுவாயோடு வைதிக மதத்தினுடைய அதி தீவிரச் சடங்குகள் தன்மையும் மற்றும் அச் சடங்குகளை நடைமுறைப்படுத்துவதில் இருந்த கட்டிறுக்கமும் தளர்ச்சியடைந்து மறைந்துபோக சிவன், விஷ்ணு போன்ற உள்ளூர்ப் பண்புள்ள தெய்வங்கள் அவ்விடத்தை எடுத்துக் கொண்டன. கறுப்புநிறமுடைய கிருஷ்ணன் என்னும் யாதவ வீரனை மிக உயர்ந்த தெய்வமாக ஏற்றுப் போற்றியமையை மகாபாரதம் என்னும் காப்பியம் பிரதிபலிகின்றது.

இவ்வாறு மிகவும் மாறிய இந்து மதம்தான் தமிழ் நாட்டிற்கு வந்தது. இந்து மதம் தமிழ்நாட்டிற்குள் வந்த காலப்பகுதியில் பௌத்த, ஜைன மதங்களை மறுத்துரைப்போர் அல்லது இடித்துரைப்போர் வழிபாட்டு முறைகளும் வந்துவிட்டன.[36]

பண்பாட்டுக் கலப்பு முறையைப் புரிந்துகொள்ள இம்முக்கிய விடயத்தைக் கவனத்திற் கொள்ளவேண்டியது மிகவும் அவசியமாகும்.

இதனோடு சமமாகக் குறிப்பிடத்தக்க இன்னொரு முக்கிய விடயம், சங்க இலக்கியத்திற்கு முற்பட்ட காலப் பகுதியில் அசோகப் பேரரசுக் காலத்தில், தமிழ்நாடு நீங்கலாக உள்ள இந்தியா முழுவதும், மையப்படுத்தப்பட்ட மிகச் சிறந்த நிர்வாகத்தின் கீழ் வந்துவிட்டது என்பதாகும். ஏறத்தாழ சங்க காலத்தையடுத்த சமகாலப் பகுதியில் தமிழகத்திற்கு வடக்கே ஆந்திரப் பகுதி சாதவாகனர்களின் மேலாதிக்க உரிமைக்கு உட்பட்டது. தமிழ்நாட்டின் அரசியல் சமூகச் சிந்தனைகளில் அத்தகைய அரசியல் வலிமைமிக்க பேரரசுகளின் தாக்கம் மிக அதிக மாகவே இருந்திருக்க வேண்டும். அச்செல்வாக்கின் வரையறுத்த இறுதி முடிவாக அசோகனுடைய பிராமி எழுத்து வடிவத்திலிருந்து வேறுபட்டு முதல் தமிழ் எழுத்து வடிவம் தோன்றுவதைக் காணலாம். சங்க இலக்கியம் மௌரியர்களின் தெற்கு நோக்கிய படையெடுப்புக் குறித்துக் கூறுகிறது (அகம் 69, 281, 375).

தமிழ்நாடு வடநாட்டிற்கு அரசியல்ரீதியாக நேரடியாகக் கீழ்ப்பட்டிருக்கவில்லையாயினும் அரசியல் மற்றும் சமயக் கருத் தாக்கங்கள் வழி தமிழ் வேந்தர்களையும் குறுநிலத் தலைவர்களையும் பரவலாக மக்களிடையே அறிமுகம் செய்யுமளவிற்கு வட இந்திய மேம்பாடு விஞ்சி ஆற்றலுடையதாய் விளங்கிற்று. நாம் விவாதிப்பதற்கு எடுத்துக்கொண்ட காலப் பகுதியில் வழிபடப்பட்ட வேறுபட்ட

கடவுளர்கள் விஷ்ணு, பலராமன், காமா, சாமா மற்றும் சிவன் ஆகியோர் குறிப்பிடப்பட்டுள்ளனர். உள்நாட்டு வழிபாட்டு முறைகளோடு உட்புகுந்த வழிபாட்டு முறை ஒருங்கு கலந்தமையின் விளைவே சமரசப் பண்புள்ள தெய்வமான முருகனாகும். வட இந்திய சுப்பிரமணியர் வழிபாட்டோடு தமிழ்நாட்டு முருக வழிபாடு கலந்து விடுகிறது (சுப்பிரமணியர் வழிபாட்டில் அலெக்சாந்தர் வழிபாடு உள்ளது என்று அறிஞர் சிலர் கருதுகின்றனர்).[37]

தொடக்கக் காலத் தமிழ் இலக்கியத்தில் சமணம் மற்றும் பௌத்தம் குறித்த ஆதாரங்களைக் காண்கிறோம். கி.மு. நான்காம் நூற்றாண்டு தொடக்கம் பௌத்தர்களும் ஜைனர்களும் தென்னகத்திற்கு வரத் தொடங்கினர் என்றும், அவர்கள் இங்குக் குடியேறினர் என்றும் சொல்லப்படுகிறது. எவ்வகையில் பார்த்தாலும் அவர்கள் இந்து ஆரியர்களுக்கு முன்னதாகவே குடியேறிவிட்டனர் எனலாம். கே.கே. பிள்ளையவர்கள் குறிப்பிடுவதுபோல் கல்வெட்டு ஆதாரங்களும், வெவ்வேறு காலங்களில் பல்வேறு இடங்களில் குடியேறிய பிராமணக் குழுக்களின் பெயர்களும் இதனை நமக்கு நிரூபிக்கின்றன எனலாம்.[38]

ஆரியக் குடியேற்றம் பிராமணர்களை மட்டும் கொண்டு வரவில்லை. அது மற்றவர்களையும் கொண்டு வந்தது என்பதை நாம் இந்த இடத்தில் மனங்கொள்ள வேண்டும். அகம் 279இல் ஆரியன் ஒரு யானையை வசப்படுத்துவது கூறப்பட்டுள்ளது. ஆரியர்களின் தொழில் முறை ஆட்டமான ஆரியக்கூத்து பற்றிக் குறுந்தொகை கூறுகின்றது. ஆனால், புரோகிதர் வர்க்கத்தினராலன்றி ஏனையோரால் தமிழ் நாட்டின் அரசியல் சமூக வரலாற்றில் பெரும் மாறுதல் ஏற்படுத்த முடியவில்லை. சங்க இலக்கியத்தில் காணப்படும் பல்வேறு இலக்கியக் குறிப்புகளை ஆராய்ந்து பார்க்குங்கால், பிராமணர்கள் அனைவரும் சமயச் சடங்குகள் செய்ததாகச் சுட்டிக்காட்டவில்லை எனலாம். பிராமணர்கள் சங்கு வளையல்கள் செய்தமை பற்றி அகம் 24 கூறுகின்றது. கேள்விக்கிடமின்றித் தாங்களே உயர்ந்தவர்கள் என்று கருதுகின்ற வகைமாதிரியான பிராமணியச் சமூக அமைப்பாக அச்சமூகம் இருக்கவில்லை என்பது தெளிவாகத் தெரிகிறது. ஆனால், வெகு சீக்கிரத்திலேயே அவர்கள் அதனை முயன்று அடைந்துவிட்டார்கள். வீரம் பொருந்திய மன்னர்கள் பிராமணர்களுக்கும் மரபுவழிப்பட்ட பாணர்களுக்கும் சரிசமமான மதிப்பு அளித்துள்ளமை பற்றிய பல்வேறு குறிப்புக்களே பிராமணர்கள் சமூக அமைப்பில் தனிச்சிறப்புக்குரியவர்களாக மாறிவிட்டனர் என்பதற்கான தகுந்த ஆதாரமாகும். முக்கியமான இச்சமூகப் படிநிலையை நாம் கணக்கிலெடுத்துக் கொள்ள வேண்டும்.

ஏனைய மக்களிடம் இருந்தது போன்ற சிறிதளவு மேம்பட்ட அரசமைப்பு முறை தமிழ்நாட்டில் இருந்தமை குறித்து அழுத்திக் கூறவேண்டிய அவசியமில்லையாயினும் இவர்கள் தங்களுக்கென ஒரு எழுத்து முறைமையை உருவாக்கிக் கொள்ளாமையால் மரபைக் கையளிப்பதில் மிக முக்கியமான பங்கு வகித்த பாணர்களுக்கு மன்னர்கள் மிகுந்த முக்கியத்துவம் அளித்தனர் எனலாம்.[39] பிராமணர்களுக்கும் பாணர்களுக்கும் பரிசளித்த மன்னரை ஔவையார் புகழ்ந்து பாடுகின்றார் (புறம் 367). இதுபோன்ற நிலைமையையே பதிற்றுப்பத்து 21, 24 மற்றும் 64 ஆம் பாடல்களும் எடுத்துரைக்கின்றன. பாணர்களை மன்னன் பெருவளத்தான் மறைந்தபோது கருங்குழலாதனார் என்னும் புலவர் பாடுகின்றார்.

இந்தியாவின் பிற பகுதிகளில் காணப்பட்டது போலவே தங்களுடைய அதிகாரத்தை நிறுவிட சடங்கு முறைப்பட்ட உயர் சமய அனுமதியைப் பெறும் முயற்சி இங்கும் காணப்பட்டது என்பதற்குப் போதிய சான்றுகள் உள்ளன. வேத நெறிப்பட்ட யாகங்களைச் செய்தார்கள் என்பதற்கு இரு மன்னர்களின் பெயர்களே சான்றாக விளங்குவதைக் காண்கிறோம். பல்யாகசாலை முதுகுடுமிப் பெருவழுதி மற்றும் இராசசூயம் வேட்ட பெருநற்கிள்ளி. முன்னரே குறிப்பிட்டபடி, நிலத்திற்குரிய தொன்மையான வழிபாட்டு நெறி நின்று போரில் வெட்டுண்டு இறந்துபடும் வீரரைப் பேய்க்கு உணவாக இடுவதும், போர் தொடங்கும் முன்னர் குழுவினர் அனைவரும் கூட்டாகச் சேர்ந்து உணவு அருந்துவதும், யாகங்களோடு சேர்ந்தே நடந்தன என்று அறிகிறோம் (புறம் 26; பதி. 21).

சங்க காலக் கவிஞர்களுள் பலர் பிராமணர்களே. மிகச் சிறந்த கவிஞராகப் போற்றப்படும் கபிலர் தாம் தம் கூற்றாகவே பிராமணர் என்று தெரிவிக்கிறார். வட இந்தியாவில் வீரயுகப் பாவலனைப் புறந்தள்ளி, அவனுடைய பொறுப்புகளைத் தாமே மேற்கொண்டு, காப்பியத்தைக் காப்பாற்றுவதை புரோகிதர்களின் தனி உரிமமாகக் கொள்ளும் முறைமை மகாபாரதத்தோடு முழுமை எய்திவிட்டது.[40] மரபு வழிவந்த பாணர்கள் அரசியல் மற்றும் இலக்கியப் பின்னணியிலிருந்து முற்றாக மறைந்துவிட்ட போதிலும் பிராமண உயர் மேலாதிக்கத்தை நிலைநிறுத்தத் துணைசெய்யும் கட்டுக்கதைகளடங்கிய முழுமையான காப்பியம் ஒன்று தமிழ்ச்சூழலில் தோன்றவில்லை. சங்கத் தொகுதிகளில் பிற்பட்ட நூலான கலித்தொகை பாணர்களைக் கல்வியறிவற்ற பாடகர்கள் என்று கூறுகின்றது. அவர்களுடைய குழுவிலிருந்த பெண்கள் பரத்தையராயினர். பிராமணர்கள் அரசவையில் முக்கியத்துவம் பெறுவதையும் காண்கிறோம். கற்கை என்பது அத்தொடருக்குரிய சரியான

பொருளில் வழங்கப்படாத சமுதாயத்தின் பிராமணர்களே மன்னர்களின் தூதுவர்களாயினர் (புறம் 305; அகம் 54). வெகுசீக்கிரத்திலேயே அவர்கள் கற்கை மரபைத் தங்கள் ஏகபோகமாக்கிக் கொண்டவர்கள் வேத மந்திரங்களை ஓதுவதைக் குறிக்கப் பயன்படும் அதே சொல்லைத் தொல்காப்பியர் கற்றலைக் குறிக்கவும் பயன்படுத்துகிறார்.

அரசவை மற்றும் அரசருக்குரிய வட்டத்தில் பிராமணர்களுடைய அதிகாரச் சக்தியும் தகுதிப்பாடும் நாளுக்கு நாள் வளர்ச்சியுறுவதை மதுரைக்காஞ்சி நமக்குக் காட்டுகிறது.

கவிஞர் மாங்குடி மருதனார், தலையாலங்கானத்துப் போரில் வெற்றி பெற்ற மன்னன் நெடுஞ்செழியனைப் பாணர்களோடு பொறுப்பற்று நேரத்தைச் செலவிடுவதைக் கைவிட்டுப் பல்யாகசாலை முதுகுடுமிப் பெருவழுதி, கற்பனையாகப் படைக்கப்பட்ட நெடியோன் ஆகியோரைப் போன்று யாகங்களைச் செய்வாயாக என்று கூறுகின்றார். இவ்விரு மன்னர்களையும் அடையாளப்படுத்துவது கடினமாக உள்ளது என்று பாண்டிய நாட்டு வரலாற்றில் சாஸ்திரி கூறுகின்றனர். இருவருள் பிந்தியவர் பெரும்பாலும் கற்பனைப் படைப்பாகவே இருக்க வேண்டும் என்று கூறுகின்றார். இத்தொன்ம ஆதாரங்கள் சிறப்புமிக்க வேந்து இராச்சியங்கட்கு தூய்மையான பழமையைக் குறிப்பிட்டுத் தெரிவிக்கப் பயன்பட்டன. தொன்ம உருவாக்கத்திற்கு மற்றொரு ஆதாரமாக இருங்கோவேள் குறித்த 'புலிகடிமா' லைக் குறிப்பிடலாம். (புறம் 201, மற்றும் 202). அருட் தொண்டர் ஒருவருடைய கட்டளையின்படி புலி ஒன்றைக் கொன்ற பழங்கதை, துவாரசமுத்திரத்தைத் தலைநகராகக் கொண்டு 15 ஆம் நூற்றாண்டில் தக்காணத்தை ஆட்சி புரிந்த ஹொய்சாளர் மேல் மிகப் பின்னரே ஏற்றப்பட்டது. நீர்ப்பாயல் என்னும் கடற்றுறைப் பட்டினத்தில் பிராமணர்கள், வீடுகட்டிக் குடியிருக்கத் தனியே ஒரு பகுதி இருந்தது எனப் பெரும்பாணாற்றுப்படை வழி அறிகிறோம். புகார் நகரத்தில் பலியிடுதல் ஒழுங்காக நடைபெற்றது எனப் பட்டினப்பாலை (42- 58) தெரிவிக்கிறது.

இலக்கண ஆசிரியரான தொல்காப்பியர் பிராமணர்களுடைய ஆறு கடமைகள் குறித்துக் கூறுகிறார்.

சேர மன்னன் செல்வக் கடுங்கோ வாழியாதனைப் பிராமணக் கவிஞரான கபிலர் 'நீ பிராமணர்களுக்கன்றி ஏனையோருக்குத் தலை வணங்குதல் செய்யாதவன்' என்று புகழ்ந்து பாடுகின்றார் (பதிற்றுப் பத்து ஏழாம் பத்து). பிராமணர்கள் அரசவையில் பெற்றிருந்த தனிச் சிறப்பை இது உணர்த்தி நிற்கிறது.

ஏழாம்பத்தின் இறுதியில் உள்ள பதிகம் ஆடுகோட்பாட்டுச் சேரலாதன், கபிலருக்கு ஒரு ஊரைத் தானமாக வழங்கினான் என்று தெரிவிக்கிறது. இது பெரிதும் முக்கியத்துவமுடைய ஒரு சிறிய செய்தி எனலாம். பிராமணர்களுக்கு நிலம் தானமாக அளிக்கப்பட்டது குறித்த முதல் இலக்கியச் சான்று இதுவேயாகும். கொடையாக வழங்கப்பட்ட நிலப் பகுதிக்கு வரிவிலக்கு அளிக்கப்பட்டதே இந்நில தானத்தின் பொருளாதார முக்கியத்துவமாகும். பிராமணர்களுக்கு நிலம் தானமாக வழங்கப்பட்டது இந்திய நிலப்பிரபுத்துவ வரலாற்றில் முக்கியத்துவம் வாய்ந்ததாகும். அரசியல் நிலப்பிரபுத்துவத்தின் தோற்றமும் வளர்ச்சியும் கி.பி. முதல் நூற்றாண்டு தொடக்கம் பிராமணர்களுக்கு நிலம் தானமாக வழங்கப்பட்டதிலிருந்துதான் கண்டுபிடிக்கப்பட வேண்டும் என்று இராம் சரண் சர்மா கூறுகின்றார்.[41]

பிராமணர்களுக்கு வழங்கப்பட்ட இவ்வகையான தானங்கள் நாகரிக முதிர்ச்சியற்ற சமூக உற்பத்திக் காலத்தில் வர்த்தக அமைப்பைப் பாதுகாத்தது என்று கூறி அதற்கு எடுத்துக்காட்டாகத் தென்னிந்தியாவைக் காட்டுகின்றார் கோசாம்பி. வேத நாகரிகம் குறிப்பிடும் மூலமுதலான சாதிகளில் தெற்கு இரு சாதிகளை மட்டுமே வளர்த்தது; பிராமணர்கள் மற்றும் சூத்திரர்கள்.[42]

பிராமணர்கள் நிலச்சொத்து இல்லாதவர்களாக இருந்த பகுதி களிலும், சமூகத்தில் அவர்களுக்கிருந்த தனிச் சிறப்பிடம் கேள்விக்குட் படுத்தப்படவேயில்லை. ஏனெனில், சமூகத்தின் உயர்குடி வட்டாரங் களில் அவர்களுக்கிருந்து வந்த செல்வாக்கே இதற்குக் காரணம் எனலாம்.

'இழிபிறப்பாளர்' குறித்த சில குறிப்புகள் காணப்படுவதற்குரிய காரணம், பிறப்பு அடிப்படையில் சாதியை முடிவுசெய்யும் பிராமணியச் செல்வாக்கேயாகும். இனக்குழுச் சமூகப் பறை கொட்டுவோனே முதலில் இழிபிறப்பாளனாகக் குறிப்பிடப்படுகிறான் (புறம் 170, 363). புலையர்-இழிந்த மக்கள் என்னும் பொருளில் குறிப்புகள் காணப் படுகின்றன. இனக்குழுச் சமூகப் பறை கொட்டுவானோடு துணி துவைக்கும் பெண்டிரும் இழிந்தோராகக் குறிப்பிடப்பட்டுள்ளனர் (புறம் 31). புறம் 61 சில பெண்டிரைக் கடைசியர் - வரிசையில் கடைசியாக நிற்போர் - எனக் குறிப்பிடுகிறது. வேளாண் பகுதிகளில் பணியாற்றும் தொழிலாளர்கள் இவர்கள் என்று உரையாசிரியர் விளக்குவார்.

இவ்வாறாக, நாம் தமிழ்நாட்டில் சாதி அமைப்பின் தோற்று வாயைக் காண்கிறோம். விவாதத்திற்குட்படுத்தப்படும் இக்காலப் பகுதியில் இவ்வமைப்பு முறையில் இறுக்கம் ஏற்பட்டுவிட்டது என்று

சொல்வதற்கில்லை. ஆனால், சமூகப் பிரிவினை ஏற்பட்டு ஒரு பகுதியினரை மேன்மைப்படுத்துதல் தொடங்கிவிட்டது எனலாம். மாற்றத்தைப் பற்றி இலக்கண ஆசிரியர் தொல்காப்பியர் குறிப்பிடும் குறிப்பைத் தருவதற்கு இதுவே மிப் பொருத்தமான இடமாகும். சொல்லதிகாரத்தில் தொல்காப்பியர் பின்வருமாறு கூறுகிறார். தனி ஒருவரைக் குறிக்கப் பன்மை வடிவத்தைப் பயன்படுத்துவதும், ஒரு பொருளைக் குறிக்கப் பயன்படுத்துவதும் வழக்கிலுள்ளன. இலக்கணம் அத்தகைய பயன்பாட்டை ஏற்றுக் கொள்ளாது (தொல். சொல். 27).

சமூக மட்டத்தில் சில மனிதர்கள் மரியாதைப் பன்மைக்குரியவர் என்று ஏற்றுக்கொள்ளப்பட்டனர் என்பதை இது தெளிவுபடுத்துகிறது.

தொடக்கத்தில் ஒரு இருப்பிடத்தைக் குறித்த 'குடி' என்பது பின்னர் சாதியைக் குறிக்கத் தொடங்கிற்று. சமஸ்கிருதத் தொடரான ஜாதிக்குத் தமிழ் இணைச் சொல்லாக இன்றளவும் இது பயன்படுத்தப் படுகிறது.

மேற்காட்டிய ஆய்வு, ஆற்றுப்படுகைகளில் வாழ்ந்த உழவர்கள் நீங்கலாக, (வேளாளர்கள்) மற்ற அனைத்துச் சாதியினரும் பெரும் பாலும் இனக் குழுவைச் சேர்ந்தவரே என்பதை வெளிப்படுத்துகிறது.

இவ்வாறான தனித்தன்மை வாய்ந்த, வளர்ச்சி காரணமாகவே தமிழ்நாட்டில் சாதிக் கூட்டுகள், பிராமணர் பிராமணரல்லாதவர் என்ற அடிப்படையில் செய்யப்படுவதை நாம் காண்கிறோம். தற்கால மானிடவியலாளர்களும் இத்தனிமுறை சிறப்பு வகைப்படுத்தலைக் கணக்கிலெடுத்துக் கொண்டுள்ளனர்.[43] பிராமணர் அல்லாதோருக்கு, பிராமணர்களிடமிருந்த மரபார்ந்த பகைமையையும் அவர்கள் காணத் தவறுவதில்லை.

இவ்வாறாக, பிராமணர்கள் சமூகத்தில் மேன்மை மிக்கவர்களாக மேலெழும்பவும், வெள்ளாளர்கள் அடுத்துத் தாழ்ந்தவர்களாக இரண்டாம் இடத்தைப் பெற்றனர். மற்றவர்கள் இச்சாதிய மூடுகைக்கு முற்றிலுமாக வெளியே தள்ளப்பட்டனர். தென்னிந்தியாவிலும் இலங்கையிலும் சில தாழ்த்தப்பட்ட மக்கள் பஞ்சமர் எனக் குறிக்கப் பட்டனர் (ஐந்தாமிடத்தைச் சேர்ந்தவர்கள்). சொத்துரிமை உடைய பயிரிடுவோருக்கு வல்லாண்மை வழங்க சூத்திரர்களைவிட ஒருபடி தாழ்ந்தவர்களான ஐந்தாம் சாதி உருவாக்கம் மிகவும் தேவைப்பட்டது.

மொத்தக் காட்சித் தொகுதியை இது நிறைவடையச் செய்ய வில்லை. சங்க காலச் சமூகத்திற்கு வணிகர்களுடைய முக்கியமான பங்களிப்பினை இனிதான் நாம் பார்க்க வேண்டும். மற்றும் சமூக

அரசியல் படிமுறையில் அவர்கள் வகித்த இடத்தையும் நாம் பார்க்க வேண்டும்.

ரோம வணிகத்தால் ஏற்பட்ட சமுதாயப் பாதிப்புகளைப் பார்ப்பதற்கு முன்னர், உள்நாட்டு வர்த்தகம் குறித்தும் சில செய்திகளை அறிந்துகொள்வது அவசியமாகும்.

ஒரு பகுதியில் உற்பத்தி செய்யப்பட்ட பண்டங்களை மற்றொரு பகுதியில் உற்பத்தி செய்யப்பட்ட பண்டங்களுக்குப் பண்டமாற்றுச் செய்து கொண்டனர். வேளாண்மை செய்தவர்கள், ஏனைய பகுதியைச் சார்ந்தவர்களது பொருள்களை வாங்குவதிலும் பார்க்க, ஏனைய பகுதியினர் இவர்களிடமிருந்து கூடுதலான அளவு உணவுத் தேவை காரணமாக அரிசி வாங்க வேண்டியிருந்தது. கால்நடை வளர்ப்பு மற்றும் மீன் பிடித்தலைத் தொழிலாகக் கொண்டிருந்த சமூகங்கள் தாங்கள் உற்பத்தி செய்த பொருள்களை அரிசிக்குப் பண்டமாற்றுச் செய்யக் கூவி விற்பனை செய்தது பற்றி நாம் இலக்கியங்களின் வழி அறிகிறோம் (புறம் 293; அகம் 60; நற் 97, 118, 142).

உள்நாட்டு வர்த்தகத்தில் உப்பு முக்கியத்துவம் வாய்ந்ததாக விளங்குவதைக் காண்கிறோம். நிலப்பகுதிகட்கு இடையேயான வணிக வளர்ச்சியில் உப்பும் உலோகங்களும் முக்கியமான பங்கு வகித்துள்ளமையை அறிகிறோம்.

மார்க்ஸ் என்ன கூறியிருந்த போதிலும், கிராமப் பொருளாதார அமைப்பும், கையால் நூற்பதையும் கைத்தறியால் நெசவு செய்வதையும் அடிப்படையாகக் கொண்டு அமையவில்லை. விதிவிலக்காக வங்காளத்தில் சில இடங்களில் மட்டும் நூற்பும் நெசவும் வெளிநாட்டு வணிகத்தின் பிரிக்க இயலாப்பகுதிகளாயும், ஏற்றுமதி வகைமுறைப் பட்டனவாயும் விளங்கியிருக்கின்றன. பல கிராமங்கள் உற்பத்தி செய்ய இயலாத இன்றியமையாப் பொருள்களாக உப்பும் உலோகங்களும் விளங்கின. கிராமத்தலைவனுக்குத் துணியின் பயன்பாடு மிகக் குறைவே. பழந்தமிழ்நாட்டில் உப்பு வணிகம் ‘உமணர்’ எனப்படும் சமுதாயத் தாரிடம் இருந்தது. அவர்கள் கட்டை வண்டிகளில் பயணப் பாதுகாப் போடு சென்றனர். சங்க இலக்கியத்தில் ஏராளமான குறிப்புகள் இவ்வணிகர்கள் பற்றியும் எருதுகளால் இழுத்துச் செல்லும் வண்டிகள் பற்றியும் காணப்படுகின்றன (அகம் 159, 167, 173, 191, 298, 310; குறு 388; புறம் 60, 307, 313). வணிகர்கள் தங்களுக்குள்ளே ஒரு சங்கம் அமைத்துக் கொண்டார்கள். அது சாத்து (அகம் 119) எனப்பட்டது. நற் 330 நெய்தல் நிலப்பகுதியில் வாழ்ந்த மக்களால் உப்பு உற்பத்தி செய்யப்பட்டு வணிகர்களிடம் நெல்லுக்கு மாற்றிக் கொள்ளப்பட்டதைத் தெளி

வாக்குகிறது. உமணர்கள் உயரிய மரியாதைக்குரியவர்களாக நடத்தப் படவில்லை. (குறுந்தொகை 269) ஒரு மீனவப் பெண் உப்புக்கு மாற்றாக நெல் பெற்றதைக் கூறுகின்றது.

பாணர் குடும்பத்தைச் சேர்ந்த பெண்கள் மீன் விற்றது பற்றிய குறிப்பு ஒன்றுள்ளது. அது கவனிக்கத்தக்க ஒன்றாகும் (ஐங்குறுநூறு 4).

கி.பி. முதல் நூற்றாண்டைச் சேர்ந்த அழகர்மலைக் குகைக் கல்வெட்டு ஒன்று துணி விற்பவர்கள், உப்பு வியாபாரிகள், இரும்பு விற்போர் (கலப்பைக்கான கொழுமுனைக்குப் பயன்படும் இரும்பு), கரும்புச்சாறு விற்போர், தங்கம் விற்போர் மற்றும் தங்கக்கட்டிகள் விற்போர், வைரம் பரிவர்த்தனை செய்வோர் ஆகியோர் பற்றிய குறிப்புகளைத் தருகின்றது.

இது ரோம வணிகத்தினை நோக்கி நம்மை இட்டுச் செல்கிறது (பொருநர் 184- 199). ஏற்றுமதி, இறக்குமதி செய்யப்பட்ட பொருள் களைப் பற்றிய குறிப்புகளைத் தருகின்றது. காவிரிப்பூம்பட்டினத்தில் அண்மைக் காலத்தில் செய்யப்பட்ட அகழ்வாய்வில் கடற்றுறைத் தளம் ஒன்று கண்டுபிடிக்கப்பட்டுள்ளது. இவ்வகழ்வாய்வு பொருநராற்றுப் படையில் காணப்படும் வருணனையை உறுதி செய்கிறது.

சங்கச் சமுதாயத்தில் ஏற்றுமதி வணிகர்கள் பெற்றிருந்த இடம் இவ்வாய்விற்கு முக்கியமானதாகும். கி.மு.இரண்டு/முதல் நூற்றாண்டைச் சேர்ந்த மாங்குளம் கல்வெட்டுகள் 'நிக்காமா' என்ற வணிகர்கள் சங்கம் இருந்ததைப் பதிவு செய்துள்ளது. இச்சங்கத் தலைவன் காவிதிப் பட்டத்தைத் துய்த்து மகிழ்வுற்றான்.

இச்சங்க உறுப்பினர்கள் நிறுவனமயப்பட்ட செயல்திறத்தோடு இயங்குகிற அறக்கட்டளைகளை அமைத்தார்கள்.[44] பதிற்றுப்பத்து 76 இல் இடம்பெற்றுள்ள குறிப்பு வணிகத்திற்குப் பயன்படுத்தப்பட்ட கப்பல்களின் உரிமையாளர்களாக வணிகர்களே விளங்கினார்கள் என்று தெரிவிக்கின்றது. அத்தொகுதியில் இடம்பெற்றுள்ள 12 ஆவது பாடல், நகரிலுள்ள வணிகர்களுடைய நலனை அரசன் பாதுகாத்தான் என்று தெரிவிக்கின்றது. பட்டினப்பாலை (120-135) வாயிலாக, சுங்க அதிகாரிகள் ஏற்றுமதிக்கான கட்டுகளில் அரச முத்திரையான புலியைப் பொறித்தார்கள் என அறிகிறோம். மதுரைக்காஞ்சியில் (431- 442) குறிப் பிடப்பெறும் செல்வர்கள் வணிகச் சமுதாயத்தைச் சேர்ந்தவர்கள்தாம் என்பதை இப்பொழுது எளிதாக அறிந்துகொள்ள முடிகிறது.

இவ்வணிகர்கள் யார்? எங்கிருந்து இவர்கள் வந்தனர்? அரிக்க மேட்டில் கண்டெடுக்கப்பட்டுள்ள மட்பாண்ட ஓடுகளில் காணப்படும்

கிராபிட்டி எழுத்து வடிவங்களும் மற்றும் தமிழ் பிராமிக் கல்வெட்டு களும், இவ்வணிகர்கள் ஜைன, பௌத்த சமயங்களைச் சார்ந்தவர்களாக இருக்கக் கூடும் என்பதைச் சுட்டி நிற்கின்றன. ஜைன, பௌத்தர்கள் இந்திய வணிகத்திற்குச் செய்துள்ள பங்களிப்பு வரலாற்றாசிரியர்களால் அங்கீகரிக்கப்பட்டு ஏற்றுக்கொள்ளப்பட்டது. ஏ.எல். பாஸாம் இவ்வாறு சொல்கிறார். ''கி.மு. 6-ஆம் நூற்றாண்டளவில் குறைந்த செலவும் சிக்கலற்ற சடங்குகளும் கொண்ட இணை மாதங்களாக பௌத்தமும் ஜைனமும் மற்றும் வீடுபேற்றிற்கு வழிகாட்டும் சில சிறிய புறக் கோட்பாடுகளும் முக்கியமான வணிக வர்க்கத்தின் வருகையோடு தோன்றின. பிராமணர் விட்டுக் கொடுக்காத நிலையிலும் இவை இந்திய நாட்டின் சமய வாழ்வில் குறிப்பிடத்தக்க பங்காற்றின''.[45] அரிக்கமேடு என்பது உண்மையில் அருகன் மேடு என்பதன் திரிந்த வடிவமே.

இவ்வணிகர்களின் பொருளாதாரச் சுதந்திரத்தையும் சமூக மேனிலையையும் கி.பி. முதல் மற்றும் இரண்டாம் நூற்றாண்டைச் சேர்ந்த கல்வெட்டுகள் நமக்கு உணர்த்துகின்றன. சமணர் பள்ளிகளுக்கு அறக்கொடை வழங்குவதில் வணிக வர்க்கம், மன்னர்களோடு போட்டி யிட்டது என்பதை அறிகிறோம்.[46]

நகர வாழ்வு பற்றிய வருணனைகள் மேன்மக்களின் களியாட்டம் குறித்தும், கைவினைத் தொழிலாளர்களின் நிலைமைகள் பற்றியும் தெரிவிக்கின்றன. (மதுரைக் காஞ்சி 511-522) சங்கு அறுப்போர், வைரம் அறுப்போர், பொற்கொல்லர், வண்ணந்தீட்டுவோர், சாயம் பூசுவோர், நெசவாளர் ஆகியோர் பற்றியும் குறிப்பிடுகின்றது. உரையாசிரியர்கள் கருத்துப்படி கம்மியர் (கைவினைஞர்கள்) என்ற தொடர் வணிகர்களையும் குறித்துள்ளது. ஒருவேளை அது சிறுவணிகர்களைக் குறித்திருக்கலாம். தொடக்க காலப் பிராமிக் கல்வெட்டுகள் தச்சனையும் பொற் கொல்லனையும் தேர்ச்சாரதியையும் குறித்துள்ளன.

பெருந்தச்சன் கல்வி கற்றவனாகவும் சமுதாயத்தில் முக்கிய மானவனாகவும் விளங்கினான். ஏனைய கைவினைஞர்களுக்கு முக்கியமான இடமளிக்கப்படவில்லை. தொழில் சார்ந்த ஒவ்வொரு குழுவும், ஒரு சாதிக் குழுவாக மாறியுள்ளது.

வேளாண்மையைப் பொறுத்த அளவில் இரும்புக் கொல்லர் களுக்கு முக்கியமான இடம் உண்டு. ஆனால், அவர்களுக்கும் முக்கியத்துவம் எதுவும் அளிக்கப்பட வில்லை. பழந்தென்னிந்திய வாழ்வில் மட்பாண்டம் செய்வோருக்குக் குறிப்பிடத்தக்க அளவு பங்கு இருந்தது. ஆதிச்சநல்லூர் ஈமத்தாழிப் புதைப்புகள், தாழிகளின்

முக்கியத்துவத்தை உணர்த்தி நிற்கின்றன. கல்வெட்டுச் சான்றுகள் இலக்கியச் சான்றுகளோடு அதிகமான அளவு பொருந்துகின்றன. மட்பாண்டம் செய்யும் குயவருக்குச் சமூகத்தில் தேவை மிக அதிகமாக இருந்தபோதிலும், அவருக்கு உயர்ந்த இடம் அளிக்கப்படவில்லை.

வணிகர்கள், வேளாண்மையும் செய்யலாம் என்று தொல்காப்பியர் கூறுகின்றார். உரோமர்களோடு நடந்த வணிகத்தின் வீழ்ச்சிக்குப் பின்னர் இருந்த நிலையை இது குறிக்கலாம். மேற்குடியாளர்கள் பொழுதுபோக்குக் குறித்த பல குறிப்புகள், மணவாழ்விற்குப் புறம்பான மட்டற்ற காம நுகர்வே பொதுநடவடிக்கையாக இருப்பதைச் சுட்டிக் காட்டுகின்றன. கலித்தொகையும் பரிபாடலும் தலைவன் காதற்பரத்தை யோடு நீர்த்துறைக்குச் செல்வது பற்றிக் குறிப்பிடுகின்றன. பட்டினப் பாலை புகார் நகரம் குறித்த வருணனையில், சுவைத்திறன் மிக்க வல்லுநர்கள் இசையை வியந்தது பற்றியும் நாட்டியம் மற்றும் நாடகத்தைப் பாராட்டியது பற்றியும் கூறுகின்றது. சிலப்பதிகாரம் இந்திர விழா வேளையில், செல்வர்கள் அனுபவித்த பல்வேறு விதமான மகிழ்ச்சியைக் குறித்துத் தெரிவிக்கின்றது.

7

கால வரன்முறைப்படி பார்க்கும்பொழுது நல்லியக் கோடன் மேல் பாடப்பெற்ற சிறுபாணாற்றுப்படை சங்க காலத்தின் கடைசிப் படைப்பாகக் கொள்ளத்தக்கது. கி.பி. 250 காலப்பகுதியில் வாழ்ந்த குறுநிலத் தலைவன் மீது இது பாடப்பட்டுள்ளது என்பது பொதுவாக ஏற்றுக்கொள்ளப்பட்ட உண்மையாகும். மூவேந்தரின் வீழ்ச்சிக்குப் பின் பாணர்களுக்கு இருந்த பெரும் நம்பிக்கையாக, இக்குறுநிலத் தலைவனைக் கவிஞர் புகழ்ந்து பாடுகின்றார்.

மூவேந்தர்களின் அரசியல் வீழ்ச்சிக்கான காரணங்கள் நிறுவப் படவில்லை. இக்காலப்பகுதியில் தமிழ்நாடு களப்பிரர் என்னும் இனக்குழுவின் மேலாதிக்க ஆளுகைக்குட்பட்டிருந்தது. இன்றைய மாவட்டங்களான பெங்களூர், கோலார், சித்தூர் ஆகியவை அவர் களுடைய உடைமையாயின. அவர்களுடைய பாரம்பரியத் தாயகமான சிரவணபெல் கோலாப் பகுதியிலிருந்து ஐந்தாம் நூற்றாண்டின் முன்னுரைப் பகுதியில் விரட்டப்பட்டபோது, கி.பி. ஐந்தாம் நூற் றாண்டின் இடைப்பகுதியில் அவர்கள் தமிழ்நாட்டிற்குள் அணிவகுத்து முன்னேறினர்.[47]

அவர்கள் தமிழ்நாடு முழுவதும் அரசியலில் தங்கள் உயர் மேலாட்சியை நிலைநாட்டினார்கள். தொடர்ச்சியான அரசு பரம்பரை

ஆட்சியற்ற இக்காலப் பகுதி, இருண்ட காலம் என அழைக்கப் படுகிறது.

பண்பாட்டுத் தளத்திலும் இது மகத்தான உயர்வெழுச்சியைக் கொண்டு வந்தது. களப்பிரர்கள், தனியொரு அரச குடும்பத்தைச் சார்ந்தவர்கள் அல்லர். களப்பிரர்கள் வெவ்வேறு நிலப்பகுதியையும் ஆட்சி செய்துள்ளனர். இப்புதிய ஆட்சியாளர்கள் இந்து மதத்திலும் பார்க்கத் தங்களை ஜைனத்தோடும் பௌத்தத்தோடும் ஐக்கியப் படுத்திக் கொண்டார்கள்.

இக்காலப் பகுதியைச் சேர்ந்த குறள், அரசு குறித்த தனது இலக்கணத்தின் வழி, இக்காலப் பகுதியினுடைய அரசியல், சமூக அமைப்பை மிக அழகாகச் சித்திரித்துக் காட்டுகிறது.

தள்ளா விளையுளுந் தக்காருந் தாழ்விலாச்
செல்வருஞ் சேர்வது நாடு   (குறள் - 731)

அரசு என்பது தேவையான எல்லாப் பொருள்களையும் குன்றாது வழங்குவதாயும், தக்கார் மற்றும் கேடில்லாத செல்வரை உடையதாயும் இருக்க வேண்டும் என்பார். அரசியல் மற்றும் பொருளாதாரம் ஆகிய இரண்டிலும் தங்களுடைய வல்லாண்மையை நிலைநிறுத்திக் கொண்ட சக்தி வாய்ந்த குழுக்கள் இருந்தன என்பதை இவை உறுதிப்படுத்து கின்றன.

நகரங்களிலிருந்து வர்க்க வேறுபாட்டைச் சிலப்பதிகாரம் நன்கு வெளிப்படுத்துகிறது. 'இந்திர விழா' தொடர்பான விழாச் செயல்களை வருணிக்கும்போது கவிஞர் புகார் நகருடைய வரைபடத்தைத் தருகிறார். கடற்கரையை அடுத்துள்ள மருவூர்ப்பாக்கமே வணிக மையமாக விளங்கியது. அதுவே கைவினைஞர்களுக்கும் ஏனையோருக்கும் உறைவிடமாகத் திகழ்ந்தது. மற்றொரு பகுதியான பட்டினப்பாக்கத்தில் பிராமணர்களுடைய வீடுகளும் பெரும் வணிகர்களுடைய இருப்பிடங் களும் ஏனையோர் குடியிருப்புகளும் இருந்தன. சந்தை கூடுமிடம் இரண்டிற்கும் இடையில் இருந்தது. சிலப்பதிகாரம் ஒவ்வொரு சாதி யினருக்குமுரிய காவல் தெய்வங்களைக் குறிப்பிடுவதன் மூலம், சாதி அமைப்பு பற்றிக் குறிப்பிடுகிறது. விழா முடிவுற்றவுடன், நான்கு சாதியைச் சேர்ந்த மக்களின் கூக்குரல் கடற்கரையில் கேட்டது என்றும் குறிப்பிடுகிறது. சாதி இறுக்கமின்மை காரணமாக மக்கள் ஒரே இடத்தில் கூடுகின்ற தன்மையை இது உணர்த்துகின்றதோ என்ற எண்ணம் எழுகின்றது.

சங்கம் மருவிய காலத்தின் முக்கியமான இயல்பு யாதெனில், பௌத்த, ஜைன மடங்களுக்கு நிலம் தானமாக வழங்கப்பட்டது ஆகும். நிலக்கொடை பௌத்த, ஜைன சமயங்களின் சமயக் குருமார்களையும் சமயச் சார்புடைய பொதுநிலை மக்களையும் மாற்றியது. மக்களைப் பொறுத்த அளவில், பிராமணர்களைப் போன்றதல்லாத, பொருளாதார மேலாதிக்கத்திற்கான துணை அமைவுகள் இல்லாத ஒரு அதிகாரத்தின் கீழ் கொண்டு வரப்பட்டனர். களப்பிரர் காலத்தில் பௌத்த, ஜைனத் துறவி மடங்களுக்கு நன்கொடை வழங்குவது அதிகரித்தது.[48] பயிரிடப் பட்ட நிலத்தில் பெரும் பகுதி அவர்கள் கட்டுப்பாட்டுக்குள் வந்தது.

இதற்கு அடுத்த காலப் பகுதியான பல்லவர் காலத்தில் நாம் ஒரு பெரும் எழுச்சியைப் பார்க்கிறோம். மாபெரும் பக்தி இயக்கத்தின் காரணமாக பௌத்த, ஜைன மடங்களின் பொருளாதார மேலாதிக்கத்திற்கு எதிராக உழவர் கிளர்ச்சி செய்வதைப் பார்க்கிறோம். துறவை வலியுறுத்தும் மதங்களுக்கு எதிரான போரில் எல்லா வகுப்பினரும் எல்லாச் சாதி யினரும் ஒன்று சேர்ந்தனர். சாதிய உணர்வு மக்களிடையே இருந்த போதிலும், பொதுவான நோக்கத்திற்குப் போராடும்போது அவர்களை ஒன்று சேரவிடாது தடுக்குமளவிற்குச் சாதி இறுக்கம் வாய்ந்ததாய் இருக்கவில்லை என்பதையே இது காட்டுகிறது.

இந்துத் தனி முதலாதிக்கம் நிலைநிறுத்தப் பெற்றவுடன், பௌத்த, ஜைன மடங்களை மூர்க்கத் தாக்குதல் தொடுத்த எளிய உழவர்கள், நிலத்தோடு தளையிடப்பட்டு, சாதீய முறைப்படி தங்களுக் குரிய தொழிலைச் செய்ய வேண்டியவர்களானார்கள். இக்காலத்தி லிருந்து தென்னிந்தியா இந்துப் பண்பாட்டின் அரணாக விளங்கிற்று. பல்லவன் மகேந்திரவர்மன் தன்னை நான்கு சாதியமைப்பைக் காப்ப வனாகப் பறைசாற்றிக் கொள்கிறான். இவ்வாறாக, மாறிய சூழ்நிலையைப் பல்லவர் கால ஆட்சி நிர்வாகமும் சமூக அமைப்பும் என்று தன்னுடைய நூலில் மீனாட்சி பின்வருமாறு வெளிப்படுத்துகின்றார். ''கல்வெட்டுக் களில் பிராமணர்கள், சத்திரியர்களைக் குறித்து ஏராளமான செய்திகள் உள்ளன. ஆனால், வைசியர்கள் சூத்திரர்கள் பற்றிக் கல்வெட்டுக்கள் எதுவும் கூறவில்லை.''[49] சூத்திரர்கள் குறிப்பிடத் தகுதி அற்றவர்கள் எனக் கருதும் சூழல் எழக்கூடும் என்பதை உணர்ந்தே தொல்காப்பியர் முன்னெச்சரிக்கை செய்துள்ளார்.

வழக்கு என்பது உயர்ந்தோர் மேற்றே. ஏனெனில், இவ்வுலக நிகழ்ச்சியை நிர்ணயிப்பவர்கள் அவர்களே என்றார் (தொல் மரபியல் 647).

> வழக்கெனப் படுவது உயர்ந்தோர் மேற்றே
> நிகழ்ச்சி அவர்கட் டாகலான.

குறிப்புகள்

1. அறிமுகத்திற்குப் பார்க்க: *A History of South India*, O.U.P., சென்னை, 1966 மற்றும் *The History and Culture of the Tamils*, கல்கத்தா, 1964.

2. Romila Thapar, *'Interpretations of Ancient Indian History'*, *History and Theory*, தொகுதி 7, எண் 3, 1968, Michigan, U.S.A.

3. K . Zvelebil *from Proto - South Dravidian to Old Tamil and Malayalam*, II International Conference Seminar of Tamil Literature, 1967.

4. S. Vaiyapuri Pillai, *History of Tamil Language and Literature*, சென்னை, 1956. C.H. Jesudasan, *A History of Tamil Literature*, கல்கத்தா, 1956-1961.

   T.P Meenakshisundaram, *A History of Tamil Literature*, அண்ணாமலைநகர், 1965.

5. *Pattupattu*, Tr. into 'English by J.V. Chelliah, கொழும்பு, 1964.

6. K.A.N. Sastri, *Studies in Cola History and Administration*, இயல் 1, சென்னை, 1932; K.K. Pillai, *'Historical Ideas in Early Tamil Literature'* (Paper submitted to Historical writing on the People of Asia- South Asia Seminar), Tamil Culture, தொகுதி 5, சென்னை.

7. K. Kailasapathy, *Tamil, Heroic Poetry*, லண்டன், 1968.

8. ஏற்கெனவே பார்த்தது போன்று, காலம் கணக்கிடுவது தான் தமிழியல் ஆய்வுகளில் மிகவும் சிக்கலானதாகும். இது, வடக்கு -தெற்கு முரண்பாடுகள், ஆரியர்- திராவிடர் பூசல்கள் ஆகியவற்றோடு தொடர்புடையது ஆகையால், சமஸ்கிருதத்தோடு சார்புபடுத்தியோடு அல்லது சார்புபடுத்தியோ காலத்தைக் கணக்கிடும் போக்கு இருந்து வருகிறது.

9. A. Schweitzer, *Indian Thought and its Developments* (TR), லண்டன், 1936, ப. 203.

10. இது திணை வகுப்பு என்று கூறப்படுகிறது. இது குறித்து அறிய இந்நூலில் உள்ள முதல் கட்டுரையினைப் பார்க்கவும்.

11. G. Thomson, *Studies in Ancient Greek Society*, லண்டன், 1955.

12. Allchin- Bridget and Raymond, *The Birth of Indian Civilization*, Pellican,1968, பக் 44-5.

13. மேலது, பக். 234-4.

14. புவியியல் பின்னணிக்கும், இது எவ்வாறு மாறுபட்ட பண்பாட்டு அளவுகளைப் பேணத் துணை நின்றது என்பதையும் அறியப் பார்க்க: T.V. Mahalingan, *South Indian Polity*, இயல் 1, சென்னை, 1955 மற்றும் Subha Rao, Bendipudhi, *The Personality of India*, இயல் 2, சென்னை, 1956.

15. துரை. அரங்கசாமி, சங்க காலச் சிறப்புப் பெயர்கள், தொகுதி 2, சென்னை, 1960.

16. வெங்கடராஜுலு ரெட்டியார், பரணர், சென்னை, 1933 மற்றும் கபிலர், சென்னை, 1936.

17. Allchins, 1968, ப.94

18. K.A.N. Sastri, *A History of South India*, OUP, 1961, ப. 121.

19. மேலது, 5-11886.

20. தமிழ் அகராதி (தொகுதி5) சென்னைப் பல்கலைக் கழகம், 1932-33.

21. D.D. Kosambi, *An Introduction to the Study of Indian History*, இயல் 9, பம்பாய், 1956.

22. R.S. Sharma, *Indian Fuedalism,*

23. G. Thomson, *Studies in Ancient Greek Society,* தொகுதி 2, லண்டன், 1955, பக் 71-3.

24. Allchins, 1968. பக். 266.

25. இந்திய- ரோமன் வணிகம் குறித்து அறிய, பார்க்க: E.H. Warmington, *the Commerce Between the Roman Empire and India,* கேம்பிரிட்ஜ், 1928; R.E.M. Wheeler, *Rome Beyond the Imperial Frontiers,* லண்டன், 1954.

26. K. Zvelebil, *'Tamil Poetry 2000 Years ago',* Tamil Culture, தொகுதி 10, எண் 2, சென்னை, 1963.

27. Eric J. Hobsbawm, *Pre-capitalist Economic Formation,* லண்டன் , 1965.

28. பட்டங்கள் குறித்து மேலும் அறியப் பார்க்க: N. Subrahmanian, *Sangam Polity,* லண்டன் பக். 85-88.

29. K.A.N. Sastri, *Colas,* சென்னை, 1955 மற்றும் *Pantiyas,* சென்னை, 1929.

30. K.A.N. Sastri, *A History of South India* (3 ஆம் பதிப்பு), 1966, ப. 68.

31. Allchins, ப. 232.

32. மேலது, ப. 206.

33. D.D. Kosambi, *Culture and Civilisation of Ancient India in Historical Outline,* ப. 10.

34. K.A.N. Sastri, *History of South India,* ப. 68.

35. இந்தியாவில் தொடக்க கால ஆரியர் வாழ்க்கையில் பெரும் மாற்றங்கள் ஏற்படாமை குறித்த மரபுவழி விளக்கத்திற்குப் பார்க்க: Majumdar& Pusalkar, *History and Culture of the India People,* தொகுதி 1, *The vedic Age,* லண்டன், 1951.

36. தென்னிந்தியாவிற்கு முதன்முதலாக வந்தவர்கள் இந்துக்கள் தாம் என்ற பொதுவான கண்ணோட்டம் தற்போது கேள்விக்குள்ளாக்கப்பட்டுள்ளது. பார்க்க: K.K. Pillai, *'Aryan Influences during Cankam Epoch',*First Conference Seminar of Tamil Studies, கொலாலம்பூர், 1966, முன்னைய கண்ணோட்டத்திற்குப் பார்க்க: S. Krishanaswamy Aiyangar, *Some Contributions of South India to Indian Culture,* இயல்11, கல்கத்தா, 1923.

37. Gopala Pillai N. Skanda, *'The Alexander Romance in India'* , Proceedings and Transactions of the 9 th South India Oriental Conference, 1932, திருவனந்தபுரம், பக். 955-997.

38. K.K. Pillai, *'Aryan Influences during Cankam Epoch',* First Conference Seminar of Tamil Studies, கொலாலம்பூர், 1966.

39. I. Vansina, Oral Tradition, லண்டன், 1965, ப. 31.

40. Majumdar & Puslkar *History and Culture of the Indian people,* தொகுதி. 2, பம்பாய், 1960. பக். 243-254.

41. R.S. Sharma, Indian Feudalism, பக். 263-273.

42. D.D. Kosambi, Introduction to the Study of Indian History, ப. 292.

43. A. Betelle, *Caste, Class and Power,* பெர்க்லி, 1965. Kathleem Gought, *Caste in Tanjore, Aspects of Caste in South India,* Ceylon & North Frontier Pakistan (ed), Leech, கேம்பிரிட்ஜ், 1960.

44. D.D. Kosambi, *'Development of Fuedalism in India',* Annals of Bhandarkar Oriental Tesearch Institude, தொகுதி 36, 1995, பக். 258-289.

45. A.L. *Basham, Aspects of Ancient Indian culture,* Bombay, 1964, பக். *32-33.*
46. I. Mahadevan, *'Brahmi Inscriptions of South India',* ப. *35.*
47. K.R. Srinivasan, *'Megalithic Burials and Urn Fields of South India in the light of Tamil Literature and Tradition',* Ancient India, எண்2, *1946* டெல்லி, பக். *9-16.*
48. K.R. Venkata Raman, *'A Note on the Kalabhras',* Transactions of the Archaeological Society of South India, 1956-57, சென்னை பக். *94- 100.*
49. K. Zvelebil, *'Tamil in 550 A.D.',* Disserataines Orientales, தொகுதி3, ப்ராக், *1964;* C.Meenakshi, Administration and Social Life under the Pallavas, இயல்11 சென்னை, *1938.*

★★★

4. சங்க இலக்கியமும் தொல்லியலும்

கிடைத்துள்ளவற்றுள் மிகப் பழமையான தமிழிலக்கியம் சங்க இலக்கியம் என அழைக்கப்படுகிறது. 'சங்கம்' என்று அழைக்கப்படும் 'இலக்கியச் சங்க'த்தால் பரிசீலனைக்குட்படுத்தப்பட்டு ஏற்றுக்கொள்ளப் பெற்றவை இவ்விலக்கியத் தொகுப்பு என்ற மரபு வழிப்பட்ட நம்பிக்கை உண்டு.[1] இருந்தபோதிலும் இவ்விலக்கியத்தைக் குறிக்க 'மூவேந்தர் கால இலக்கியம்' என்ற தொடரைப் பயன்படுத்த விரும்பும் அறிஞர்களும் உண்டு.[2]

பழம் வரலாற்றிற்கு இவ்விலக்கிய ஆதாரங்களின் முக்கியத் துவத்தை மதிப்பீடு செய்த நீலகண்ட சாஸ்திரி பின்வருமாறு கூறினார். ''சங்க இலக்கியங்கள் யதார்த்தமானவை, முதற் கணிப்பிலேயே நம்பத்தக்கவை. பிற்பட்டுத் தோன்றிய இலக்கியங்களைப் போல அளவுக்கதிமாகப் புகழ்ந்து பேசாது. அத்தன்மை காரணமாகவே தம் தரத்தைத் தக்கவைத்துக் கொள்வன.[3] அவ்விலக்கியங்களின் சமயச் சார்பற்ற தன்மை பலரால் அழுத்திக் கூறப்பட்டுள்ளது. தன்னை அவ்வாறே வெளிக்காட்டிக் கொள்ளும் அவ்விலக்கியம், தமிழர்களது தொடக்கக் கால வரலாற்றிற்கு அடிப்படையான மூலாதாரமாக விளங்குகின்றது.[4]

இவ்வாறு ஏற்றுக்கொள்வது, நம்மை மற்றொரு விசாரணையை நோக்கி இட்டுச் செல்லும். எடுத்துக்காட்டாக, பொதுவாகத் தமிழ் இலக்கிய வரலாற்று நோக்கில் பிற்கால இலக்கியங்களில் காணப்படும் மிகை அணி, மிகைப்படுத்தல் மற்றும் போலித்தன்மை ஆகியன அற்ற இயல்புகளோடு அவ்விலக்கியங்கள் காணப்படுவதற்கு என்ன காரணம் என்பதுதான் அது!

சித்தாந்தாவும் வையாபுரிப் பிள்ளையும் விட்டுச் சென்றுள்ள குறிப்புகளை அடியொற்றி, கைலாசபதி இத்தொகுப்பிற்குள் விரிவான இலக்கிய ஆராய்ச்சியை மேற்கொண்டு இப்பாடல்களை ஹோமருடைய காப்பிய ஆதாரங்களோடு பொருத்திப் பார்த்து, பொருளாலும், பாணர் மரபாலும் செய்யுளாக்கக் கலைநுட்பத் திறத்தாலும் உண்மையாகவே இவை வீரயுகத் தன்மைகள் வாய்ந்தவை என்றார்.

'வீரயுக இலக்கியம்' என்ற தொடர் ஒரு வரலாற்று மாணவனுக்குத் தரும் பொருள் யாது?

உலக முழுவதும் உள்ள வீரயுக இலக்கியங்களை ஆராய்ந்து பார்த்தால் கிட்டத்தட்ட அவை நமக்குப் பின்வரும் உண்மைகளை வெளிப்படுத்துகின்றன.

அ) அவை யாவும் வாய்மொழி இலக்கியங்களாகவே உள்ளன.

ஆ) முதன் முதலாகப் பாணர்கள் உருவாக்கும் இலக்கியங் களாகவே சொல்லமைப்புப் பின்னாளில் புலனெறி வழக்காக மாறுகின்றது.

இ) குறிப்பிடத்தக்க அளவு நீண்ட காப்பியங்கள் தோன்றுகின்றன.

கல்வியறிவற்ற ஒரு சமூகத்தினுடைய எடுத்துரைப்பாக அது தோற்றம் கொண்டு, எழுத்து வடிவம் முழுமையாக வளர்ச்சி பெற்றவுடன் அது செழித்தோங்குகிறது. இவ் விலக்கியங்கள் யாவும் சீரிய பாணர் வழிக் கையளிப்பின் மூலம் ஏறத்தாழப் பாதுகாக்கப் பட்டன.[6]

அரசு உருவாக்கம் குறிப்பிடத்தக்க அளவு வளர்ச்சி பெற்ற மக்களிடையேயும் எழுத்து முறைமை இல்லாதபோது பாணர் களுக்கு (வீரயுகப் பாடல்களைப் பாடுவோர்) சமூகத்தில் மரபைக் கையளிப்பதில் மிக முக்கியப் பங்கு இருந்தது. ஆட்சியாளரும் அவ்வகை பாணர்களுக்குப் பெருமதிப்பு அளித்துப் போற்றினர்.[7] வரலாற்று முறைமைகளில் வாய்மொழி மரபும் ஒன்று என்று வான்சினா விவாதிப்பார்.

இத்தொகுப்புகளின் உள்ளார்ந்த நம்பகத் தன்மைக்கு இதுவே ஒருவேளை காரணமாக அமைகின்றது எனலாம். சங்கம் மருவிய காலத் தமிழ்நாட்டில், குறிப்பாகப் பல்லவர் காலத்திலும் சோழர் காலத்திலும், சிறப்பான வடிவமாக்கமுடைய கையளிப்பு மரபு அரசு ஆதரவு பெற்ற மையால், கவிஞனின் பங்களிப்பு முற்றாக மாறுதலுக்குள்ளாயிற்று.

சங்க இலக்கியத்திற்கு இருந்த இவ்வனுகூலம் முழுமையானதன்று. தமிழ் மற்றும் ஒப்பிலக்கிய ஆய்வுகட்கு கைலாசபதியுடைய நூல் தனிச்சிறப்பு வாய்ந்ததாக விளங்குகின்ற போதிலும், அத்துறையில் தோன்றியுள்ள ஒரே படைப்பாக அது விளங்குகின்ற காரணத்தினால், வீரயுகத் தன்மைகள் குறித்து ஐயப்பாட்டிற்குரிய வேறுபல சிக்கல்கள் எழுவது இயற்கையே.

தமிழ் வீரயுக இலக்கியத்திற்கேயுரிய சில குறிப்பான இயல்புகள், நன்கறியப்பட்ட வேறு வீரயுக இலக்கியங்களிலிருந்து தெளிவாகத் தம்மை வேறுபடுத்திக் காட்டும் சில குறிப்பிடத்தக்க இயல்புகள், தமிழ் வீரயுக இலக்கியத்திற்கு உள்ளன.

1. இலியட் மற்றும் ஒடிசி போன்று ஓரளவு நீண்ட காப்பியங்கள் எதுவும் தமிழில் இல்லை. ஒருவேளை சில காப்பியங்கள் இருந்திருக்கலாம். தகடூர் யாத்திரை பற்றிய ஆதாரம் நீங்கலாக வேறு நூல்கள் பற்றிய தகவலெதுவும் இல்லை.

2. நமக்குக் கிடைத்துள்ள இத்தொகுப்புகளில் அமைந்துள்ள தொகைகள், மிக உயர்ந்த விழிப்புடன் முன் மாதிரியைப் பின்பற்றும் இலக்கியங்களாய் உள்ளன. அரசு தந்த ஊக்கங் களால் இவை எழுந்தன என்பதற்கு நாம் சான்றுகள் காட்ட இயலும். இலக்கியத்திற்குரிய பயன்பாடாக இக்கால அரசர்கள் எவற்றைக் கருதினர் என்பது குறித்த வினாவினைத் தொகுத் தோன் தொகுப்பித்தோன் மரபு எழுப்புகின்றது. சில இலக்கிய வகைகள் சார்ந்த பல பாடல்கள் தொகுத்தபோது விடுபட்டுப் போயிருக்கலாம். வேறு சில இலக்கிய வடிவங்கள் பேணப் படுவதற்குத் தேர்ந்தெடுக்கப்படாது விடப் பட்டிருக்கலாம். தொல்காப்பியச் செய்யுளியல் (116-9) நூல், உரை, பிசி, முதுமொழி, மந்திரம்⁹ போன்ற இலக்கிய வகைமைகள் குறித்துக் கூறுகின்றது. அங்கதம் குறித்தும் குறிப்பு ஒன்று உள்ளது. சங்க இலக்கியங்களில் காணப்படும் சில அங்கதச் சுவையுள்ள செய்யுள்களை ஒருவர் சுட்டிக்காட்டக்கூடும். ஆனால், மேலே குறிப்பிட்டுள்ள முக்கியத்துவமிக்க வடிவங்கள் யாவற்றையும் இப்பொழுது நாம் இழந்து விட்டோம்.

3. பாணர் யாப்பான அகவலுக்குத் தொல்காப்பியர் விதிக்கும் உச்சபட்ச வரம்பான ஆயிரம் வரிகளில் ஒரு முழுமையான பாண்காப்பியம் உருவாக முடியாது என்பது எளிதில் புறக்கணித்துவிட முடியாத குறிப்பாகும்.

4. எல்லாவற்றையும் மொத்தமாகச் சேர்த்துப் பார்க்கும் போது, இம்மூலங்களைப் பாதுகாத்தமைக்கு அரசியல் நோக்கமே தனிச் சிறப்புக்குரியதாக விளங்கி இருக்க வேண்டும் என்று எண்ணத் தோன்றுகிறது. புறத்திணை இலக்கியம் தெளிவாகவோ அரசியலை வெளிக்காட்டுகின்றது. அகத்திணை இலக்கியங் களிலும் அரசியல் குறித்த மறை குறிப்புகள் ஏராளமாக அமைந்து கிடக்கக் காண்கிறோம்.¹⁰

5. தமிழ்நாட்டுப் பாண்முறை ஒழுங்கு (in the practice of bardism) மற்றும் பாணர் கையளிப்பு (the transmission of the bardic act) குறித்து, அறிவுறுத்துகின்ற சான்றுகள் எதுவும் நம்மிடம் இல்லை.¹¹

இருந்த போதிலும் வரலாற்று ரீதியாக வீரயுகம் என்பதற்கு என்ன பொருள் கொள்கிறோம் என்பதைக் கருத்திற்கொள்ள வேண்டும்.[12]

வீரயுக இலக்கியம் என்பது கிட்டத்தட்ட இனமரபுக் கூட்டு அதிகார அமைப்பை அகற்றி, அதற்கு மாற்றாகத் தனி ஒரு தலைவன் அல்லது அவர்களோடு துணையாய் இருப்போருடைய அதிகார அமைப்பை நிலைபெறச் செய்து, இனக்குழு முழுமையும் அவனுடைய ஆணைக்குக் கீழ்ப்படிந்து நடக்கச் செய்தலாகும். புதிதாக உருவாகும் இவ்வதிகார அமைப்பு, தொடக்க நிலப்பிரபுத்துவ ஆட்சி அல்லது தொடக்க வணிகர்களுடைய ஆட்சிக்கு இட்டுச் செல்கிறது. புதிதாக உருவாகும் தலைவன், இனக்குழுக் கூட்டு அதிகார அமைப்பின் நற்கூறாகவே அடையாளப்படுத்தப்படுகிறான். அடுத்த நிலையாக அரசன் அல்லது முடிமன்னன் உருவாகும்போது அவனே தனக்குட் பட்ட அனைத்து நிலத்திற்கும் உரிமையுடையவனாகின்றான் (நேரடியாக அல்லது தன்னால் வழங்கப்பட்ட அதிகாரத்தின் வாயிலாக). சமமானவர்களிடையே முதல்வனாகத் தன் இருப்பைத் தொடங்குபன், சூரியனைப் போலத் திடீரென்று ஒளிவீசி, ஒளி குன்றிய ஏனைய நட்சத்திரங்களை ஒளியிழக்கச் செய்கின்றான்.

மேலே நாம் நடத்திய விவாதம் சங்க இலக்கியம் ஐயத்திற்கிடமின்றி ஒரே ஒரு நோக்கைத்தான் தெளிவுபடுத்த முடியும் என்பதையும், அது மிக முக்கியமான ஒன்று என்பதையும் உணர்ந்துள்ளோம். அது அக்காலத்தின் வரலாறே.

ஆகவே, இலக்கியச் சான்றாதாரங்களுக்குத் துணைமையாக அமைய, கிடைத்துள்ள வேறுவகைப்பட்ட சான்றாதாரங்களில் ஒருவர் தன் கருத்தைச் செலுத்த வேண்டும். அவ்வாறு செய்கின்ற பொழுது தான் அக்காலகட்டத்தின் முழுமையான வரலாற்றுச் சித்திரம் வெளிப்பட்டுத் தோன்றும்.

தேவையான வேறுவகைச் சான்றுகளைத் தொல்லியல் தருகின்றது. அகழ்வாய்வுத் தொல்லியல், வரலாற்றுக்கு முற்பட்ட மற்றும் வரலாற்றுக் குட்பட்ட ஆதிமுன்னோர் சார்ந்த ஆழ்ந்த பார்வையை நல்கி, பண்பாடுகளினுடைய கால அட்டவணையை வரிசை ஒழுங்கிற்குட்படுத்த உதவுகிறது.

இருப்பினும், தொடக்கக் காலக் கல்வி அறிவுடைய சமுதாயங்களைப் பற்றிய ஆராய்ச்சிக்குத் தொல்லியல் துணைக்கருவியாக விளங்கி குறிப்பிடத்தக்க அளவு உதவி செய்யாது போயினும், துணை மையாய் நின்று வரையறையோடு உதவக்கூடியது. குறிப்பிடத்தக்க கல்வெட்டுக்கள் எஞ்சியுள்ள நிலையில், கிடைத்துள்ள தனித்தனிப்

பொருட்கள் காட்டுவதைவிட இக்கல்வெட்டுக்கள் அத்தொடக்கக் காலச் சமூகங்களின் மனநிலை பற்றிய உள்நோக்குகளை நேரடியாகக் காட்டும்.[13]

சங்க இலக்கியத்தில் காட்டப்பட்டுள்ள சமுதாயத்தைப் பற்றிய மிக விரிவான ஆராய்ச்சிக்கு நாம், கல்வெட்டியல், நாணவியல், தகுதி மிக்க தொல்லியல் ஆகியவற்றின் உதவியை நாடியே ஆகவேண்டும்.[14]

ஐயத்திற்கிடம் கொடாத காலவரிசை ஒழுங்குபடுத்தப்படாத, குறிப்பாகச் சங்க இலக்கியம் போன்ற ஒரு தொகுதியை, நாட்டின் பண்பாட்டு வளர்ச்சியின் வெவ்வேறு கட்டங்களுடன்[15] பொருத்திக் காட்ட வேண்டுமாயின், கூடுதலான தொல்லியல் சான்றுகளால் இலக்கியத் தொகுதி வலியுறுத்தப்பட வேண்டும். சங்க இலக்கியக் கற்கைக்கு மிக மிக அடிப்படையாக விளங்கும் திணைக்கோட்பாடு, வரலாற்றுக்கு முற்பட்ட தென்னிந்தியப் பண்பாடு மற்றும் சுற்றுச்சூழல் அமைப்பினடியாக எழுந்தது என்பது ஏற்கெனவே காட்டப்பட்டு விட்டது.[16] சங்க இலக்கியம் நுட்பமாகக் காட்டும் காலம் கி.பி. 100லிருந்து கி.பி. 250 வரை[17] என்பது பொதுவாக ஏற்றுக்கொள்ளப் பட்ட ஒன்று.★

சமகால அரசியல் வளர்ச்சியோடு அது சில தொடர்புகளைக் கொண்டுள்ளபோதிலும், வரலாற்றுக்கு முற்பட்ட கடந்த காலத்து நினைவுகளையும் அது தன்னுள் பாதுகாத்துள்ளது என்பதில் எவ்வித ஐயமுமில்லை. ஆகவே, நாம் இவ்விலக்கியத் தொகுதியைத் தொல்லியலாளர்கள் கொடுத்துள்ள பண்பாட்டு வளர்ச்சியின் வெவ்வேறு கட்டங்களின் பின்னணியோடு சேர்த்து நோக்க வேண்டும். இத்துறை குறித்து அண்மைக் காலத்தில் வெளியான மிகத் தகுதி யுடைய ஆய்வு பிரிட்ஜெட் மற்றும் ரேய்மாண்ட் ஆல்ச்சின் எழுதிய படைப்பாகும்.[18] அவர்கள் தமிழ் நாட்டிற்கும் இந்தியாவிற்கும் பின்வரும் வளர்ச்சிக் கட்டங்களைச் சுட்டிக் காட்டுகின்றனர்:

தொடக்கக் கற்காலம்
இடைக் கற்காலம்
புதிய கற்காலச் செம்புக்காலம்
இரும்புக் கற்காலம் (மற்றும் வரலாற்றின் தொடக்கக் காலம்)

தொடக்கக் காலத் தென்னிந்தியச் சமுதாயத்தை முதன்மை நிலைச் சிறப்பு ஆய்வாகக் கொள்ளாத ஆய்வாளர்களுக்கு, கூடுதலான தொல்லியல் சான்றுகளைக் கொண்டு, கருத்து வேறுபாட்டிற்கு

★ இப்பொழுது கி.மு. 200 முதல் கி.பி. 250 வரையுள்ள காலப் பகுதி சங்க காலம் எனக் கொள்ளப்பட வேண்டும். பார்க்க: ஐராவதம் மகாதேவன், தமிழ் பிராமிக் கல்வெட்டுகள்.

இடமின்றி வீரயுகத் தன்மை வாய்ந்த இலக்கியத் தொகுதிகளில் காணப்படும் சான்று ஆதாரங்களை வலியுறுத்த வேண்டுமென்று கோருவது அசாதாரணமாக இருக்கலாம். ஆகவே, அது குறித்து விரிந்த அளவில் மன்னிப்புக் கோருவது அவசியமாகிறது. இவ்விடத்தில் ஒரு குற்றத்தை நாம் ஒப்புக்கொண்டேயாக வேண்டும். சங்க இலக்கியம் கூறும் செய்திகளை வரலாற்று ஆதாரமாகக் கொள்வதற்கு அது கூடுதலான ஆதாரங்களால் வலியுறுத்தப்பட வேண்டும் என்ற எண்ணத்தோடு ஒரு ஆராய்ச்சியைத் தொடங்கக்கூடாது என்று கூறுகின்ற சில அறிஞர்களும் இப்பகுதியில் இருக்கிறார்கள்.[19] தொல்லியலின் நற்பண்புகள் குறித்த புகழுரை மேற்கூறிய அத்தகைய அறிஞர்களுடைய நலன் கருதிக் கூறப்பட்டது.

சங்க இலக்கியத்தின் காலம் குறித்துத் தீர்க்கமான முடிவிற்கு வருவதற்குத் தொல்லியல் எவ்வாறு உதவியது என்னும் ஆர்வத்தைத் தூண்டும் விடயத்திற்கு இனி வருவோம்.

சங்க இலக்கியத்தினுள்ளே அதனுடைய காலத்தை அறிந்து கொள்ள வகை செய்யும் வழிகாட்டும் குறிப்புகள் மிகவும் குறைவே.[20] இதனையே காரணமாகக் காட்டிய பல அறிஞர்கள் விவாதத்திற்கு இடமற்ற வகையில் இவ் விலக்கியங்களை ஆதாரமாகக் கொள்ள இயலாது என்றனர். கஜபாகுவின் கால ஒத்தியைவை அடிப்படையாகக் காட்டி காலவரிசைப் பட்டியலை அமைத்தனர். கஜபாகு பற்றிய குறிப்புகள் கி.பி. 5 அல்லது 6 ஆம் நூற்றாண்டைச் சேர்ந்த சிலப்பதிகாரத்திலேயே உள்ளன. சிலப்பதிகாரம் காலத்தாற் பிற்பட்டதாக இருந்தபோதிலும் கஜபாகுவின் இந்திய வருகை பற்றிய வரலாற்று நினைவைச் சரியாகவே பேணியுள்ளது எனலாம். நிச்சயமாக அது சமகாலப் பதிவாக இருக்க இயலாது. கிரேக்க ரோமானியத் தொன்மைக் காலப் புவியியல் நூல்களில் தமிழகம் பற்றி உள்ள குறிப்புகளை எடுத்துக்கூறும் கனகசபைப் பிள்ளை சங்க இலக்கியங்களின் கால வரிசைப் பட்டியைத் தயாரித்தார். வையாபுரிப்பிள்ளை கிரேக்க, ரோமானிய இலக்கியச் சான்றே கால வரிசைப் பட்டியலுக்கு மிகச் சிறந்த அடிப்படையாக அமையும் என்று தம்மளவில் எண்ணினார்.[22]

தாக்குதற்கு இடம் தராத வகையில் தளம் அமைத்து, சங்க இலக்கியத்தின் காலத்தை அறுதியிட்டு இறுதியாகக் கூறத் தொல்லியல் அகழ்வாய்வுகளே வகை செய்தன. அரிக்கமேடு அகழ்வாய்வில் கிடைத்துள்ள அரட்டின் மட்கல வகையின் காலம் கி.பி. 20-50 ஆகும். சங்க இலக்கியத்தின் காலம் மற்றும் அதன் நம்பகத்தன்மை பற்றி மேலும் ஐயவினாக்கள் எழுப்புவதற்கு அது ஒரு முடிவைக் கொண்டு வந்தது. அரிக்கமேடு மற்றும் வீராம்பட்டினம் ஆகிய இடங்களில்

கிடைத்த ரோமானிய அரட்டின் மட்கல வகையைக் கண்டுபிடித்து அதனை இனங்கண்ட பரபரப்பு மிக்க நிகழ்ச்சியை வீலர் தம்முடைய ஸ்டில் டிக்கிங் என்னும் நூலில் உயிர் சித்திரம் போன்று வரைந்துள்ளார்.[23]

1944 முதல் பெருங்கற்காலம் குறித்துத் தென்னிந்தியாவில் செய்யப்பட்டுள்ள முறையான பணியின் விளைவுகளும் சங்க இலக்கியங்களின் நம்பகத்தன்மையை வரலாறு பூர்வமாக எடுத்துரைக்கின்றன. கே.ஆர். சீனிவாசனுடைய கீர்த்திமிக்க கட்டுரையான 'தமிழ் இலக்கியம் மற்றும் மரபினடிப்படையில் பெருங்கற்காலப் புதைகுழிகளும் முதுமக்கட் தாழித்தளங்களும்', இலக்கியம் சில திட்பநுட்பமான வரலாற்றுத் தரவுகளைக் கொண்டுள்ளது என்னும் இலக்கை நோக்கி வழிநடத்துகின்றது[24]

பேராசிரியர் சுப்பிரமணியம் அவர்கள் சங்க இலக்கியங்களின் வல்லமை சான்ற தனிமுதன்மையில் அழுத்தமான நம்பிக்கை கொண்டு அவை ஒன்றே வரலாற்றுக்கான ஆதாரங்கள் என்று கொண்டபோதிலும் காஸல்ஸ் மற்றும் வீலர் ஆகியோரின் இந்திய வருகையின் பின்னர், இந்தியத் தொல்லியல் அளவு கடந்த வளர்ச்சி எய்தியுள்ளது என்பது ஏற்றுக்கொள்ளப்பட வேண்டிய செய்தியாகும். இனி சான்றுகளைத் தனிமையாக நோக்குவது செய்யத்தக்கதோ, நன்மை பயப்பதோ அன்று. குறிப்பாக, சமூக வரலாற்று ஆசிரியனுடைய இன்றைய கடமை, இச்சான்றாதாரங்களையெல்லாம் ஒருங்கிணைத்து ஒரு முழுமையான வரலாற்றினை எழுதுவதுதான். அத்தகைய ஒரு ஒருங்கிணைப்பு ஒவ்வொரு மூலாதாரம் குறித்த சிக்கல்களையும் (தொல்லியல் மற்றும் இலக்கியம்) நமக்குத் தெளிவுறுத்தி, இக்காலகட்டத்தின் சமூக வளர்ச்சி முறை பற்றிய முழுமையான சித்திரத்தை நல்கும். ஒருங்கிணைந்த வரலாற்றை உருவாக்குவதற்கு இலக்கியம் தொல்லியலோடு அவற்றுடன் மிக நெருங்கிய தொடர்புடைய துறைகளான கல்வெட்டியலையும் நாணயவியலையும் சேர்த்துக்கொள்ள வேண்டும். லால் குறிப்பிட்டுள்ளது போல வரலாற்றுத் தொல்லியலாய்வு முக்கியமான கல்வெட்டுக்களையும் மற்றும் நாணயங்களையும் குறிப்பாகச் சுட்டி நின்றாலன்றி முழுமையடையாது எனலாம்.[25]

தொல்லியலைச் சங்க இலக்கியத்துடன் தொடர்புபடுத்துவதன் மூலம், பின்வரும் பண்புக் கூறுகள் குறித்து நாம் சில விவரங்களை வெளிக்கொண்டுவர இயலும்.

1. சங்க இலக்கியம் விளக்கி வரைந்து காட்டும் பூப்பௌதீகப் பின்னணியைத் தொல்லியல்வழி உறுதிப்படுத்துதல்.

2. தொல்லியல் நிர்ணயித்துள்ள பண்பாட்டு வளர்ச்சிக் கட்டங்களுக்குப் பொருந்துமாறு இலக்கியச் சான்றுகளைச் சித்திரித்துக் காட்டுதல்.

3. சில இலக்கியச் சான்றுகளைத் தொல்லியல் சான்றுகள் கொண்டு வலியுறுத்துதல்.

4. சங்க இலக்கியம் விளக்கிக் காட்டும் காலப்பகுதியில் எழுத்துக் கலை வளர்ச்சியுற்ற திறத்தை அறிதல்.

தமிழ்நாட்டின் பூப்பௌதீக அமைப்பை ஐந்திணை என்ற கவி மரபால் ஐவகைப்பட்ட பிரிவுகளாகக் கூறுவது சங்க இலக்கியம். தொடக்கக் காலத் தென்னிந்தியச் சமூகமும் பொருளாதாரமும்-திணைக் கோட்பாடு[26] என்ற என்னுடைய கட்டுரையில் ஐவகைப் பிரிவுகளாகிய மலைப்பகுதி, புல்வெளி மற்றும் சமவெளிப்பகுதி, மணல்வெளிப் பகுதி, ஆற்றுப்படுகைகள் அல்லது வேளாண்பகுதி ஆகிய நானிலப் பிரிவினடிப்படையாகத் தோன்றியது என்பதைத் தெளிவுபடுத்தியுள்ளேன். இப்பிரிவுகள், தொல்லியலாளர்களால் ஏற்றுக்கொள்ளப்பட்ட வளர்ச்சிப்போக்குக் குறித்த முன்வரைவிற்கு இயையவே அமைந்துள்ளன என்பது போதிய அளவு விளக்கப்பட்டுள்ளது. உண்மையாகவே இவ் வழிமுறையை மறுபுறமாகத் திருப்பி இந்தியத் துணைக் கண்டம் முழுவதும் வேறுபட்ட பண்பாட்டுக் குழுக்கள் அடுத்தடுத்து நெருக்கமாக வாழ்ந்துள்ளன என்பதற்குச் சங்க இலக்கியமே உண்மையான நுண்ணியல் நிரூபணமாக விளங்குகின்றது எனலாம்.[27] இப்பூப்பௌதீகப் பகுதிகள் ஒன்றுக்கொன்று அருகிலுள்ள போதிலும், அவற்றிற்கிடையே உள்ள சமூகப் பொருளாதார அமைப்புகள் மிக வேறுபட்டதாக இருப்பதால் சங்க இலக்கியம் அவை ஒவ்வொன்றையும் தனித்தனி உலகமாகக் காட்டுவது ஏற்கக்கூடியதேயாகும்.

சங்க இலக்கியச் சான்றாதாரங்களின் பின்புலத்தைத் தொல்லியல் அமைப்புத் திட்ட நோக்கில் எண்ணிப் பார்த்தோமானால், வெவ்வேறு திணைகள் இலக்கியச் சான்றுகளைச் சித்திரிப்பதோடு, வரலாற்றுக்கு முற்பட்ட தமிழ் நாட்டின் இனக்குழுக் குடியிருப்புகளை விளக்கிக் காட்டி, மையப்படுத்தப்பட்ட முடியரசுகள் எவ்வாறு காவேரி, வைகை, பேரியாற்றின் கரைகளில் தோற்றங்கொண்டன என்பதைப் புலப்படுத்துகின்றன எனலாம்.[28]

வரலாற்று அடிப்படையில் பேசுவதனால் அத்தகைய வலியுறுத்தலால், தமிழ்நாட்டு அரசியல், சமூகப் பொருளாதார அமைப்பின் சமச்சீரற்ற தன்மை பற்றிய சிக்கல் குறிப்பிடத்தக்கவாறு அகற்றப்படுகிறது.

சமச்சீரற்ற வளர்ச்சி நிலை குறித்த 'அங்கீகரித்தல்' முக்கிய மானது. ஏனெனில், தொல்லியல் தொடரால் குறிப்பிடுவதாயின் வேறுபட்ட பண்பாட்டுக் கட்டங்கள் அடுத்தடுத்துப் பக்கத்திலிருந்து உள்ளன.

இதுவரை வெளியாகியுள்ள வரலாற்றுக்கு முற்பட்ட காலத் தொல்லியல் பொருட் சான்றுகள் திணைக் கோட்பாடுகளின் வரலாற்றுத் தன்மையை நிறுவுவதற்குப் பெரிதும் பயன்படுகின்றன.

இலக்கிய ஆதாரங்களைக் குறித்துப் பேசாது, தொல்லியல் கண்டுபிடிப்புக்களையே தங்களுடைய முதன்மை ஆதாரங்களாகக் கொண்டு தமிழ்நாட்டின் வரலாற்றை ஆராய்ந்துள்ள தொல்லியலாளர்கள் தமிழ்நாட்டில் தொடக்க, இடை மற்றும் கடைக்கற்காலம் குறித்துப் பின்வரும் கருத்துக்களைத் தெரிவித்துள்ளனர் :

'பழைய கற்கால மனிதர் குறிப்பாகச் சென்னைக்கு அருகாமையில் வாழ்ந்துள்ளனர். பழைய கற்காலக் கருவிகள் சென்னைக்கு அருகாமையில் உள்ள கொர்த்தலையாற்றுப் படுகைகளில் கிடைத்துள்ளன. குறிப்பாக, அத்திரம்பாக்கம், வடமதுரை, பூண்டி மற்றுமுள்ள இடங்கள்.

பழைய கற்கால மனிதர்கள் ஆற்றங்கரையோரங்களில் மட்டு மின்றி, பாறைக் காப்பிடங்களிலும், குகைகள் போன்றவற்றிலும் வாழ்ந்ததாகத் தெரிகிறது. கொர்த்தலையாற்றுப் பள்ளத்தாக்கில் குடியம் என்னும் ஊருக்கு அருகேயுள்ள மலைப்பகுதியில் மக்களுடைய இருப்பிடமாக இருந்த ஒரு இயற்கைக் குகை கண்டுபிடிக்கப்பட்டு உள்ளது. அண்மையில் மலைப்பகுதியில் 16 பாறைக் காப்பிடங்கள் கண்டுபிடிக்கப்பட்டுள்ளன. அவற்றுள் இரண்டில் மனிதக் கருவிகள் கண்டுபிடிக்கப்பட்டுள்ளன.

வரலாற்றுக்கு முற்பட்ட காலப் பண்பாட்டியலில் கால வரிசை முறைப்படி அடுத்த இரு படிநிலைகள் இடைக் கற்காலமும் ஆகும்.

மதுரை மாவட்டம் திருமங்கலம் வட்டத்தில் இடைக் காலத்திற் குரியனவாகக் கருதப்படும் கருவிகள் அண்மைக் காலத்தில் டி. புதுப்பட்டி, சிவரக்கோட்டை ஆகிய சில இடங்களில் கண்டெடுக்கப்பட்டுள்ளன. அவை மறட்டாறு என்ற ஓடையின் கரைகளில் கண்டெடுக்கப்பட்டு உள்ளன.

கடைக்கற்காலத்தில் மாறிவரும் மனிதத் தேவைப் பாங்கிற்கு ஏற்பக் கருவி நுட்பம் மேலும் தனிச்சிறப்பு வளர்ச்சி எய்தியது. வெவ்வேறு வடிவங்களில் வெட்டுவாய் அமைந்த சிறிய நேர்த்தியான கருவிகள், குத்தீட்டிகள், தமரூசிகள் அல்லது சம்மட்டிகள், முனையுடைய

அம்புகள் போன்றவையாகும் இவை. சில மிக முற்பட்ட தொடக்கக் காலப் பகுதிகள் திருநெல்வேலி மாவட்டத்திலுள்ளன. அவை தேரி என உள்ளூர் மக்களால் அழைக்கப்படும் கடற்கரைக்கு அருகில் உள்ள மணற்குன்றுகள் உள்ள இடங்களாகிய சாயர்புரம், மெஞ்ஞானபுரம், குளத்தூர், நாசரேத் போன்ற இடங்களாகும்.

திருநெல்வேலி மாவட்டத்தில் வேட்டையாடுவோர் அல்லது மீன் பிடிக்கும் மக்கள் கடற்கரையை ஒட்டிய பகுதிகளில் ஹோலாசீன் ஊழியம் தொடக்கக் காலத்தில் குடியேறியுள்ளனர். இது சற்றேறக் குறைய கி.மு. 4000 ஆண்டுகளை ஒட்டியதாகும்."[29]

"தென்னிந்தியாவில் இடைக்கற்காலத்திலிருந்து கடைக்கற்காலத் திற்கான மாற்றம் - அதாவது, சில்லுக் கருவிகளிலிருந்து நுண்கருவி களுக்கான மரபு மாற்றம் திடீரென்று ஏற்பட்டது அல்ல. படிப்படியாக வளர்ச்சியினடிப்படையில் ஏற்பட்ட ஒன்றாகவே தோன்றுகிறது."[30]

"மணற்குன்றுகள் (மேலேயுள்ள பத்தியில் குறிப்பிட்டுள்ள தேரித்தொழில்) உருவாகும் நிலையிலிருந்த காலத்தில் முதன் முதல் வேட்டையாடியோர் அல்லது பெரும்பாலும் மீன் பிடிப்போர் அப் பகுதியில் முகாமிட்டிருக்க வேண்டும். இன்று இருப்பதைவிடக் கடல் மட்டம் உயரமாக இருந்த நிலையில், மணற்குன்றும் இருப்பிடங்களாக மட்டுமே இருந்தன என்று கொள்வதற்கில்லை அக்குன்றுகள் கடற் கரைக்கு அருகாமையில் பாதுகாப்பான முகாமிற்குரிய இடங்களாக விளங்கின எனலாம். காயல்களும் கழிமுகங்களும் மீன் பிடிப்பதற்கும் காட்டுக்கோழிகளை வேட்டையாடுவதற்கும் பொருத்தமானவையாய் இருந்தன. கடற்கரையோரங்களில் வாழும் மீன்பிடிப்போர் சமூகங்கள், இன்றும் மீன்பிடி தளத்திற்கு நெருக்கமாக இருக்கும் வகையில் தங்கள் குடிசைகளை நிலையற்ற மணற்பரப்பிலே கட்டுகின்றனர்.

கடைக்கற்காலம் அல்லது இந்திய மெகோலி கைவினைப் பொருள்களோடு தொடர்புகொண்டிருந்த இம்மக்களை ஒரு நூற்றாண்டுக்கு முன்னர்வரை, மிகச் செய்மையிலுள்ள பகுதிகளில் வாழ்ந்து வந்த தற்காலக் குலக்குழு மக்களோடு தொடர்புபடுத்தலாம். வேட்டை யாடுதலையும் உணவு சேகரித்தலையும் முதன்மையாகக் கொண்டிருந்த குலக்குழு மக்கள் சில வேளைகளில் முன்னேறிய சமூகங்களோடு வணிகம் செய்தும் அல்லது அவர்களுக்காகப் பிற இடங்களுக்குச் சென்று பணிபுரிந்தும் தங்கள் தேவையை நிறைவு செய்து கொண்டதை நாம் அறிவோம்."[31]

இவ்விவரிப்புகள் நமக்கு இலக்கியம் சித்திரிக்கும் குறிஞ்சி, நெய்தல் குடியிருப்புகளை நினைவிற்குக் கொண்டு வரும். குறிஞ்சி ஒரு

உணவு சேகரிப்பு நாகரிகம்; குறிஞ்சிக்கும் நெய்தலுக்கும் தொல்காப்பிய உரைகள் தரும் கருப்பொருள்கள் அடியிற்கண்டவாறு அமைகின்றன:

குறிஞ்சி

உணவு	:	சிறுதானியங்கள், மூங்கிலரிசி
பொருளாதார நடவடிக்கை	:	தேன்சேகரித்தல், கிழங்கு வகைகளுக்காகத் தோண்டுதல், சிறுதானியங்களைக் கொத்தித் தின்னவரும் பறவைகளை விரட்டுதல்
நீர்வளம்	:	சிற்றாறுகளும் நீரூற்றுகளும்

நெய்தல்

உணவு	:	மீன், உப்பு ஆகியவற்றை விற்றுப் பெறும் உணவு
பொருளாதார நடவடிக்கை	:	மீன்பிடித்தல், உப்பு உற்பத்தி செய்தல்; மீன், உப்பு ஆகியற்வற்றை விற்றல்
நீர்வளம்	:	கிணறுகளும் நீரூற்றுகளும்.[32]

குறிப்பாக இவ்விரு நிலப்பகுதிகளிலும் முதன்மைச் சமூக அமைப்பு குலக்குழு, குழுமத்தைச் சார்ந்தே இருந்தது என்பது நிறுவப்பட்ட உண்மையாகும்.[33]

புதிய கற்காலம் மற்றும் செம்புக் காலங்களைச் சேர்ந்த தொல்லியல் சான்றாதாரங்கள் இலக்கியச் சான்றாதாரங்களால் போதிய அளவு வலியுறுத்தப்படுகின்றன. தமிழ்நாட்டின் புதிய கற்காலம் குறித்து இராமன் பின்வருமாறு கூறுகின்றார்:[34]

''வரலாற்றுக்கு முற்பட்ட காலவரிசை முறைமைப்படி அடுத்தக் கட்டம் நியோலித்திக் அல்லது புதிய கற்காலம் என அழைக்கப் படுகிறது. இது பெரும் விளைவுகளை உண்டாக்கக் கூடிய மாற்றங்கள் நிகழ்ந்த காலமாகும். இன்று வரை உணவு சேகரிப்பவனாக இருந்த மனிதன் உணவை உற்பத்தி செய்பவனாக மாறினான். வேளாண் நடவடிக்கைகளை அறிமுகப்படுத்தினான். அவன் நிலையான இருப்புடைய சமூகமானான். சில மிருகங்களை வீட்டு வளர்ப்பிற்கு உரியதாக்கினான். மட்கலங்களைப் பயன்படுத்தத் தொடங்கினான். புதிய பொருளாதாரத் தேவைகளுக்கு ஏற்றாற்போன்று அவனுடைய கற்கருவிகள் பெரும் மாறுதலுக்குள்ளாயின. கறுப்பு பாசால்டால்

அமைந்த நன்கு தேய்க்கப்பட்டு வழவழப்பாக மெருகேற்றப்பட்ட கற் கோடாரிகள், வாய்ச்சிகள், அம்மிக்கற்கள், திரிகைகள் போன்றவை கிடைத்துள்ளன. சேலம் மாவட்டம் சேர்வராயன் மலைப்பகுதி நெடுகிலும் மெருகேற்றப்பட்ட கற்கோடாரிகள் ஏராளமாகக் கிடைத் துள்ளன. மதுரை, கோயம்புத்தூர் மாவட்டங்களிலும் புதிய கற்காலச் சின்னங்கள் ஆங்காங்கே கிடைத்துள்ளன. ஆனால், வட ஆற்காடு மற்றும் சேலம் பகுதிகளில்தாம் சிரத்தையைத் தரும் புதிய கற்காலக் கருவிகளும் அக்காலத்தோடு தொடர்புடைய மங்கலான தோற்ற முடைய சாம்பல்நிற மட்கலங்களும் கிடைத்துள்ளன. வட ஆற்காடு மாவட்டம் பையம்பள்ளி அகழ்வாய்வில் கிடைத்துள்ள செம்பு வகை மாதிரிகளைக் கார்பன் 14 சோதனை செய்து பார்த்தபோது அதனுடைய புதிய கற்காலப்பகுதி கிமு. 14000 என்று கணக்கிட்டுள்ளனர்''.

ஆல்ச்சின் இவ்வாறு சொல்கிறார்:

''தெற்கின் புதிய கற்காலப் பண்பாட்டின் தொடக்கம் மக்கள் செம்மறி மற்றும் வெள்ளாட்டு மந்தைகளை வைத்திருப்பதோடுதான் ஆரம்பமாகிறது. நாள்கள் செல்லச் செல்ல அவர்கள் கற்களாலான தகடுகளைச் செய்யக் கற்றுக் கொண்டார்கள்.''[35]

புரூஸ்புட் ஏற்கெனவே கண்டறிந்தவற்றை ஆல்ச்சின் உறுதி படுத்துகின்றார். உத்தூரிலும் குங்கலிலும் செய்யப்பட்ட சாம்பல்மேடு அகழ்வாய்வுகளில் கிடைத்துள்ள கால்நடை எலும்புகள் புதிய கற்காலப் பண்பாட்டை உணர்த்துகின்றன என்பதே புரூஸ்புட்டின் கூற்றாகும்.[36] தெற்கினுடைய புதிய கற்காலப் பண்பாட்டின் முல்லை நில வாழ்வுத் தன்மையைக் காட்டுவதற்கு ரேமாண்ட் ஆல்ச்சின் சங்க இலக்கியத்தின் மறுக்க இயலாத சான்றினைக் காட்டுகின்றார்.

''தற்கால இனவரை சான்றாதாரங்களைப் பார்க்கும் முன்னர், இச்சகாப்தத்தின் தொடக்க கால நூற்றாண்டுகளிலிருந்து கிடைத்துள்ள சங்க இலக்கியங்களில் சித்திரிக்கப்பட்டுள்ள ஆயர் குழுக்களின் தனிச்சிறப்பிற்குரிய வாழ்க்கையைக் குறிப்பாக நோக்க வேண்டும்.''[37]

பெரும்பாணாற்றுப் படையில் 147 முதல் 196 வரையுள்ள வரிகளைத் தன்னுடைய கருத்தை, அரண் செய்யும் வகையில் காட்டுகின்றார்.

முல்லைத் திணைக்குரிய ஒழுக்கமுறை விதி மற்றும் பொருளாதாரச் செயற்பாடுகள் குறித்த மானிடவியல் ஆராய்ச்சி, முல்லை பண்பாடு கால்நடை வளர்ப்பையும் வேளாண்மையையும் மாறி மாறி ஏற்றுக் கொள்ளும் போக்கை முக்கியமாகக் கொண்டுள்ளது என்பதைத் தெளிவு படுத்துகிறது.

இவ்வாறாக, முல்லைப் பண்பாட்டை எவ்வித இடர்பாடுமின்றிப் புதிய கற்காலக் கட்டத்திற்குப் பொருத்தலாம். ஆனால், புதிய கற்காலப் பண்பாடு தமிழ்நாடு முழுவதிலும் பரவிவிடவில்லை என்பதை நாம் மனதிற் கொள்ள வேண்டும். சில பகுதிகள் புதிய கற்காலக் கட்டத்தை நோக்கி முன்னேறிச் சென்றபோது ஏனைய பகுதிகள் தேக்கமுற்றே இருந்தன.

'மதுரை வட்டாரத்தில் வரலாற்றுக்கு முற்பட்ட மற்றும் ஆதி முன்காலப் பண்பாட்டுத் தனிக்கூறுகளின் பரவல் வகைகள்' என்னும் கட்டுரையில் இராமன் பின்வருமாறு கூறுகின்றார்:

இன்று நமக்குத் தெரிந்துள்ள செய்திகளின்படி பார்க்கையில், புதிய கற்காலப் பண்பாட்டியக்கத்தின் தாக்கம் தென்மாவட்டங்களிலும் கிழக்கு மாவட்டங்களிலும் மிக மிகக் குறைவே. புதிய பண்பாட்டு உந்துதல்களால் கருவிகளை உருவாக்குவதில் தொழில்நுட்ப வளர்ச்சி ஏற்பட்டுக் கொண்டிருந்த இக்காலப் பகுதியில் தமிழ்நாட்டின் இப்பகுதியிலும் கேரளத்தின் பெரும்பான்மையான பகுதியிலும், அதனுடைய ஊடுருவல் இருக்கவில்லை. ஆகவே, அதன் காரணமாக அதனுடைய தாக்கத்தையும் காணமுடியவில்லை. அவர்கள் இன்னமும் நுண்கற்கருவிக் காலத்தில் ஆழ்ந்து மேற்குப் பகுதி மக்களிடையே ஏற்பட்ட மாற்றங்களை அறியாராய் அரை நாடோடிகளாய், உணவு சேகரிக்கும் நிலையினராய், நிரந்தரக் குடியிருப்பை அறியாராய் மட்பாண்டம் செய்தல், உணவு உற்பத்தி செய்தல் அல்லது வேளாண் செயற்பாடுகள் ஆகியவற்றை அறியாதவராய் இருந்தனரா? அவ்வாறு தான் இருந்திருக்க வேண்டும். ஏனெனில், புதிய கற்கால மக்கள் காடுகளை அடுத்துள்ள மலைகளிலும் கடற்கரைகளை அடுத்துள்ள சமவெளிகளிலுமே வாழ்வதைப் பெரிதும் விரும்பினர் என்று தெரிகின்றது.[39]

இத்தொல்லியல் கருத்துக்கணிப்பு நாம் ஏற்கெனவே குறிப்பிட்டுள்ள வெவ்வேறு பகுதிகளில் நிலவிய சமச்சீரற்ற வளர்ச்சி நிலையினை விளக்குவதாய் உள்ளது.

பெருங்கல் இரும்புக் காலகட்டத்திற்கு வரும்போது, பெருங்கற்காலச் சவக்குழிகளுக்குச் சங்க இலக்கியச் சான்றுகளை கே. ஆர். சீனிவாசன் காட்டுவதை நாம் ஏற்கெனவே பார்த்தோம். அகழ்வாய்வுகள் அதிகமாகச் செய்யப்படச் செய்யப்பட, புதைத்த தன்மை அல்லது புதைக்கும் முறை, புதைகுழியில் கிடைத்துள்ள பொருள்கள், இரும்புப் பொருள்கள், கறுப்பு மற்றும் சிவப்பு மட்பாண்டங்கள் ஆகியனவே பெருங்கற்காலத்தோடு தொடர்புபடுத்தும் தலைமையான ஆக்கக் கூறுகளாக விளங்குவதைக் காண்கிறோம்.[40]

பெருங்கற்காலப் பல்கூட்டுச் சவக்குழிகளில் இரும்பைப் பயன்படுத்தியுள்ளமை கண்டுபிடிக்கப்பட்டுள்ளமையால் ஆல்ச்சின் அவற்றை இரும்புக் காலச் சவக்குழிகள் என்றே அழைக்கிறார்.

பெருங்கற்காலப் புதைப்பிடங்கள் இந்தியாவில் திராவிட நாகரிகத்தின் தோற்றம் குறித்துக் கவனித்தற்குரிய விவாதத்தைக் கிளப்பியுள்ளன.[41] ஆனால், குறிப்பிட்ட பண்பாட்டு ஒழுங்கோடு அவற்றை எங்ஙனம் பொருத்திப் பார்ப்பது என்பதும், அவ்வாறு செய்யப்படும் பொருத்தத்தை வலியுறுத்துவதற்கு இலக்கியச் சான்றுகள் உண்டா என்பதை அறிவதும்தான் நம்முன் எழும் சிக்கல்களாகும்.

தென்னிந்தியச் சவக்குழிகள், பல்வேறு தொடர் இயக்கங்களின் செல்வாக்கிற்குட்பட்ட, வளர்ச்சியடைந்த சிக்கல் வாய்ந்த ஒருங்கிணைப்பாக உள்ளது என்று ஆல்ச்சின் தெரிவிக்கின்றார்.[42] சில சவக்குழி வகைகள் மத்திய ஆசியா, ஈரான் மற்றும் காகஸ் போன்று உள்ளன. கற்பாறைகளால் மூடப்பட்ட கல்லறைகள் சில லேவண்டிலும் தெற்கு அரேபியாவிலும் காணப்படுபவை போல காற்று, உள்ளே புகுவதற்குரிய இடைவெளி அமைந்தும், அமையாதும் புறச் செல் வாக்கிற்கு உட்பட்டவையாய் உள்ளன. மாறாக, பழங்குடி சார்ந்த தக்காணப் பகுதியின் புதிய கற்காலச் செம்புக் காலப் புதைப்புப் பழக்கங்கள் உள்நாட்டிலே தோன்றி வளர்ந்தனவாக உள்ளன.

இப்பண்பாட்டோடு தொடர்புடைய தென்னிந்தியாவில் இரும்பின் பயன்பாடு குறித்து ஆல்ச்சின் விவாதிக்கும் பொழுது தென்னிந்தியாவில் இரும்பு மிக முற்பட்ட காலத்திலேயே அறிமுகப்படுத்தப் பட்டிருக்க வேண்டும் என்கிறார். அதனால் ஏற்பட்ட விளைவுகள் பற்றிப் பின்வருமாறு தெரிவிக்கின்றார்.

''மிக முக்கியமான இக்காலகட்டப் பண்பாட்டு விளைவுகள் இன்னமும் அலசி ஆராயப்பட வேண்டும். இது வரை செய்யப்பட்ட அகழ்வாய்வுகளில் காணப்படும், தொழில்முறை மட்ட எண்ணிக்கைக் குறைவு திகைப்பூட்டுவதாய் உள்ளது. அக்காலக்கட்டத்தில் ஏற்பட்ட தொடர்ச்சியான மக்கள் தொகைப் பெருக்கத்தால் வேளாண்மைக்கு உட்படுத்தப்படும் நிலப்பகுதியை அதிகரிக்க வேண்டிய தேவை இருந்தது. நிரந்தரமான குடியிருப்புகள் குறைவாகவே இருந்தன. வரிசையில் மிக முற்பட்ட கல்லறைகளுக்குரியனவாகக் குதிரை லாடத்தைக் கொண்டால், தென்னிந்தியாவில் இரும்பினை உபயோகப் படுத்தியவர்களில் ஒரு பகுதியினர் நாடோடிகள் எனலாம். அகழ்வாய்வு செய்யப்பட்ட குடியிருப்புகள் நிச்சயமாகவே இரும்பின் வருகையால் அவர்கள் வாழ்க்கையில் ஏற்பட்ட பெரிய மாற்றங்கள் பற்றிக் கூடுதலான

தகவல் எதையும் தரவில்லை. இக் காலகட்டம் முழுவதும் தென்னிந்தியாவில் வாழ்ந்த மக்களிடம் கவனத்திற் கொள்ளத்தக்க வகையில் பழமைப் பிடிப்பு காணப்படுகிறது. புதிய கற்காலத்தில் ஏற்கெனவே நிலைநிறுத்தப் பெற்றுவிட்டப் பண்புக்கூறுகள் பல தொடர்ந்து இரும்புக் காலம் முழுவதும் நிலவின என்பது ஐயத்திற்கிடமற்றது ஆகும்.''[43]

புதைப்பிடங்களில் வெளிநாட்டுச் செல்வாக்குகள் இருந்ததற்கான சான்று எதுவும் சங்கத் தொகுதியில் எளிதாகக் காண இயலவில்லை. ஆனால், வேளாண்மை நிலம் மாற்றிச் செய்யப்பட்ட ஒன்றாக விளங்கியது என்பதற்குச் சான்றுகள் நமக்குக் கிடைத்துள்ளன. மிக வளம் பொருந்திய பகுதிகளில்கூட வேளாண்மைப் பாங்கு சில காலங்களுக்குப் பிறகு தேக்கமுற்றதாகவே இருந்துள்ளது.[44] அகழ்வாய்வுச் சான்றுகள் உண்மையாகவே பயிர் செய்கைப் பாங்குகளை அறிய உதவுகின்றன.

இரும்புக் காலம் குறித்த விவாதம், ரோமானியத் தொடர்பு குறித்த கேள்வியையும் எழுப்புகின்றது. அரிக்க மேடு, குன்னத்தூர், அடிகரை, திருக்காம்புலியூர் ஆகிய ஊர்களில் செய்யப்பட்டுள்ள அகழ்வாய்வுகள் அனைத்தும் ஒரு செய்தியை நமக்கு உணர்த்துகின்றன. இப்பகுதிகள் யாவும் ரோம வணிக இறக்குமதியோடு ஒன்றுபடுபவை. புதைகுழிகளில் கண்டெடுக்கப்பட்டவற்றை ஒத்த கறுப்பும் சிவப்புமான மட்கலங்களை உற்பத்தி செய்வது மாறிப் பெருமளவு சிவப்பு மட்கலங்களே இக்காலத்தில் உற்பத்தி செய்யப்பட்டன.[45]

இத்தொல்லியல் சான்றுகள் மூலம், ரோமானியத் தூண்டுதல் ஒரு பண்பாட்டு மலர்வுக்கு இடமளிக்கின்றது என்று கூறலாம்.

தொடக்கக் காலத் தென்னிந்திய நாகரிகத்தில் ஏற்பட்ட இப்புதிய அழுத்தம் சங்கக் கவிதைகளின் வழி எதிரொலிக்கப்படுவதற்கு இத்தாக்கம் ஒரு காரணமாக அமைந்திருக்குமா என்ற வினாவினை ஆல்ச்சின் எழுப்புகின்றார்.

சங்க இலக்கிய நோக்கில் நின்று கூறுவதானால், இப்புதிய தூண்டுதல் வணிகப் பெருநகரங்களான புகார், மதுரை போன்ற இடங்களிலேயே காணப்பட்டது. பட்டினப்பாலையும், மதுரைக் காஞ்சியும் இவ்விரு நகரங்களின் செழுமை மற்றும் வணிக வளமை, வணிகர்களின் மேலாதிக்கச் செல்வாக்கு ஆகியன குறித்த ஆதாரங்களைத் தருகின்றன. வெளிப்பகுதிகளில் காணப்படும் இனக்குழுத் தன்மைகளிலிருந்து நகரமய வர்க்கத்தைச் சுட்டும் ஆதாரங்களைச் சங்க இலக்கியத்தில் எளிதாகத் தன்மைப்படுத்திக் காட்ட இயலும். இந்நகர நாகரிகத்தின் தொடர்ச்சியைச் சிலப்பதிகாரத்தில் காணலாம். சங்க

இலக்கியத்திற்கும் சிலப்பதிகாரத்திற்கும் இடைப்பட்ட கால இலக்கியங்களான கலித்தொகையும் பரிபாடலும் பாண்டியர் தலைநகரமான மதுரையில் நிலவிய காமத் திளைப்புக் கொண்ட நகர வாழ்க்கையை வெளிப்படுத்துகின்றன. முக்கியமான இவ்விடங்களிலெல்லாம் வணிக வர்க்கமே ஆதிக்கம் செலுத்தியது. முத்துக் குளித்தல் நீங்கலாக உள்ள அனைத்து வெளிநாட்டு வணிகமும் அவர்களுடைய கட்டுப்பாட்டிற்குள் இருந்தது என்பதற்குச் சான்றுகள் உள்ளன. வணிக நலன் சமணம், பௌத்தம் ஆகிய சமயங்களோடு தொடர்புடையது என்பதும் நாம் இங்குக் கவனிக்கத்தக்கது.[46]

வணிக நடவடிக்கை மற்றும் செழுமை குறித்த தகவல்கள் யாவும் கல்வெட்டுச் சான்றுகள் வழித்தான் கிடைக்கின்றன என்பது இங்குக் குறிப்பிடப்பட வேண்டிய முக்கிய விடயம் ஆகும். எடுத்துக்காட்டாக, இக்காலக்கட்டத்தைச் சேர்ந்த தமிழ்ப் பிராமிக் கல்வெட்டுக்களைக் குறிப்பிடலாம்.

தொல்லியல் அகழ்வாய்வுகள் வெளிப்படுத்தியுள்ள பண்பாட்டுக் கட்டங்கள் பற்றிய செய்திகளைச் சங்க இலக்கியச் சான்றுகள் வலியுறுத்துவதைப் பார்த்த நாம், இப்பொழுது சங்க இலக்கியத் தொகுப்பு தரும் வரலாற்றுத் தரவுகளை அகழ்வாய்வுச் சான்றுகள் உறுதிப்படுத்துவது பற்றி இனிக் காண்போம்.

அவற்றுள் முன்னணியில் நிற்கும் தொல்லியற் சான்றுகள் பழைய புகாராகிய காவிரிப்பூம்பட்டினத்து அகழ்வாய்வில் கிடைத்தவையே. இத்தகவல்களைத் தருவதற்கு இராமனை விரிவாக மேற்கோள் காட்டுவதன்றி வேறு சிறப்பான வழிமுறை எதுவும் இல்லை.

''கடலுக்கும், நிலத்திற்கும் இடையே நடைபெற்று இடையறாத இரு பக்க மோதலில் மிகப் பழங்கால நகரம் விழுங்கப்பட்டு விட்டது. அந்நகரின் சில பகுதிகள் இன்னமும் புதையுண்டு கிடக்கின்றன என்பதை 1962-ஆம் ஆண்டு இந்தியத் தொல்லியல் அகழ்வாய்வுத் துறையினரால் மேற் கொள்ளப்பட்ட ஆய்வுப் பயணமும் மற்றும் அகழ்வாய்வுத் திட்டமும் மிகத் தெளிவாக உணர்த்துகின்றன. கடற்கரையோர மேற்பரப்பு அகழ்வாய்வுப் பயணங்கள் பழமையான குடியிருப்புப் பகுதிகளில் வட்டக் கிணறுகள், மட்பாண்டங்கள் செங்கல் துண்டுகள் மற்றும் உருள்மணிகள் ஆகியன சிதறிக் கிடப்பதைத் தெளிவுபடுத்துகின்றன. வாணகிரி, நெய்தல் வாசல், கீழையார் ஆகிய மனை இடங்களில் கண்டறியப்பட்டுள்ள வட்டக்கிணறுகள், அவற்றைச் சுற்றியிருந்த மணல்வெளிக் குடியிருப்புகளைக் - குறிப்பாக, நகரம் அதன் உச்சகட்ட நிலையில் பெருஞ்சிறப்போடு இருந்ததை உணர்த்துகின்றன.

சோழ அரசமுடிச் சின்னம் பொறித்த சதுரச் செப்புக் காசுகள் கண்டெடுக்கப்பட்டுள்ளன. அக்காசுகளின் ஒருபுறத்தில் புலிச் சின்னமும் மறுபுறத்தில் யானைச் சின்னமும் அமைந்துள்ளன. கறுப்பு மற்றும் உடைந்த மட்பாண்ட ஓடுகளும் குறைமதிப்புடைய உருள்மணிகளும் அப் பகுதிகளின் மேற்பரப்பிலேயே காணப்படுகின்றன. சாம்பல் மற்றும் கறுப்பு நிறத்திலமைந்த ரூலெட்டட் மட்பாண்டங்களும் கிடைத்துள்ளன. வெள்ளையன் இருப்பு என்ற பகுதியிலிருந்து ரோமானியக் காசு கண்டெடுக்கப்பட்டுள்ளது. பல அழகான சுடு மண்ணுருவ வடிவங்கள் மேலப்பெரும் பள்ளம் என்ற இடத்தில் கண்டு பிடிக்கப்பட்டுள்ளன. இவையனைத்தும் இவ்விடங்கள் தொடக்கக் காலப் பண்பாட்டு மையங்களாகவும் செயல்தளங்களாகவும் விளங் கின என்பதைத் தெளிவாக்குகின்றன.

விரிவான அகழ்வாய்வுகள் காரணமாகத் தமிழ்நாட்டு வரலாற்றில் மிக உன்னதமான நினைவுச் சின்னங்கள் மூன்று இடங்களில் கண்டு பிடிக்கப்பட்டுள்ளன. கீழையூரிலுள்ள செங்கல்லால் கட்டப்பட்டுள்ள ஏற்றுமதி இறக்குமதி செய்வதற்குரிய நீண்ட தளம், ஒரு நீர்த்தேக்கம் மற்றும் ஒரு பௌத்தத் துறவி மடம் ஆகியனவே அவை எனலாம்.

கடற்றுறை மேற்தளம் ஒரு தாழ்வான நிலப்பகுதியில் உள்ளது. அத 24 X 16 அங்குலம் உள்ள பெரிய செங்கற்களால் கட்டப்பட்டுள்ளது. அது படகுகள் நங்கூரமிடும் வகையில் அமைந்த கனமான மரநிலைக் கம்பங்களை வரிசையாகக் கொண்டுள்ளது. பட்டினப்பாலை அத்தகைய கடற்றுறை மேற்தளங்களில் நிறுத்தப்பட்டு, படகுகள் மரநிலைக் கம்பங்களோடு ஏற்றுமதி இறக்குமதிக்காகப் பிணிக்கப்பட்டிருந்தது குறித்து கூறுகிறது. அவை அவ்வாறு பிணிக்கப்பட்டிருப்பது குதிரைகள் லாயத்தில் வரிசையாகக் கட்டப்பட்டிருப்பது போல உள்ளது. சிறிய படகுகளில் காயல்கள் வழி உள்நாட்டுப் பகுதிகளுக்கு உப்பை எடுத்துச் சென்று அவ் வுப்பை நெல்லுக்குப் பண்டமாற்றம் செய்தனர். அம்மரக் கட்டையை மாதிரியாக எடுத்து ரேடியோ கார்பன் ஆய்வு செய்து அதனுடைய காலம் கி.மு. மூன்றாம் நூற்றாண்டு என்று கணக்கிட்டு உள்ளனர்.

அடுத்த மிக முக்கியமான மற்றும் நேர்த்தியான கட்டமைப்பு வாணகிரியில் தோண்டியெடுக்கப்பட்ட நீர்த் தேக்கமாகும்.''[48]

புகாரின் பெருஞ்சிறப்புகள் அகநானூறு 110, 181, 190, பதிற்றுப் பத்து 73, பட்டினப்பாலை மற்றும் புறநானூற்றில் பேசப்படுகின்றன.[49] வெள்ளையன் இருப்பு போன்ற பெயர்களால் வரலாற்று நினைவுகள் பாதுகாக்கப்பட்டுள்ளதை நாம் இங்கு முக்கியமாகக் கவனத்தில்

கொள்ள வேண்டும். வெள்ளையன் இருப்பு என்ற பெயர் ஒருவேளை புகார் நகரத்திலிருந்த ரோமானியக் குடியிருப்பைக் குறிக்கத் தோன்றி யிருக்கலாம்.

இரா. நாகசாமி தொல்லியலும் அகழ்வாய்வும் ஒரு மதிப்பீடு என்னும் கட்டுரையில் இலக்கியச் சான்றுகளை உறுதிப்படுத்தும் சான்றுகள் சிலவற்றைக் குறிப்பிடுகின்றார்:

''அரிக்கமேட்டில் உள்ளது போன்ற சாயத் தொட்டி உறையூரிலும் காணப்படுகின்றது. துணிகளுக்குச் சாயமிட ஒருவேளை அது பயன் படுத்தப்பட்டிருக்கலாம். உறையூர் நெசவுத் தொழிலில் சிறந்து விளங்கியது பற்றித் தமிழ் இலக்கியமும் வெளிநாட்டார் குறிப்புகளும் நமக்கு உணர்த்துகின்றன.''[50]

கொற்கையில் செய்யப்பட்ட அகழ்வாய்வுகளில் பெருங்கற்கால மட்பாண்டங்களோடு ஒரு துண்டு மட்பாண்ட ஓடும் கிடைத்துள்ளது என்று நாகசாமி மேலும் கூறுகிறார். அம்மட்பாண்ட ஓடு ஷெர்டு எனப்படுகிறது.

''சில அறிஞர்கள் ஷெர்டு என்பது வட இந்தியாவைச் சேர்ந்த மெருகேற்றப்பட்ட ஒருவகை மட்பாண்டம் என்பர். இம்மட்பாண்ட வகைமை மௌரியர்களோடு தொடர்பு படுத்தப்படுகிறது. இது உண்மையானால், தமிழ்நாட்டில் இதுதான் முதன் முதலாகக் கண்டு பிடிக்கப்பட்ட மெருகு ஏற்றப்பட்ட வட இந்தியக் கறுப்பு மட்பாண்ட மாகும். சில நிபுணர்கள் இது ஒரு சிறப்பு வகை ரூலெட்டட் மட்பாண்டம் எனக் கூறுகின்றனர். அறிஞர்களிடையே கருத்து வேறுபாடு உள்ளதால் மேற்கொண்டு செய்யப்படும் அகழ்வாய்வுதான் எடுத்துக்கொண்ட இப்பொருள் குறித்துத் தெளிவு தர இயலும்.''[51]

மௌரியர் தமிழ்நாட்டில் படையெடுத்தது குறித்துச் சங்க இலக்கியம் கூறுவது யாவரும் அறிந்ததே (அநானூறு 69,251, 281). மெருகேற்றப்பட்ட கறுப்பு மட்பாண்ட ஓடு, மெருகு ஏற்றப்பட்ட வட இந்தியக் கலத்தின் வகை என்று அடையாளப்படுத்தப்பட்டதால் இலக்கியச் சான்று உறுதிப்படும்.

இத்தொல்லியல் சான்றுகள் நீங்கலாகச் சமகாலத்திய கல்வெட்டுச் சான்றுகளும் சங்க இலக்கியச் சான்றாதாரங்களை உறுதிப்படுத்து கின்றன. இக்கல்வெட்டுகள் பொதுவாகத் தமிழ்ப் பிராமிக் கல்வெட்டுகள் என்றே குறிப்பிடப்படுகின்றன.

தொல்லியற் சான்றுகள் சங்க இலக்கியங்களின் வரலாற்று உண்மைத் தன்மையை நிரூபிப்பனவாக அமையும் இயல்பு பற்றிப்

பேசும்போது அகழ்வு ஆய்வுகள் மூலமாகக் கிடைத்துள்ள மிக முக்கியமான ஒரு வரலாற்று நிகழ்ச்சியைப் பற்றிப் புலமை உலகிற்கு எடுத்துக் கூறல் அவசியமாகும். அது பண்டைய தென்னிந்தியாவில் - குறிப்பாகத், தக்காணத்தில் சுரங்கங்களிலிருந்து பொன் எடுக்கப் பெற்றமையாகும். இதன் மூலமாகச் சங்க இலக்கியத்தில் பேசப்பெறும் ஒரு இலக்கிய வழக்கின் பொருளியல் முக்கியத்துவத்தை அறிய முடிகிறது.

திருமணத்தின் பின்னர் மனைவியைத் தலைவன் பொருளீட்டுவதற்காகப் பிரிகின்ற பிரிவு குறித்துச் சங்கத் தொகுதியிலுள்ள அகப் பாடல்கள் பேசுகின்றன (பொருள் வயிற்பிரிவு). பொருள்வயிற்பிரிவு, பிரிவு வகைகளில் ஒன்றாகும். இவ்வகைப் பிரிவு குறித்தமைந்த பாடல்களில் காதலர்களைப் பிரிக்கும் பயணத்தின் நோக்கமாகச் 'செய்பொருள்' என்பது குறிக்கப்படுகின்றது. பிரிவிற்கான மற்றொரு காரணத்திலிருந்து இது வேறுபடுகின்றது. எடுத்துக்காட்டாக வினை: இது பெரும்பாலும் அரச கட்டளைக்கு இணங்கிச் செல்லும் யுத்தக் கடப்பாடு ஆகும். செய்பொருள் என்பது முற்றிலும் பொருளியல் நிலைப்பட்டதே. இதற்கு எவ்வித அரசியல் தொடர்பும் கிடையாது.[52]

அவ்வாறு பயணம் மேற்கொண்டவர்கள், செல்வத்தை ஈட்டுவதற்குச் சென்றடையும் இடம் குறிப்பாகச் சுட்டப்பட்டுள்ளது. தமிழ் பேசும் மக்கள் வாழும் பகுதிக்கு வட எல்லையான வேங்கட மலையைத் தாண்டியுள்ள பகுதி என்று குறிப்புகள் உணர்த்துகின்றன (அகநானூறு 83, 211, 213, 265, 393). சில இடங்களில் அவர்கள் வேறுமொழி பேசப்படுகின்ற பகுதிக்குச் சென்றுள்ளனர் என்று குறிப்பாகச் சுட்டிக் கூறப்படுகின்றது (அகநானூறு 215, 349; குறுந்தொகை 11). மௌரியப் படைகள் வந்த வழியேதான் அவர்கள் சென்றுள்ளனர் என்று (அகநானூறு 69) உறுதியாகக் கூறுகின்றது. எவ்வகையான செல்வம் ஈட்டப் பட்டது என்பது கூறப்படவில்லை. ஆனால், அகநானூறு(3) மனைவிக்கு அணிகலன் கொண்டு வருவதுதான் பயணத்தின் நோக்கமென்று தெரிவிக்கின்றது.

'பண்டைய இந்தியாவில் தங்கச் சுரங்கப் பணிகள்' என்ற தம் கட்டுரையில் ஊட்டி, கோலார் ஆகிய இடங்களில் இருந்த பழைய தங்கச் சுரங்கங்கள் குறித்து ஆல்ச்சின் கூறுகின்றார்.[53] ஊட்டி அகழ்வாய்வில் கிடைத்தவற்றைத் தொகுத்துப் பார்க்கும்போதும், இவற்றின் காலம் கிறிஸ்து சகாப்தத்தின் தொடக்க நூற்றாண்டுகளே என்பது புலனாயிற்று.[54] அர்த்தசாஸ்திரம் போன்று இந்தியாவில் காணப்படும் சான்றுகளை விவாதித்த பின் அவர் பின்வரும் முடிவிற்கு வருகின்றார். தென்னிந்தியாவில் சுரங்க முயற்சிகள் உயர் நிலையில்

இருந்த காலப்பகுதியிலேதான் குறிப்பிட்ட இடத்தில் மக்கள் குடியிருப்புகள் விரிவடைந்தன. பின்னர், அவை படிப்படியாகக் குறைந்து வறுமைநிலை எய்தின.⁵⁵

இக்கணிப்பு, சங்க காலம் குறித்து ஏற்றுக்கொள்ளப்பட்ட கால வரையறையோடு வலிமையாக வந்து பொருந்துவதைக் காண்கிறோம். சங்கம் மருவிய காலப்பகுதியில் பொருள்வயிற் பிரிவு என்பது மரபு வயப்பட்ட இலக்கிய வழிமுறையாய் விளங்கியதேயன்றி சமூக யதார்த்தமாக இருக்கவில்லை.

பொருளீட்டுவதற்காகச் செல்லும் பயணத்தில் தலைவன் வேங்கட மலையைக் கடந்து செல்வதாகவும் கூறப்படுவது தமிழ்நாட்டின் வட எல்லையைக் கடந்து மைசூர் மாவட்டத்திலுள்ள ஊட்டி மற்றும் கோலாருக்குச் செல்வதையே குறித்தது எனலாம்.

தொல்லியலை முற்றுமுழுதாகச் சார்ந்தமைந்த இச் சான்றுகள் நீங்கலாகச் சமகாலக் கல்வெட்டுச் சான்றுகளும் பல உள்ளன. அவையும் சங்க இலக்கியச் சான்றுகளை உறுதிசெய்கின்றன. 'சங்க காலத் தமிழ்ப் பிராமி கல்வெட்டுக்கள்' குறித்த ஐராவதம் மகாதேவனுடைய வாசிப்பு பொதுவாக அங்கீகரிக்கப்பட்டு ஏற்றுக்கொள்ளப்பட்டுள்ள நிலையில் மகாதேவன் தேவையான கல்வெட்டு ஆதாரங்களை ஒருங்கிணைத்து இக்கல்வெட்டுப் பதிவுகள் சங்க மூலங்களில் வழி கிடைத்துள்ள செய்திகளை வலியுறுத்துவனவாக அமைவதைக் காட்டுகின்றார்.⁵⁶ மகாதேவன் நீங்கலாக, மயிலை சீனி. வேங்கடசாமி, இரா. நாகசாமி, இரா. பன்னீர் செல்வம் ஆகியோரும் இத்துறையில் பணி புரிந்து உள்ளனர். கரூர் மாவட்டம் புகளூருக்கு அருகாமையில் உள்ள ஆறுநாட்டார்மலையில் கண்டுபிடிக்கப்பட்டுள்ள கல்வெட்டு தமிழ் நாட்டு வரலாற்றில் ஒரு மைல் கல்லாகும். இலக்கியங்கள் வழி மீட்டுருவாக்கம் செய்யப்பட்டுள்ள காலவரிசை முறை பகுதியளவிலேனும் இக்கல்வெட்டால் உறுதி செய்யப்பட்டுள்ளது. பதிற்றுப் பத்துப் பதிகமும் அடிக்குறிப்பும் தரும் வரலாற்றுத் தகவல் நம்புதற்குரிய உண்மை என்பதை இக்கல்வெட்டு நிரூபித்து விட்டது.⁵⁷ மகாதேவன் குறிப்பிடுவதைப் போன்று, அரிக்கமேட்டில் கிடைத்த மட்பாண்டத் துண்டுகளில் காணப் பெறும் எழுத்துக்களையும் ஆதாரமாகக் கொண்டு புகளூர் கல்வெட்டுக்கான காலத்தை நிர்ணயம் செய்யும்பொழுது அது சங்க இலக்கியம் முழுவதற்கும் உதவுவதான திண்ணிதான சான்றாகி விடுகிறது.⁵⁸ தமிழ்ப்பிராமிக் கல்வெட்டுக்கள், தமிழ்நாட்டுச் சமூகப் பொருளாதார நிலைகளை அறிந்துகொள்வதற்கும், இலங்கையுடன் தமிழ்நாட்டிற்கு இருந்த தொடர்பை அறிந்து கொள்ளுவதற்கும்

தமிழகத்தின் அக்கால வணிக, மத நிலைகளை அறிந்து கொள்ளு வதற்கும் உதவுகின்றன.[59]

தமிழ்ப் பிராமிக் கல்வெட்டுக்கள் குறித்த விவாதம், சங்கக் காலப் பகுதியில் இருந்துவந்த எழுத்து முறைமை குறித்த சிக்கலுக்கு இட்டுச் செல்கின்றது.

ஐராவதம் மகாதேவனின் வாசிப்புக்கு முன்னர், இக்கல்வெட்டுக் களைக் கலப்பு மொழிநடை கொண்ட ஒன்றாக, அக்காலத்து இலக்கிய மொழியுடன் எவ்விதத் தொடர்பும் அற்றதெனச் சில அறிஞர்கள் கருதினர்.

மகாதேவனுடைய ஆய்வின் மூலம், கல்வெட்டுக்களினுடைய மொழி அதனுடைய உருவ அமைதியில் (ஒலியனியல், உருபனியல், சொல்லமைப்பியல்) சங்க காலத்தில் இருந்த மொழியோடு பெரிதும் வேறுபடாத, எளிதில் புரிந்துகொள்ளத்தக்க மொழியே என்பது தெரியவந்துள்ளது.

அவர் தம்முடைய ஆய்வினைப் பின்வருமாறு முடிக்கிறார்:[62]

1. தமிழ் ஒலி வடிவத்திற்குப் பிராமி வரிவடிவத்தை ஏற்றுத் தமிழ் கி.பி. இரண்டாம் நூற்றாண்டில் எழுத்து மொழியாயிற்று;

2. தமிழ் எழுத்துக்களின் வரிவடிவம் முதலிரண்டு நூற்றாண்டு களில் பரிசோதனை முயற்சியாகவே இருந்தது. அதன் பின்னர் அது முந்தைய வடிவ முறைக்குட்பட்டு நிலைபேறுடைய தாயிற்று.

3. எழுத்து வடிவம் தமிழ்நாட்டில் அறிமுகப்படுத்தப்பட்டவுடன் அது பரவி, கிறிஸ்து சகாப்தத்தின் தொடக்க நூற்றாண்டுகளில் (கி.பி. 2 ஆம், 3 ஆம் நூற்றாண்டுகளில்) இலக்கிய மலர்ச்சிப் பருவ நடவடிக்கைகள் பீறிட்டு எழுந்தன.

நமக்கு இப்பொழுது எழுகின்ற சிக்கல், உயர்ந்த மரபொழுங்கு முறை அமைந்த சங்க இலக்கியம், அது எழுதப்பட்ட காலப்பகுதியில் வரிவடிவம் பரிசோதனை நிலையில் இருந்த ஒரு மொழியில் எழுதப் பட்டிருக்குமா என்பதுதான். இவ்விடத்தில்தான் இத்தொகுப்பின் வீரயுகத் தன்மை நமக்குப் பெரிதும் பயன்தருவதாய் உள்ளது. வீரயுகக் கவிதை அதன் தன்மை காரணமாக எழுத்து மூலமாக அன்றி, பாணர் மரபுவழி அது கையளிக்கப்படுவதால் அக் கவிதையை எழுத வேண்டியது இல்லை.

கைலாசபதி விளக்கிக் காட்டி இருப்பதுபோல சங்க இலக்கியம் வாய்மொழி மரபு சார்ந்த பாடலுக்குரிய வாய்பாடுகளையும் திருப்பு

கைகளையும் கொண்டிருப்பதைக் காணலாம். திடீரென்று மாற்றியதற்கும், ஒன்றை நீக்கி மற்றொன்றைச் சேர்த்துக் கொண்டதற்கும் போதுமான சான்றுகள் நமக்குக் கிடைக்கின்றன.[63] ஆகவே ஒரு மகத்தான வாய்மொழி மரபு நடைமுறையிலிருந்து அம்மரபுவழித் தோன்றிய பாடல்கள் சங்க இலக்கியத்திலும் அதற்குப் பின்னரும் எழுதப்பட்டிருக்க வேண்டும். தொகுத்தோன்- தொகுப்பித்தோன் மரபு (யாரால் இவை தொகுக்கப்பட்டன, யார் இவற்றைத் தொகுக்கும்படி கட்டளையிட்டார்?) இப்பொழுது பொருள் பொதிந்ததாகி விடுகிறது. எவ்வாறெனில், அரசர்களைப் பொறுத்த அளவில் அவர்கள் உணர்ந்து செய்த செய்கையாக, விலைமதிப்புடைய வாய்மொழிப் பாடல்களை எழுத்து மொழியில் பதிவு செய்த நடவடிக்கையைக் காண்கிறோம்.

சங்க இலக்கியம் செழுமையுடன் பீறிட்டுக் கிளம்புவதற்கும் ரோம வணிகத்திற்குமான தொடர்பு பற்றி ஆல்ச்சின் தம்பதியர்[64] வினா கிளப்பிய அதே ஆண்டில் (*1968* இல்), அத்தகைய ஒரு வினா கிளப்பப்பட்டுள்ளது என்பதைப் பற்றித் தெரியாதவராய், ஆனால் அதற்குப் பதிலிறுக்கும் வகையில் ஐராவதம் பின்வருமாறு கூறினார்.

> ''தமிழ்நாட்டுச் சூழலில் பௌத்த, சமண மதங்களால் உண்டாக்கப் பெற்ற மதப் பண்பாட்டுக் கிளர்வும் அத்துடன் ரோம வணிகத் தொடர்பால் ஏற்பட்ட ஒருவேளை அத்தொடர்பின் திடீர் வெளிப்பாடாக ஏற்பட்ட செல்வக் கொழிப்பாலும் கிறிஸ்து அப்த திருப்பம் ஏற்பட்ட காலத்தில் இந்த இலக்கியங்கள் தோன்றியிருத்தல் வேண்டும்.''[65]

இவ்விவாதத்தைச் சங்க மரபு குறித்து வழங்கும் கதைகளின் வரலாற்றுத் தன்மை பற்றிய விவர ஆராய்வோடு முடிப்பது நலம் பயக்குமென்று எண்ணுகிறேன். இறையனார் அகப்பொருள் உரை பாரம்பரியமான எடுத்துரைப்பின் மூலம் மூன்று மதுரைகள் இருந்தன என்றும், அவை அனைத்தும் பாண்டிய மன்னர்களின் தலைநகரங்கள் என்றும் தெரிவிக்கின்றது.[66] ஏற்கெனவே காட்டப்பட்டுள்ள கட்டுரையில் நாகசாமி பின்வருமாறு கூறுகின்றார்.

> ''பண்டைய மதுரையின் அமைவிடம் குறித்து அறிஞர்களிடையே கருத்து வேறுபாடு இருப்பதனால் மதுரையில் நடைபெறும் அகழ்வாய்வின் வழி பண்டைய மதுரையின் இருப்பிடத்தைக் கண்டறிவது நோக்கமாகும். சில அறிஞர்கள் மதுரையின் புறநகரான அவனிபுரம் (அவனியாபுரம்) பழைய மதுரையின் அமைவிடமென்று கருதுகின்றனர். நாங்கள் அதனுடைய வெவ்வேறு உட்கோள்களைக் கவனமாகப் பரிசீலித்தோம்.

மேற்பரப்பில் அதற்கான அறிகுறிகளெதுவும் காணப்படவில்லை. பாண்டிமுனி கோவிலுக்கு அருகாமையிலிருக்கும் பழம் மதுரை யென்று இப்பொழுது அழைக்கப்படும் வேறு ஒரு பகுதியையும் நாங்கள் பரிசீலித்தோம். அவ்விடத்தில் செய்யப்பட்ட காந்த அளவைமானியின் ஆய்வு, அவ்விடம் பழம் மதுரையாக இருந்திருக்க வாய்ப்பில்லை என்று திட்டவட்டமாக உறுதி செய்துவிட்டது''.[67]

முதற்சங்கத்தின் கூடலும், இரண்டாம் சங்கத்தின் கபாடபுரமும் கடல் சார்ந்த நகரங்கள் என்பதே இங்கு நமக்கு எழுகின்ற சிக்கலாகும். கிளாரென்ஸ் மலானி, பழங்கதைகள் உத்தர மதுரையைக் குறித்திருக்கலாம் எனக் கருதுகின்றார். தென்மதுரை ஒருகால் தாமிரபரணி ஆற்று முகத் துவாரத்தில் இருந்திருக்கலாம். ஒருவேளை இன்றைய கிராமமான கொற்கையிலிருந்திருக்கலாம் என்று அவர் குறிப்பாகச் சுட்டிக்காட்டு கின்றார். மேலும் தொடர்ந்து கூறுகையில்,

> ''இரண்டாம் சங்கத்தின் இருப்பிடமாகப் பழமரபுக்கதை கூறும் கபாடபுர நகரம் பல சமஸ்கிருதப் படைப்புகளிலும் குறிக்கப் பெறுவதால் அது நிச்சயமாகவே இருந்திருக்கவேண்டும். அதுவும் முன்னது போலவே அலைவாயில் இருந்திருக்குமாயின் அதனை நாம் இன்றைய திருச்செந்தூராக அடையாளம் காண வேண்டும். மேற்குத் தொடர்ச்சி மலைகளில் பெய்கின்ற பருவ மழையின் காரணமாகத் தாமிரபரணி ஆற்றுச் சமவெளிகளில் பாய்கின்றபோது புதிய தடம் வகுத்துக் கொண்டு அடிக்கடி தன் போக்கை மாற்றிக் கொள்ளும் என்று மரபுக்கதை தெரிவிப்பதால் வெள்ளப் பெருக்கினால் இப்பகுதி அழிவுக்குள்ளாகியிருக்க வாய்ப்பு உண்டு.[68]

இன்றுள்ள நிலையில், இறையனார் களவியல் உரை கூறும் பழங்கதை நெடுந்தொலைவிலுள்ள வரலாற்று நிகழ்வுகளின் உண்மையைச் சுட்டிக் காட்டுகிறது என்பது ஏற்கமுடியாத ஒன்றாகும்.[69]

ஒருவேளை நீரடி அகழ்வாய்வு அதற்கு ஒளி வழங்கக் கூடும்.

குறிப்புகள்

1. சங்க மரபுகளையும் அது குறித்த வரலாற்று முறை விமரிசனங்களையும் சுருக்கமாக அறியப் பார்க்க: S. Vaiyapurippillai, *History of Tamil Language and Literature*, சென்னை, 1956, பக். 10-11.
2. மூவேந்தர் கால இலக்கியம் என்ற கருதுகோளினைக் கொண்டிருப்பவர்களில் ஒருவர் பி. பூர்ணலிங்கம் ஆவார். பார்க்க: இவரது பதிப்பான பாவலர் சரித்திர தீவகம் (தொகுதி 1), கொழும்பு, 1975.

3. K.A.N.Sastri, *Colas,* சென்னை, *1956,* ப. *11.*
4. K.K. Pillai, *Social History of rhe Tamil,* சென்னை, *1967;* P.T.S. Aiyangar, *History of the Tamils from the Earliest Times to 600 AD,* சென்னை, *1929.*
5. K. Kailasapathy, *Tamil Heroic Poetry,* ஆக்ஸ்போர்டு, லண்டன், *1969.*
6. H.M. Chadwick and N.k., *The Growth of Literature,* கேம்பிரிட்ஜ், *1925-39.*
7. T. Vansina, *Oral Tradition,* லண்டன், *1966,* ப. *13*
8. தொகுத்தோன் என்பது பாடல்களைத் தொகுத்தவர்களையும் தொகுப்பித்தோன் என்பது பாடல்களைத் தொகுக்கச் செய்த அரசனையும் குறிக்கின்றன- வையாபுரிப்பிள்ளை, முற்கூறப்பட்டது, பக். *24-30.*
9. தொல்காப்பியம்- பொருளதிகாரம், கழகம், சென்னை, *1961,* ப. *515.*
10. கைலாசபதி முற்கூறப்பட்டது, ப. *9*
11. G. Thompson, *Studies in Ancient Greek Society,* தொகுதி *2,* லண்டன், *1961,* பக். *581-2*
12. C.M. Bowra, *In General and Particular,* லண்டன், *1964,* பக். *63-84.*
13. G.Clarke, *Archaeology and Society,* லண்டன், *1960,* ப.*22.*
14. B. Lal, *Indian Archaeology since Independence,* ப. *36.*
15. இத்தொகுப்பு நூலில் 'திணைக் கோட்பாட்டின் சமூக அடிப்படைகள்' என்ற முதல் கட்டுரை.
16. மேலது.
17. வையாபுரிப்பிள்ளை, முற்கூறப்பட்டது மற்றும் வித்தியானந்தன், தமிழர் சால்பு, இலங்கை, *1953.*
18. Allchin, Bridget and Raymond, The Birth of Indian Civilization, பெங்குயின், *1968.*
19. தமிழ்ப் பிராமிக் கல்வெட்டுக்களின் வரலாற்றுச் சிறப்பை மிக மேலானதாகக் கொள்ளும் கல்வெட்டு அறிஞர்களை இகழ்ச்சியோடு பழித்துரைக்கின்றமைக்குப் N. Subramanian மற்றும் R.K. Rajalakshmi *'Content Analysis of Tamils Brahmi Inscription',* Journal of Indian History தொகுதி, பகுதி *2, 1973,* பக். *303-13.*
20. சங்கப் பாடல்களின் கால வரன்முறை தொடர்பான சிக்கல்களுக்குப் பார்க்க: K. Kanakasabhaippillai, *The Tamils Eighteen Hundred Years Ago,* சென்னை (மறு அச்சு), *1956,* P.T.S. Aiyangar முற்கூறப்பட்டது. Vaiyapurippillai முற்கூறப்பட்டது.
21. சிலப்பதிகார காலம் குறித்து அறியப் பார்க்க: K. Sivathamby, *Drama in Ancient Tamil Society.*
22. வையாபுரிப்பிள்ளை, முற்கூறப்பட்டது பக். *16* மு.
23. R.E.M. Wheeler, *Still Digging,* Pan Books, 1958 ப. *172.*
24. Ancient India, தொகுதி *2,* டெல்லி, *1946.*
25. பி. லால், முற்கூறப்பட்டது.
26. கா. சிவத்தம்பி, முற்கூறப்பட்டது.
27. மேலது,
28. மேலது,
29. K.V. Raman, *'Prehistoric and Protohistoric Cultures of Tamilnadu',* ஆராய்ச்சி தொகுப்பு *1,* மலர் *1,* திருநெல்வேலி, *1969.*

30. ஆல்ச்சின் இணையர், முற்கூறப்பட்டது, ப.78.
31. மேலது, பக். 94-5.
32. கா. சிவத்தம்பி, முற்கூறப்பட்டது.
33. இத்தொகுப்பு நூலில் 'பண்டைய தமிழ்நாட்டில் உயர்குடி ஆதிக்க மேட்டிமையின் வளர்ச்சி' என்ற மூன்றாம் கட்டுரை.
34. கே.வி. ராமன், முற்கூறப்பட்டது, பக். 139-40.
35. R. Allchin, *Neolithic Cattle Keepers of South India*, கேம்பிரிட்ஜ், 1963, ப. 262.
36. புரூஸ்புட்.
37. ஆல்ச்சின் முற்கூறப்பட்டது, R. Allchin ப. 178.
38. இத்தொகுப்பு நூலில் 'முல்லைத் திணைக்கான ஒழுக்கம்' என்ற ஐந்தாம் கட்டுரை.
39. K.V. Raman, *'Distribution Patterns of Culture Tracts in Pre and Proto Historic Times in Madurai Region,'* ஆராய்ச்சி தொகுதி 1, எண் 4, 1970, பக். 504-5.
40. மேலது, ப. 505.
41. Himedorf, *'New Aspects of the Dravidian Problem'*, Tamil Culture, தொகுதி 2 எண்2, 1953.
42. ஆல்ச்சின் இணையர், முற்கூறப்பட்டது, ப. 299.
43. மேலது, ப. 232.
44. இந்நூலில் ஐந்தாம் கட்டுரை.
45. ஆல்ச்சின் இணையர், முற்கூறப்பட்டது. ப. 222.
46. இந்நூலில் ஐந்தாம் கட்டுரை.
47. I. Mahadavean, *Tamil Brahmi Inscriptions of the Cankam Age*, இரண்டாம் உலகத் தமிழ் மாநாட்டின் போது வெளியிடப்பெற்ற சிறு நூல், சென்னை 1968.
48. K.V. Raman, *'Excavations at Pumpukar'*, ஆராய்ச்சி, தொகுதி, 3 எண் 1, 1972, பக். 122 மு. The Buddhist Monastery Belongs to Post-Cankam pre Pallava Period, சென்னை, 1966.
49. N. Subramanian, *Pre Pallavam Tamil Index*, சென்னை, 1966.
50. R. Nagasamy, *'Archaeology and Epigraphy- A Survey'*, III International Conference Seminar on Tamil Studies, பாரிஸ், 1970.
51. மேலது,
52. இது குறித்து அறியப் பார்க்க: இந்நூல் மூன்றாம் கட்டுரை.
53. Journal of the Economic and Social History of the Orient, தொகுதி 5, பகுதி 2, 1965, பக். 1965, பக். 195-211.
54. மேலது,
55. மேலது,
56. மகாதேவன் முற்கூறப்பட்டது,.
57. R. Panneerselvam, Proceedings of 1 Conference Seminor LATR. தொகுதி 1, 1966, பக். 421-5.
58. மகாதேவன், முற்கூறப்பட்டது, பக. 32.
59. மேலது, பக். 43 மு.

60. K. Zvelebil,'The Brahmi Hybird Tamil Inscription', Archive Orientally, *1964*, பக். *547 - 575;* 'The Brahmi Inscriptions of South India and the Cankam Age', Tamil Culture, தொகுதி 5, எண் 2, *1956,* பக். *175- 85.*
61. மகாதேவன், முற்கூறப்பட்டது, ப.28.
62. மேலது.
63. கைலாசபதி, முற்கூறப்பட்டது, பக். *135-70.*
64. ஆல்ச்சின் இணையர், முற்கூறப்பட்டது, ப. *222.*
65. மகாதேவன், முற்கூறப்பட்டது, ப. *28.*
66. இறையனார் அகப் பொருள், கழகம், சென்னை, *1964,* பக். *5-6.*
67. நாகசாமி, முற்கூறப்பட்டது,
68. Maloney, Clarance, *'Beginnings of Civilization in South India',* Journal of Asian Studies, அமெரிக்க, தொகுதி 29, எண் 3, மே 1970, பக். *603-15.*
69. வித்தியானந்தன், முற்கூறப்பட்டது.

★ ★ ★

5. முல்லைத் திணைக்கான ஒழுக்கம்

முல்லை நிலத்துப் பொருளாதார நடவடிக்கைகளின் மானுடவியல் முக்கியத்துவம் குறித்த ஒரு பகுப்பாய்வு

சங்க இலக்கியத்தை நெறிப்படுத்துகின்ற இலக்கிய மரபு, பழந்தமிழ்நாட்டை ஐந்து சுற்றுச் சூழல்கள் உள்ள ஒரு பிரதேசமாக வகைப்படுத்துகின்றமையைக் காட்டுகின்றது. மலைநாடு (குறிஞ்சி), காடுகளை ஒட்டியமைந்த மேய்ச்சல் நிலம் (முல்லை), வேளாண்மைக்குரிய பரந்து கிடக்கும் நிலம் (மருதம்), கடற்கரையை அடுத்துள்ள மணல் வெளிப் பகுதி (நெய்தல்), மற்றும் பயன்படுத்தப்படாத வறண்ட பகுதி (பாலை). இவற்றுள் முதல் நான்கும் இயற்கைப் பிரிவுகளே. பாலையோ வனவள ஆதாரங்களை அழிப்பதாலும் மற்றும் வேளாண் நிலம் அதன் பண்பிழப்பதாலும் தோன்றுவது. ஆண்-பெண் உறவுகளில் இப்பிரிவுகள் ஒவ்வொன்றுக்கும் ஒரு குறிப்பிட்ட நடத்தை முறை உரியதாக்கப்பட்டுள்ளது. அவ்வந் நிலத்திற்கே சிறப்புத் தனியுரிமை யுடைய ஐந்து மலர்களால் இவ்வைந்து நிலங்களும் அறியப்பட்டன. பின்னர், இந்நடத்தை நெறிமுறைகளும்கூட இம்மலர்களின் பெயர்கள் கொண்டே அடையாளப்படுத்தப்பட்டன.

பண்டைத் தமிழ்நாட்டின் இப்பிரிவாக்கம், மானுடவியலாளர் களாலும் சூழலியலாளர்களாலும் இன்றைய தினம் புகழப்படுகின்றது. சூழலியலை உள்ளடக்கிய நுழை புலமுடைய இப்பிரிவாக்கம் நவீன மானுடவியல் புவியியலாளர்களின் நுண்ணறிவை நினைவூட்டும் வகையில் அமைந்திருப்பதாக டாக்டர் ஐயப்பன் வியந்து புகழ்கிறார்.[1] இவ்ஐவகைப் பிரிவாக்கத்தை, சரி பேட்ரிக் கெடஸ் தம்முடைய சமூக உற்பவிப்புக் கொள்கையில் குறிப்பிடும் ஆற்றுப்படுகை நிலப்பரப்பிற்கு மிகச் சிறந்த உதாரணமாகக் கொள்ளலாம். இக்கொள்கை மனித நாகரிகத்தைப் புவியியல் மற்றும் வரலாற்றால் வடிவமைக்கப்பட்ட நிலப்பரப்பு சார்ந்த விளைபொருளாகவே கொள்கிறது. சர் பேட்ரிக் கெடஸ், புவியியல் என்னும்போது அதனை மணல் தட்ப வெப்பம், சுற்றுப்புறம் ஆகியவற்றின் கூட்டாகவும் வரலாற்றை மனித முயற்சி, இயல்பாக அமைந்த திறன் ஆகியவற்றின் ஒருங்கிணைந்த செயற் பாடாகவும் காண்கிறார்.[2]

'சமூகப் பொருளாதாரப் பரிணாமத்தின் முக்கியக் கட்டடங்கள் - ஒரு பூகோளவியல் பார்வை' என்ற தனது ஆய்வுக் கட்டுரையில்,

ஹன்ஸ்போபெக் என்பவர், பொருளாதாரப் பரிமாணத்தின் படிநிலைகளுடைய முக்கிய கூறுகளை விளக்குவது, எம்மை இப்பழமையான பிரிவாக்கத்தைக் குறித்து, இன்னமும் ஆழமாக எண்ணிப் பார்க்க வேண்டிப் பணிக்கிறது. அவரது பூகோளவியல் பார்வையில் நோக்குங்கால் கீழ்க்காணும் பொருளாதாரப் பரிமாணப் படிநிலைகள் சிறப்பு முக்கியத்துவமுடையனவாகக் கருதப்படுபவையாகும்.[3]

1. உணவு சேகரிக்கும் கட்டம்.
2. வேட்டையாடுவோர் மற்றும் மீன்பிடிப்போர் ஆகிய தேர்ச்சி பெற்ற சேகரிப்பாளர்கள் தோன்றும் கட்டம்.
3. மேய்ச்சல் தொழில் சார்ந்த நாடோடித் தன்மையைத் துணைமைக்கூறாகக் கொண்ட குலக்குழு உழவர் கட்டம்.
4. நிலமானியத் தன்மையுடைய அல்லது உயர்குடி இயல்புடைய வேளாண் சமூகங்களுடைய கட்டம்.
5. உற்பத்திசார் முதலாளித்துவமுடைய தொழில்மய சமூகம் மற்றும் நவீன நகராக்கம் என்னும் கட்டம்.

ஆனால், இப்பூகோளவியல் மற்றும் மானுடவியல் கண்டுபிடிப்புகளைப் பயன்படுத்துவதற்கு முன்னர், ஐந்திணைகளுடைய உண்மையான பொருள் குறித்து நமக்கு ஒரு கருத்துத் தெளிவு இருக்க வேண்டும்.

தென்னிந்தியா குறித்த 'ஒரு பருந்துப் பார்வை' பார்க்குங்கால் வளங்கள் சூழ்ந்த மலைகளையும், வறட்சித் தன்மையால் குறைவான குடியிருப்புகளையுடைய அரைப் பாலைவனங்களையும் நீர் வளமுடைய பயிர் செய்கைக்காகப் பயன்படுத்தப்பட்ட சமவெளிகளையும், கடற்கரை சார்ந்த பகுதிகளையும் கொண்டதாக அன்றைய தமிழ் பேசும் பூகோள அலகு அமைந்திருந்தது என்பதை நாமறிவோம்.

வேறுபட்ட ஒழுக்க நெறிகளைக் கொண்ட வேறுபட்ட இப் பண்பாட்டுப் பகுதிகள் அல்லது அவை தமிழர்களின் சமூகப் பொருளாதாரப் பரிமாணத்தின் வேறுபட்ட படிநிலைகளா?

பத்துப் பாட்டு, எட்டுத்தொகைப் பாடல்களை நுணுகி ஆராய்ந்தால், அந்நூல்கள் எழுதப்பட்ட காலத்திலேயே நிலப்பரப்புகளோடு ஒழுக்க நெறிகளை இணைத்துப் பார்க்கும் மரபு போற்றுதலுக்குரிய ஒன்றாகத் திகழ்ந்தது என்பது தெளிவாகிறது. முடியுடை மன்னர்களையும் குறுநிலத் தலைவர்களையும் புகழ்ந்துரைக்கும் பத்துப்பாட்டுப் பாடல்கள் ஐந்து வேறுபட்ட நிலப்பரப்புகளைக்

குறிப்பிடுகின்றன. மலைசூழ் மாவட்டங்களிலும், திறந்த வெளித் தோட்ட வளாகங்களிலும் வாழ்ந்தவர்கள் மேன்மை மிக்க அரசரிடமிருந்த வெகுதூரத்தில் விலகி நின்ற அந்நிலப்பகுதிக்கேயுரிய இனக்குழுவினர் தாம். எட்டுத் தொகைத் தொகுப்பும்கூட வேறுபட்ட ஒழுக்க நெறிகளை, நிலைபெற்றுவிட்ட இலக்கிய மரபுகளாகவே குறிக்கின்றது. குறிப்பிட்ட நிலப்பகுதிகட்கு, குறிப்பிட்ட ஒழுக்க நெறிகள் என்று வரையறுக்கப் பட்டிருப்பது ஏற்புடைய காரணம் எதுவும் பாடல் தொகுப்புகளிலோ, தொல்காப்பிய மூலப் பாடத்திலோ, உரைகளிலோ கூறப்படவில்லை என்று மு. இராகவ அய்யங்கார் சரியாகவே குறிப்பிடுகின்றார்.[4] ஐவகை நிலப்பரப்புகளும், அவற்றிற்குரிய ஒழுக்க நெறிகளும் வழங்கப் பட்டவாறே ஏற்றுக்கொள்ளப்பட்டன என்பதும், இவ்ஐவகை நிலப் பரப்பில் சுற்றுச்சூழல் குறிப்பாகச் சுட்டப்பட்டிருப்பது குறித்து மரபார்ந்த இயல்பாராய்வு எதுவும் மேற்கொள்ளப்படவில்லை என்றும் இந்த வகைப்பாடுகள் குறித்த நூற்பாவுக்கு நச்சினார்க்கினியர் விளக்கம் எழுதுகின்றபோது தெளிவுபடுத்துகின்றார்.[5]

வேறுபட்ட திணைகளைக் குறிக்க, ஏற்கெனவே பயன்படுத்தி வந்த மலர்களைத் தவிர வேறு மலர்களை அத்திணையைக் குறிக்கப் பயன்படுத்தக் கூடாதா என்ற கேள்வியை ஒருவர் எழுப்பினால் அவருக்கு விடை எதுவும் கூற இயலாது என்பதே அவரது உறுதியான நிலை ஆகும்.

இச்சிக்கல் நவீன அறிஞர்களுடைய கவனத்திற்குக் கொண்டு வரப்பட்டு, அவர்களால் பொதுவாக ஏற்றுக் கொள்ளப்பட்டுள்ள நடைமுறைக் கொள்கையாதெனில், சுற்றுப்புறச்சூழல் சார்ந்த இவ்வகைப்படுத்துதல், தமிழர்களுடைய பரிணாம வளர்ச்சியை வரலாற்றுக்கு முற்பட்ட காலத்திலிருந்து, வரலாற்றுச் சகாப்தம் வரை உணர்த்தி நிற்கிறது என்பதுதான்.

தமிழ்ச் சமூக அமைப்பு, சுற்றுப்புறச்சூழலிலிருந்து முகிழ்த்த தனிச்சிறப்பான பண்புநலன்களைக் கொண்டிருந்தது மானுடவியல் வலியுறுத்தும் மனிதவாழ்வின் ஐந்து படிநிலைக் கட்டங்களையும் வரலாற்றுக்கு முந்தைய காலப்பகுதியிலேயே தமிழ்ச்சமூகம் எட்டி விட்டது தனித்துவம் வாய்ந்ததாகும் என்று தீட்சிதர் கூறுகின்றார்.

சிறிய அளவிலேனும் ஐவகை இயற்கை நிலப்பரப்புகளும் தமிழ்நாட்டிலே காணப்பட்டன. உலகின் மனிதன் தோன்றிய நாள் தொட்டு தென்னிந்தியாவில் இருந்து வந்தமையால் அவன் ஒரு நிலப்பகுதியிலிருந்து மற்றொரு நிலப்பகுதிக்கு ஒன்றன் பின் ஒன்றாய் மாறிச் சென்று அவ்வவற்றிற்குரிய பண்பாட்டுப் படிநிலைக் கட்டங்களைக்

கருதி விழைவித்தனன் என்பது பி.டி. சீனிவாச அய்யங்காரின் திடமான முடிவாகும்.⁷

டாக்டர் கமில் சுவலபிலோ இம்மரபு முழுமையையும் இன்னமும் மேம்பட்ட வரலாற்றுக் கண்ணோட்டத்தோடு காண்கிறார். திராவிடர்களுக்கு முற்பட்ட பூர்வத் தமிழ் மக்கள் தொகை மலைகளிலிருந்தும், அடர்த்தியான வனங்களிலிருந்தும், வளமிக்க சமவெளிகளை நோக்கியும் மற்றும் கடல்சார் பகுதிகளை நோக்கியும் சென்ற வரலாற்றுப் புலப்பெயர்வினை இப்பிரிவு வகைகள் பிரதிபலிக்கின்றன என்ற டாக்டர் கமில் சுவலபில் தெரிவிக்கின்றார். வேறு வார்த்தைகளில் கூறுவதானால், புதிய கற்கால வேடுவனில் தொடங்கி, இடைப்பட்ட காலத்தில் கால்நடை பராமரிப்போனாக வாழ்ந்து, நிலைத்த குடியிருப்புடைய குடியானவனாகவும் செம்படவனாகவும் மாறிய வளர்ச்சியை இது பிரதிபலிக்கிறது எனலாம்.⁸ இப்பின்புலத்தில்தான் ஐந்திணை குறித்த ஆய்வுச் சிறப்பு முக்கியத்துவம் பெறுகிறது.

முல்லைத் திணையின் மானுடவியல் முக்கியத்துவத்தை ஆராயும் முன்னர், அத்திணை குறித்துக் கிடைத்துள்ள எல்லா இலக்கியச் சான்றுகளையும் நுண்ணாய்விற்கு உட்படுத்த வேண்டும்.

அநேகமாய் எல்லாப் பத்துப்பாட்டுப் பாடல்களும் முல்லையைக் குறித்துக் கருத்துத் தெரிவிக்கின்றன. முல்லைப்பாட்டு ஒரு இறுக்கமான இலக்கிய மரபிற்குட்பட்டு எழுதப்பட்டுள்ளது. பெரும்பாணாற்றுப்படை முல்லை நிலத்து ஆயர்களைப் பிற வகைப்பட்ட பல மக்களோடு வாழ்ந்து, மோர் போன்ற பால்படு பொருளை விற்று வாழ்க்கை நடத்தி வந்த குழுவினராகச் சித்திரிக்கின்றது. வேளாண்மைப் பரவலால் முல்லையும் மருதமும் சங்கமிப்பதை இவ்விடத்தில் எம்மால் காணமுடிகிறது.

பெரும்பாணாற்றுப்படையில் வரும் ஆயர்கள் வேளாண்மையில் ஈடுபட்டவர்களில்லை. மதுரைக் காஞ்சி 'முல்லை சான்ற புறவு' குறித்துக் கூறுகின்றது. இப்புறவு முல்லைக்குரிய குணவியல்புகளைக் கொண்ட புறஞ்சேரிப் பகுதியாகும். இதன்வழி நன்கு நிலைநிறுத்தப் பெற்றுவிட்ட இலக்கிய மரபின் மேலாதிக்கம் வெளிப்படுத்தப் படுகின்றது. நெடுநல்வாடையில் காதலி 'பொறுமையோடு காத்திருத்தல் வேண்டும்' என்ற மரபார்ந்த தேவையான சூழலை உருவாக்குவதற்கு ஆயர்கள் குறிப்பிடப்படுகின்றனர். பிறரோடு சமமாக வரிசைப்படுத்த இயலாத குறை வளர்ச்சியுடையவர்களாக முல்லை நில மக்கள் மலைபடு கடாமில் சித்திரிக்கப்படுகிறார்கள். சிறுபாணாற்றுப்படை, முல்லை சான்ற கற்பு என்று பேசும்போது அந்நூல் எழுதப்பட்ட

காலத்தில் ‘முல்லை’ என்ற மெய்வடிவான சொல்லே ‘கற்பு’ என்ற பொருளை உணர்த்திற்று என்ற உறுதி கூறுகிறது.

நற்றிணை, குறுந்தொகை மற்றும் அகநானூறு ஆகியவற்றில் காணப்படும் முல்லைப் பாடல்களைக் கீழ்க்காணும் தலைப்புகளில் வகைப்படுத்தலாம்.

அ) கோடை காலத்திலிருந்து குளிர் காலத்திற்குப் பருவம் மாறுவதைச் சித்திரிப்பவை.

இப்பாடல்களில் முல்லை நில மக்கள் புறவயப்பட்டவர் களாக, அந்நிலத்தோடு எவ்விதத் தொடர்பும் இல்லாதவர் களாகத் தூசுதும்பற்றவர்களாகக் காட்டப்பட்டுள்ளனர். அரச கடமையாற்றி விட்டுத் திரும்பி வரும் தலைவனின் ஏக்கத் தையும் வீட்டில் காத்திருக்கும் உணர்ச்சிவயப்பட்ட காதலியின் மனநிலையையும் பற்றிப் பேசும் பாடல்களும் கூட இப்பிரிவின் கீழ்தான் வருகின்றன.

ஆ) முல்லை நிலப்பகுதியைக் காதலர்களின் வாழ்விடமாகக் காட்டுபவை.

எடுத்துக்காட்டாக, முல்லை நிலப்பகுதியிலிருந்து தோன்றியவை. இலக்கண ஆசிரியர்கள் வகுத்த வரையறைக்குட்பட்டு எழுதப் பட்டவை இவைதாம். இவற்றினுடைய எண்ணிக்கை அதிக மில்லை. கீழ்க் காணும் சில பாடல்கள் என்று நாம் நிச்சயமாகக் கொள்ளத்தக்கவை:

நற்றிணை : *5, 69, 121, 141, 266*

அகநானூறு : *84, 94, 194, 274, 284, 394*

குறுந்தொகை : *64, 73, 155, 186, 188, 190*

முல்லையின் தாவரவியல் பெயர் ஜேம்ஸ்மினியம் திரிசோட்டுமம். அது நவம்பர் மலர் என்றும் அறியப்படுகிறது. வனங்களை அடுத்துள்ள மேய்ச்சல் நிலங்களில் நடைபெற்ற காதற்செயல்களைச் சுட்டிக்காட்ட இம்மலர் பயன்படுத்தப்படுகிறது. கருப்பொருள் குறித்த நூற்பா விற்குத் தாங்கள் எழுதியுள்ள உரைகளில் நச்சினார்க்கினியரும் இளம்பூரணரும் கூறியுள்ள தகவல்கள் இந்நிலப்பரப்பினைப் பற்றி அறிந்துகொள்ள உதவுகின்றன. பெரும்பாலான பாடல்களில் காணப்படும் குறிப்புகளைக் காட்டிலும் உரைகளிலிருந்து கிடைக்கும் தகவல்கள் துல்லியமானவையாகவும் பொருத்தமானவையாகவும் மேலும் விளக்கமானவையாகவும் உள்ளன.

முல்லை நிலப்பகுதி குறித்துக் கீழ்க்காணும் தகவல்களை இளம்பூரணர் தருகின்றார்.[9]

உணவு	: வரகு, முதிரை (சிறுதானியங்களும் மற்றும் பயிற்றினங்களும்)
விலங்கு	: மானும் முயலும்
மரம்	: கொன்றை, குருந்து, புதர் (குத்துச்செடி)
பறவை	: காட்டுக்கோழி
முரசு	: கால்நடைகளுக்கு மூக்கணாங்கயிறு போடுவதற் குரியது
பொருளாதாரச் செயல்பாடு	: கால்நடைகளை மேய்த்தல்
இசைக்குறிப்பு	: சதாரி
நீர்நிலை	: காட்டாறு

கீழ்க்காணும் தகவல்கள் நச்சினார்க்கினியரால் தரப்பட்டுள்ளன.[10]

உணவு	: வரகு, முதிரை, சாமை
விலங்கு	: இளமான் கன்று, மான், முயல்
மரம்	: கொன்றை, குருந்து (இந்தியக் காட்டு எலுமிச்சை)
பறவை	: காட்டுக் கோழி, கௌதாரி
பொருளாதாரச் செயல்பாடு	: கால்நடைகளை மேய்த்தல், சிறுதானியப் பயிர்களிடையே களையெடுத்தல், தானியக் கதிர்களை எருமைகள் கொண்டு போரடித்தல்
இசை	: முல்லை யாழ்
மலர்	: முல்லை, பிடவு, தளவு, தோன்றி
நீர்நிலை	: காட்டாறு
குடியிருப்புகள்	: பாடி, சேரி, பள்ளி.

இவ்விரு உரையாசிரியர்களும் அளித்துள்ள தகவல்கள் கால்நடைப் பராமரிப்பை அடிப்படையாகக் கொண்ட பொருளாதாரத்தில் வேளாண்மை மிக விரைவாக வளர்ச்சி பெறுகின்றமையையே சுட்டிக் காட்டுகின்றன.

ஆனால், இச்செயல்பாடுகளினுடைய உண்மையான முக்கியத் துவத்தினை, பிற நிலப்பகுதிகளினுடைய செயல்பாடுகளோடு ஒப்பிட்டுப் படிப்பதன் மூலமாக மட்டுமே முழுமையாக மதிப்பிட இயலும். தேன் சேகரித்தல், கிழங்குகளுக்காகத் தோண்டுதல் மற்றும் வெட்டி எரித்துப் பயிரிடும் வேளாண்மை (புதர்கள் அடர்ந்த காடுகளை வெட்டிப் பின் அவற்றைத் தீயிட்டுக் கொளுத்துவர். அவ்வாறு கொளுத்திய இடங்களில் பயிரிட விழையும் பயிர்களின் விதைகளைத் தூவுவர்) ஆகியன மலைசார் பகுதிக்குரியனவாகக் (குறிஞ்சி) குறிப்பிடப் பட்டுள்ளன. அதேவேளையில் வேளாண்மைப் பகுதிக்கான (மருதம்) செயற்பாடுகளாக உழுதல், களையெடுத்தல், அறுவடை செய்தல் மற்றும் கால்நடை கொண்டு போரடித்தல் ஆகிய செயல்கள் குறிப்பிடப் பட்டுள்ளன.

காடுகளை அழித்து உருவாக்கப்பட்ட குடியேற்றப் பகுதி யாகவே முல்லை குறிப்பிடப்படுகின்றது. நற்றிணை[59] ஆவது பாடல் அதனைக் காட்ட நாடு என்றே குறிப்பிடுகின்றது. இவ்வகைக் குடியேற்றங்களின் தோற்றுவாயை இது ஒரு வேளை குறிக்கலாம்.

முல்லைப் பொருளாதாரத்தைக் குறித்த நம்முடைய முதற் கருத்துப் பதிவு அது கால்நடை மேய்ச்சலை முற்றிலுமாகச் சார்ந்து இருக்கவில்லை என்பதுதான். தமிழ்நாட்டின் பூகோள அமைப்பு அப்பகுதி மக்களை நாடோடிகளாக்கும் இயல்புகளைக் கொண்டிருக்க வில்லை. ஆகவே, அத்தகைய பகுதியில் வேட்டையாடுவோர் நிலையி லிருந்து நிலைத்த குடியிருப்புடைய குடியானவன் நிலைக்கு மாறிட நீண்ட காலம் பிடித்திருக்காது.

வாழ்விடம், பொருளாதாரம் மற்றும் சமூகம் என்ற நூலில் டேரில் போர்டு இவ்வாறு கூறுகின்றார்.[11] ''பயிர் செய்கைப் பொருளாதாரத்தைக் காட்டிலும் கால்நடை மேய்ச்சல் பொருளாதாரம் தனது மேம்பட்ட வடிவத்தில் ஒரே இடத்தில் குடியிருக்கும் (நிலைத்த குடியிருப்பு) மக்கள் வாழ் பகுதிகளின் எல்லைப்புறங்களில் அமைந்திருக்கின்றது. அப்பகுதியில் வேளாண்மை வளர்ச்சிக்கும் போதிய ஆதரவு இருக்கு மாயின் மக்கட்தொகை நெருக்கமுடையதாகவும் மற்றும் செல்வச் செழிப்புடையதாகவும் அது மாற இயலும். அத்தகைய பகுதிகளில் நிலைத்த குடியிருப்புடையோர் கூட்டொருமைப்பாடு சமூகங்களோடு கூடி ஒன்றுபடுகிறார்கள். இறுதியாக முல்லை நிலப்பகுதி வேளாண் பகுதியோடு ஒருங்கிணைந்து மேற்கூறிய கூற்றை நிரூபிக்கின்றது.'' கால்நடை சமூகங்களில் வேளாண்மை கூடுதலான முக்கியத்துவம் பெற்றமையைத் தாம்சனும் சுட்டிக்காட்டுகின்றார்.[12] ''பல பகுதிகளில்

எங்கெல்லாம் இயற்கைச் சூழல் சாதகமாக இருந்ததோ, அங்கெல்லாம் மேய்ச்சல் வேளாண்மையாக அல்லது கலப்பு வேளாண்மையாக உழவும் மேய்ச்சலும் சேர்த்தே செய்யப்பட்டன.'' வேட்டையாடும் கூட்டத்திலிருந்து உடனடியாக வேளாண்மைக் கட்டத்திற்குச் சமூகங்கள் மாறிச் செல்ல இயலும் என்பதை ஸ்டீபன் பீயூஹ்ஸூம் ஏற்றுக் கொள்கிறார். இவர் இனக்குழுக் கால இந்தியா குறித்து ஆராய்ந்தவர்.[13]

முல்லை நில மக்கள் வாழ்க்கையில் கால்நடை வளர்ப்பு முக்கிய மான இடம் வகித்த போதிலும் வேளாண்மை மெல்ல விரிவடைந்தது. முல்லைப் பொருளாதாரத்தில் முகிழ்த்த இப்பாடல்களில் வேளாண்மை மேய்ச்சலோடு சேர்த்தே பேசப்படுகிறது.

முல்லையில் குறிப்பிடப்படும் வேளாண்மை, வெட்டி எறிந்து பின் பயிரிடும் வேளாண்மையேயாயினும் சில குறிப்புகள் மீண்டும் மீண்டும் ஒரே இடத்தில் பயிரிடப் பட்டமையைச் சுட்டுகின்றன. நற்றிணை 121ஆவது பாடலில் வரும் 'விதையர்' மற்றும் 'முதையல்' என்ற சொற்கள் மேய்ச்சல்காரர்களே உழவர்களாக விளங்கினார்கள் என்பதையும், அவர்கள் முன்னரே பயிரிடப்பட்ட நிலங்களில் பயிரிட்டனர் என்பதையும் தெரிவிக்கின்றன. தோட்ட உழவினைக் காக்கும் மேய்ச்சல்காரர் 'கொல்லை கோவலர்' என்ற குறிப்பு நற்றிணை 266 மற்றும் 289 ஆகிய பாடல்களில் காணப்படுகின்றது. அது (மேய்ச்சல்காரர்) ஆயர்கள், வேளாண்மை செய்வோராக மாறி வருவதைக் காட்டுகின்றது. வரகுதான் மிக அதிகம் பயிரிடப்பட்ட தானியமாகத் தெரிகிறது. நெற்சாகுபடி குறித்த எவ்விதக் குறிப்பும் நமக்குக் கிடைக்கவில்லை. நீர்ப் பாசனத்திற்கும் உரமிடுதலுக்கும் இடமில்லாத, வெட்டி எரித்து பயிரிடும் முறை நெல் பயிரிடுவதற்கு மிகப் பொருத்தமான முறையன்று.

அகநானூறு 194 ஆவது பாடல் கலப்பைப் பயன்படுத்தப் பட்டதைத் தெரிவிக்கின்றது. அகநானூறு 394ஆவது பாடலும் நற்றிணை 266ஆவது பாடலும் கால்நடை வளர்ப்பும் மேட்டு நிலப் பயிர் செய்கையும் எப்படிக் கைகோத்து நின்றன என்பதை விளக்கு கின்றன. கால்நடை வளர்ப்பே முல்லை நிலத்தின் முக்கியச் செயற் பாடாய் இருந்தது. முல்லைப் பாடல்களை நுண்ணாய்வு செய்தால் அங்கு எருமை, ஆடு, பசு, காளை முதலியன வளர்க்கப் பட்டதை அறிய முடிகிறது.[14] குடியிருப்புகளை அடுத்துள்ள புறஞ்சேரியில் கால் நடைகள் புல் மேய்வதற்கு அனுமதிக்கப்பட்டிருந்ததும் தெளிவாகிறது.[15] ஒரு இடையன் குடியிருப்பிற்குப் பால் கொண்டு வந்து கொடுத்து விட்டு, மேய்ச்சல் பகுதிக்குக் கூழ்க் கொண்டு திரும்பி வந்தான் என்று

ஒரு பாடல் வழி தெரிய வருவதால் இடையர்கள் புறஞ்சேரியில் தங்கி இருந்தனர் என்பது தெரியவருகின்றது.

இடையர்களைக் குறிக்குமிடங்களில் எல்லாம் 'காடுறை இடையன்' என்ற சொல்லாட்சி காணப்படுவதால் அவன் காட்டில் தங்குபவன் என்பது நிரூபணமாகிறது.[17] மாடுகள் கட்டப்பட்டுள்ள தொழுவம் வீடுகட்கு அருகில் இருந்தமையால், மாடுகளுடைய கழுத்தில் கட்டப்பட்ட மணிகளிலிருந்து எழும் ஓசையே, துயரம் மிகுந்த தருணங்களில் தனக்கிருக்கும் ஒரே துணை என்று காதல் வயப்பட்ட பெண்ணொருத்தி கூறுகின்றாள்.[18] நற்றிணை 141ஆவது பாடல் இடையர் பற்றி வனப்புமிக்க வருணனை ஒன்றைத் தருகின்றது. பிரிமணையின் மீதமைந்த பானையைத் தன் தலையில் வைத்துக் கொண்டு செல்லும் இடையன், சிதிலமான கற்களை உள்ளடக்கிய தோற்பையையும் வேறு பல பொருள்களையும் பனை ஓலையாற் செய்யப்பட்ட பாயையும் சுமந்து திரிந்தான். இடையனின் சீழ்க்கை ஒலி அடிக்கடி குறிப்பிடப்படுகின்றது. நரிகளை அப்பாலே துரத்து வதற்கு இடையர்கள் இரவு நேரங்களில் நெருப்பு ஏற்றியது பற்றி அகநானூறு 94 ஆவது பாடல் தெரிவிக்கின்றது.

பால் விற்கப்பட்டது,[19] மலர்கள் விற்கப்பட்டமை குறித்தும் ஒரு குறிப்பு காணப்படுகிறது. உழவர்களினுடைய பெண்மக்கள் மலர்களைக் கூவி விற்றுள்ளனர்.[20]

இவ்வாறாக, உணவு உற்பத்திக் கட்டம் மெதுவாக உருவாவதை நாம் கண்டறிய இயலும். பாலும் மலர்களும் விற்கப்பட்டமை இனக் குழுக்களிடையே இருந்த பண்டமாற்றுப் பரிவர்த்தனையை நமக்கு உணர்த்துகின்றன. இப்பரிவர்த்தனை இனக்குழுச் சமூகக் கட்டமைப்பை உடைத்தெறிந்ததற்கான முதன்மைக் கூறுகளுள் ஒன்றாயிற்று.

இத்தகைய மேலெழுகையைக் குடியிருப்புகளுக்கு அவர்கள் வழங்கிய பெயர்கள் உணர்த்துகின்றன. காட்டுநாடு[21] (காட்டு நிலப் பகுதியிலிருந்த குடியிருப்புகள்), சிறுகுடி[22] (மலைப் பரப்பினூடாக இருந்த கிராமம்) மற்றும் சிறுகுடிப்பாக்கம்[23] (கிராமம்) என்று அவை வழங்கப்பட்டன. இந்நிலை அரசு மற்றும் தனிச் சொத்துரிமை பரிணாம வளர்ச்சி பெறும் முக்கியமான கட்டத்தைக் குறிக்கிறது.

எல்லோரும் ஏற்றுக்கொண்டுள்ளபடி, கால்நடைகளை வீட்டு வளர்ப்புக்குட்படுத்தியது தனிநபர் சொத்துரிமைக்குப் பெரும் உந்து சக்தியாக அமைந்தது எனலாம்.

நிலைத்த குடியிருப்பும் கால்நடை வளர்ப்புடன் கூடிய வேளாண்மையும் போதுமான உணவைக் கையிருப்பாக வைக்க வகை

செய்தன. அத்தகைய பல குடியிருப்புகள் உருவாகும்போது, அவற்றுள் குறை வளர்ச்சியுள்ள குடியிருப்புகள், அவற்றுள் கூடுதலான செல்வச் செழிப்புடனிருந்த குடியிருப்புகளை நோக்கி இயல்பாகவே தம் கவனத்தைத் திருப்பின. இவ்வாறுதான் திட்டமிட்ட கவர்தலும் போர்களும் நிகழ்ந்தன. இந்நிகழ்வுப் போக்கைத் தாம்சன் இவ்வாறாகச் சித்திரிப்பார். ''வேட்டையாடிப் பெறும் மாமிசம் அழுகக் கூடியது. நிலமோ அசையாச் சொத்து. ஆனால், கால்நடைச் செல்வமோ, கவர்ந்து செல்வதற்கும் பங்குபோட்டுக் கொள்வதற்கும், பரிமாற்றம் செய்வதற்கும் எளிமையானது. பொதுவாக நாடோடித் தன்மையுடன் வாழ்ந்த மேய்ச்சல் சார்ந்த இனக்குழுக்கள் தங்கள் செல்வத்தைக் கவர்தல் மற்றும் போர்கள் மூலமாக விரைவாக அதிகப்படுத்திக் கொண்டனர். மேலும் போர் புரிதலில் ஆண்களே ஈடுபட்டதால் இப்பொருளாதார அமைப்பிற்கே உரிய உள்ளார்ந்த போக்கே செல்வம் ஆண்களுடைய கரங்களில் குவிவதை வலுப்படுத்திற்று, தோள்வலி மிக்க இவ்வினக்குழு மக்கள் பல பகுதிகளிலிருந்து மகளிரை அடிமை களாகக் கவர்ந்து சென்றனர். இறுதியாகத் தாங்கள் பண்ணை ஆவதற்கு முதற்படியாக, ஒரு வேளாண் குடியேற்றத்தில் நிரந்தரமாகத் தங்கி ஒழுங்காகத் திறை செலுத்தி வந்தனர். பின்னாளில் பாபிலோனியாவை வெற்றி கொண்ட காசைட்டுகளுக்கும், எகிப்திய சைகோஸ் மன்னர் களுக்கும், மினோவன் கிரடே பகுதியைச் சூறையாடின அசேன கொள்ளைக்காரர்களுக்கும் இதுவே நதிமூலம் எனலாம்.''[24]

இவ்வளர்ச்சிக் கட்டத்தில் ஆண்கள், கால்நடைகளை வளர்ப்பதும், குடியேற்றப்பகுதிகளைப் பாதுகாப்பதுமாகிய கடினமான பணிகளைச் செய்ய வேண்டி இருந்தது. குடியேற்றப் பகுதிகளைக் காப்பது குறித்த பிரச்சினை, குடியேற்றப்பகுதிகள் வளர்ச்சியுற்ற பின்னரே தோன்றி யிருக்க முடியும். அத்தகைய பாதுகாப்பிற்கான தேவை எழுந்த காலத்தில் குடியேற்றப் பகுதியின் மிக்க வலிமையுள்ள ஆடவர், சமுதாயத்தின் நலன் கருதிப் பாதுகாப்புப் பணிக்கும் அவர்களைவிடச் சற்றுத் திறன் குன்றியவர்கள் கால்நடை பராமரிப்பு மற்றும் பயிரிடும் பணிகட்கும் அனுப்பப்பட்டனர்.

புராதன வேளாண் சமூகம் மற்றும் குடும்பம் ஆகியவற்றைக் குறித்து ஸ்டீபன் ப்யூஹ்ஸ் விவரிக்கையில் இவ்வாறு கூறுகின்றார். ''உணவு சேகரிக்கும் கட்டத்திலிருந்து அதற்கு அடுத்த கட்ட நிலையாகத் தோன்றிய வேளாண் சமூக அமைப்பில் குடும்பமே பொருளாதார அலகாக உள்ளது. நிலத்தைப் பண்படுத்துகிற கடினமான பணியை ஆடவன் செய்ய, பெண் விதைத்தல், நாற்று நடுதல், அறுவடை செய்தல் ஆகிய பணிகளைச் செய்கிறார்கள். படையெடுத்து வருபவர்

முல்லைத் திணைக்கான ஒழுக்கம்

களிடமிருந்து தங்களைப் பாதுகாத்துக் கொள்வதற்கும் தங்களுடைய சேமிப்புக் குவியலைப் பாதுகாப்பதற்கும், தனித்தனிக் குடும்பங்கள் கட்டுக்கோப்பான குடியிருப்புப் பகுதிகளில் அடுத்தடுத்து ஒன்றாக வாழ்கின்றன.''²⁵

தமிழ் நாகரிகத்தின் பரிமாணத்தில் இது எவ்வளவு உண்மை யென்பது புறத்திணையை நாம் பார்த்தால் தெளிவாகும். நேரடிப் பொருள் கொள்ளலில், வெளிப்புற நடத்தையைக் குறிக்கும் புறம், பல்வேறு பகுதிகளில் மேற்கொள்ளப்பட்ட போர் நடவடிக்கைகளின் வகைப்படுத்தலே ஆகும். அகத்திணைகளில் குறிப்பிடப்படுகின்ற இச்செயற்பாடுகளும் மலர்களாலேயே குறிப்பிடப்படுகின்றன. இவ்வாறாக ஒவ்வொரு பகுதியும் காதல் செயற்பாட்டிற்கு ஒரு ஒழுக்க நெறியும் போர்ச் செயற்பாட்டிற்கு வேறொரு ஒழுக்க நெறியும் கொண்டுள்ளன. அடுத்தமைந்த மேய்ச்சல் நிலப் பகுதிக்கான போர்ச் செயற்பாடு வஞ்சி என்று பெயர் பெறுகின்றது. நிலப் பேராசை கொண்ட மன்னர்கள் பிற குடியேற்றப் பகுதிகளின் மீது நிகழ்த்திய படையெடுப்பு வஞ்சி என்று வரையறை செய்யப்படுகின்றது. அதனைப் பி.டி. சீனிவாச அய்யங்கார் இவ்வாறு விளக்குவார். ''இந் நிலத்திற்கடுத்து அமைந்திருந்த காடு, பழம் பாணியான முதற்காப்பு அரணாகும். எனவே, அது காவற்காடு என்று அழைக்கப்பட்டது. வஞ்சி மாலைகளை அணிந்து குழுத் தலைவர் காட்டுப்பகுதிக்குள் படை யெடுப்பு செய்தனர். இது வஞ்சி எனப் பெயர் பெற்றது.''²⁶

முல்லைத் திணை என்னும் கட்டத்தில்தான் இவ்வாறாகத் தாக்குதலில் இருந்து பாதுகாக்கப்பட்ட குடியேற்றங்கள் தோன்றின என்பது தெளிவாகிறது.

அரச உருவாக்கத்தின் தொடக்கக் கட்டத்தில் ஒத்தவர் இணைந்து உருவாக்கிய தலைமையாகிய முடிமன்னருடைய குடியிருப்புகளைக் காத்தலே, வலுமிக்க ஆடவர்களின் முக்கிய கடமையாக இருந்தது. பிற்கால முடியாட்சிக் கோட்பாடுகளினால் தாக்கம் பெற்ற இலக்கிய மரபு, தலைவனை ஒரு முழுமை பெற்ற ஆட்சியாளனாகச் சித்திரித்து, அவனது முகாமே செயற்பாடுகளின் மையம் எனப் பணித்தது.*

குடியேற்றத்தைக் காக்கும் செயற்பாடு கோடை காலத்தில் செய்யப்பட்டு, மழைக்காலத்தில் விலக்கிக் கொள்ளப்பட்டது.

---

* இக்கட்டுரை எழுதப் பெற்றபோது (1966) இப்பிரதேசங்களின் ஆட்சி உருவாக்கம் பற்றிக் கட்டுரையாசிரியருக்கு மேலோட்டமான ஒரு கருத்து மாத்திரமே இருந்தது. அதன் பின்னர் 1988-90இலேயே இவ்விடயம் பற்றி நுண்ணிதாக நோக்கும் வாய்ப்பு கிட்டிற்று. அதன் பயனே அரசியலதிகார ஒழுங்கமைவு பற்றிய கட்டுரையாகும். அக்கட்டுரையில் வரும் தமிழ்நாட்டின் அரசுருவாக்கம் பற்றிய கட்டுரையை நோக்குக.

ஏனெனில், மாரிக் காலம் தாக்குதல் தொடுப்போனுக்கும், தற்காத்து நிற்போனுக்கும் கடினமானதாய் இருந்தது.

இக்காவற்பணி புரிந்தோர் திரும்பி வருகின்றமையே முல்லைத் திணையில் மிகையாகப் புனைந்துரைக்கப்பட்டுள்ளது.

முல்லைக்கு விதிக்கப்பட்ட ஒழுக்க நெறி 'இருத்தல்' ஆகும். இதற்கான பொருள் அமைதியாகக் காத்திருத்தல் என்பதாகும். அரசக் கடமை நிமித்தம் புறத்தே சென்ற தலைவனின் வருகைக்காக மனைவி காத்திருத்தல் என்றே இதற்கு மரபு ரீதியாக விளக்கம் கூறப்படுகிறது. அமைதியாய்க் காத்திருத்தல் பிரிவாற்றலால் வாடுதலினும் தெளிவாக வேறுபடுதலாம்.

நற்றிணை 266 ஆவது பாடலில் தலைவி ஒரு குறிப்பிட்ட நோக்கத்தோடு வீட்டில் தங்கியிருக்கிறாள் என்று தெளிவுபடுத்தப் படுகிறது. தலைவி தன்னைத்தானே தேற்றிக் கொண்டு தலைவனுடைய வருகைக்காகக் காத்திருத்தல் என்று உரையாசிரியர் இளம்பூரணர் விளக்குவார்.[27] தங்கள் கணவர்கள் கேட்டுக் கொண்டதற்கேற்ப, இல்லத்திலிருந்து தாம் ஆற்றவேண்டிய நேர்மையான கடமைகளை ஆற்றும் மகளிரின் குணநலம் அது என்று நச்சினார்க்கினியர் விளக்குவார்.[28]

இவை யாவையும் இலக்கிய மரபுகட்கு உரையாசிரியர்கள் தருகின்ற விளக்கங்கள். இவற்றினுடைய சமூகப் பொருத்தப்பாடு உரையாசிரியர்கட்கே தெளிவாகத் தெரியவில்லை.

கணவன்மார்கள் விலங்குகளை வீட்டுச் சூழற்குப் பழக்குவதற்கும் அல்லது குடியிருப்புகளைக் காப்பதற்காக வேண்டியும் தொலைவில் சென்ற வேளையில், மனைவி வீட்டைக் காத்திருந்தமையின் சமூகப் பொருத்தப்பாட்டைச் சமூக அறிவியலறிஞர்கள் விளக்குகிறார்கள். ஹன்ஸ் போபெக் இவ்வாறு கூறுவார்: ''எவ்வகைப்பட்ட தொழில் நுட்பமுடையதாயினும் சரி, ஒரு வேளாண் வாழ்க்கைக்கு உறுதியாக மாறிய நிகழ்வானது, முதலில் நடைமுறைக்குப் பொருத்தமான மாறுதல்களையும், பின்னர் பிற வாழ்க்கை வழி முறைகளில் தேவையான மதிப்புக் குறைவையும் கொண்டுவந்து, உடனியங்குகிற பண்பாடுகளையும் மாற்றியமைக்கும். பொதுவாகக் கருதப்படுவதும், ஆனால் மிகுதியான சான்றாதாரங்களால் பின்னர் உறுதிப்படுத்தப்பட்டுள்ளதுமான இவ்வளர்ச்சிக் கட்டத்தில் ஒருவேளை அவர்களுடைய முக்கியத்துவம் பெற்ற பங்களிப்பால் மகளிர் இந்த வளர்ச்சிக்குப் பெரிதும் உதவுகின்றனர். இது அவர்களுக்குக் கிடைக்கும் அந்தஸ்து மூலமாகத் தெரிய வருகிறது. ஏற்கெனவே இருந்து வந்துள்ள தாய்வழிச் சமுதாய

மரபு காரணமாகவும் மேலும் புதிதாக இடம்பெறுகின்ற நிலப் பயன்பாட்டு உரிமை முறை மூலமும் இது தெரிய வருகின்றது.''[29]

உணவுச் சேகரிப்பு, குடியிருப்பிற்கு அருகாமையில் இருந்த இடத்தில் பயிர் செய்கைக்கு இட்டுச் சென்றது. இதனால் தோட்டத்தை உழுது பயிரிடுதல் பெண்ணுடைய பணி என்றாகியது. கால்நடைகளால் இழுக்கப்படும் கலப்பை அறிமுகப்படுத்தப்பட்ட பின்னர்தான் வேளாண்மை ஆண்களுக்குரியதாக மாற்றப்படுகிறது. ஆப்பிரிக்காவின் சில பகுதிகளில் கலப்பை அண்மையில் ஈட்டப்பட்ட பொருளாகவுள்ள நிலையில், இம்மாற்றம் நிகழ்ந்து வருவது நாம் இன்றும் காணக் கூடியதாக உள்ளது என்று தாம்சன் கூறுகின்றார்.[30]

வேளாண்மையின் தொடக்கக் கட்டத்தில் குடியிருப்புகளில் தங்கி, வேளாண்மையில் ஈடுபட்டவர் பெண்தாம் என்பது மிகமிகத் தெளிவானதே. நிலத்தை முறையாக உழவு செய்யும் செயலை இந்தியாவில் முதன்முதலாகக் கண்டுபிடித்தவர்கள் பெண்களே என்பது புகழ்மிக்க இந்தியாவில் தாயுரிமை (Mother right in India) என்ற நூலின் ஆசிரியர் எஃரன் பெல்ஸின் இறுதி முடிவாகும். இவையே போதுமான விளக்கம் தருகின்றன. குடியிருப்புகள் அமைக்கப்பட்டுக் கொண்டிருந்த அக்காலகட்டத்தில் பெண்களுக்குரிய இவ்விருத்தல் ஒரு பொருளாதாரத் தேவையாக இருந்தது.

முல்லைத் திணை நிலையில் வேளாண்மை வளர்ந்திருப்பதை நாம் காணமுடிகிறது. கலப்பை பற்றியும்கூடக் குறிப்பிடப்படுகிறது. மொத்தத்தில் நமக்குக் கிடைக்கும் கருத்துப் பதிவு வேளாண்மை இந்நிலையில் ஆண்மகனுடைய வேலை ஆகிவிட்டது என்பதுதான். அது உணவு தேடுதல் நிலையிலிருந்து பொருளாதாரம் வளர்ந்து விட்டதைக் காட்டுகிறது. தந்தையாதிக்க நிலைக்கு வகை செய்த இம்மாற்றம் எவ்வாறு ஏற்பட்டது என்பது கோசாம்பியால் மிகத் தெளிவாக விளக்கப்பட்டுள்ளது. ''முதல் உழைப்புப் பகிர்வு ஆண்களுக்கும் பெண்களுக்கும் இடையில் நிகழ்ந்தது. பெண்கள்தாம் முதல் குயவர்கள், முதலில் கூடை முடைந்தவர்கள், மண்வெட்டியால் மண்ணைக் கிளறி வேளாண்மை செய்தவர்கள் அல்லது குச்சிக் கொண்டு கிளறி முதன்முதலாகப் பயிரிட்டவர்கள். தானியங்கள் மதிப்புமிக்க உணவாதாரமாக ஆன பின்னர், பானைகள், கூடைகள் ஆகியன சேகரித்தவற்றைச் சேமிப்பதற்கும், மேலும் அரைவைக்குரிய திரிகை போன்ற கருவிகளும் தேவைப்பட்டன. தானியம் சேகரிக்கப் பட்டதோடு உற்பத்தியும் செய்யப்பட்டது. தந்தையாதிக்கத்திற்கான மாற்றம் ஆடவர்களின் சிறப்புச் சொத்து வளர்ச்சியோடுதான் ஏற்பட்டது.

பொதுவாக இது எப்போது நிகழ்ந்தது என்றால், கால்நடைகள் முதலில் அதனுடைய இறைச்சிக்காகவும் பின்னர் பால்படு பொருள்கள் மற்றும் தோலுக்காகவும் (பண்டமாற்றுப் பரிவர்த்தனைக்குப் பயன்படுத்தப் பட்டது) பயன்படுத்தப்பட்டு, இறுதியாக வேளாண்மை, போக்கு வரத்து ஆகியவற்றில் ஒரு சக்தியாக உபயோகப்படுத்தப்பட்டபோது தான். இவ்உருவாக்கங்களின்போது மக்கள் சுற்றுச் சூழலைத் தங்களுடைய செலவழிவிற்குள் கொண்டு வந்து மென்மேலும் திறமையாக வாழத் தலைப்பட்டார்கள்.''[31]

வேளாண்மைக்குக் கால்நடைகளைப் பயன்படுத்தியதும், மேட்டு நிலப்பரப்பில் பேரளவு வேளாண்மை செய்ததும் முல்லைத் திணை நிலையில் நாம் ஏற்கெனவே பார்த்தபடி தந்தையாதிக்கத்தைக் கொண்டுவரும் சக்திகளாக விளங்கின. 'இருத்தல்' என்பது இந்நிலையில் 'உயிர்வாழ்தல்' என்று ஆகிவிட்டது. உண்மையாகவே இருத்தலுக்குப் புதிய பொருளும் புதிய முக்கியத்துவமும் இப்போது ஏற்பட்டது.

வேளாண்மை செய்வதற்காகக் குடியிருப்பில் தங்கியிருந்த நிலை போய், கணவனுடைய வழிகாட்டுதல் படி பெண் இப்பொழுது அங்கே தங்கி இருக்கும் நிலை ஏற்பட்டது. இது குடும்பம், சொத்து ஆகிய வற்றைப் பராமரித்துத் தீர வேண்டிய கட்டாயத்தை முன்னதாகக் கொள்ளும் நிலை எனலாம்.

தமிழ் இலக்கிய மரபிற் கற்பு என்னும் நிறுவனம் எப்போதும் முல்லைப் பண்பாட்டுடன் இணைத்தே பேசப்படுகிறது. சங்கப் பாடல்கள் கற்பை முல்லையின் பிரிக்கவியலாத அங்கமாகவே சித்திரிக்கின்றன. பல கவிஞர்களுக்குக் கற்பு என்பதும் முல்லை என்பதும் ஒரே பொருளையே தருகின்றன. நற்றிணை 142 ஆவது பாடல் முல்லை சான்ற கற்பின் மெல்லியல் குறித்துத் தெரிவிக்கின்றது.

கற்பிற்கும் முல்லைக்குமிடையே உள்ள உறவை ஆராயும் முன் நாம் கற்பு என்பதன் பொருளைத் தெளிவாக அறிந்து கொள்ள வேண்டும். 1. மணவாழ்க்கைக்குரிய மெய்யான பற்றுறுதி (fidelity) 2. மனைக்குரியவன் தான் தேர்வு செய்த மணமகளோடு ஐக்கியமாவதைத் திருமணச் சடங்குகளால் நிலைப்படுத்திய பிறகு வாழும் இல்வாழ்க்கை என்று தமிழ் லெக்சிகன் விளக்குகிறது. உரிமையுடையோர் மணப் பெண்ணை மணமகனுக்கு மணமுடித்தலே கற்பு என்கிறார் தொல் காப்பியர். மணவாழ்விற்குரிய மெய்யான பற்றுறுதி என்பது திருமண பந்தத் தொடர்ச்சியின் மிக முக்கியமான அம்சமாகும். சங்க இலக்கியத்தில் உள்ள குறிப்புகள் மெய்யான பற்றுறுதியையே உணர்த்துகின்றன.

வாரிசுரிமைக்கு மணவாழ்வில் மெய்யான பற்றுறுதி மிக முக்கிய மான ஒன்றாகும். தனிச் சொத்துரிமையின் வளர்ச்சி, மணவாழ்வில் மெய்யான பற்றுறுதியைத் தேவையான ஒன்றாக்கியது.

இப்பின்புலத்தில்தான் மணவாழ்வில் மெய்யான பற்றுறுதியை வலிந்து ஏற்கச் செய்யும் கற்பிற்கான தோற்றுவாய் தேவையாயிற்று என்பதை நாம் அறிந்துகொள்ள வேண்டும். சமூக அறிவியல் கலைக் களஞ்சியத்திற்கான தமது பங்களிப்பில் ஆர். பிரிபால்ட் 'கற்பு' குறித்து இவ்வாறு கூறுகிறார்.[32]

புராதன சமூகங்களிற் கற்பு என்னும் தடையுத்தரவு பிறப்பிக்கப் படுவதற்குப் பல்வேறுபட்ட காரணிகள் உள்ளன.

சூலுற்ற பொழுதும் பாலூட்டும் காலத்திலும் ஆணைப் பெண் வெறுத்து ஒதுக்குவது உடற்கூறு சார்ந்து பெரும்பான்மையான எல்லா விலங்குகளிடத்தும் காணப்படுவதாகும். பண்படாத பகுதிகளில் இது விலக்கு விடயமாக (tabu) நடைமுறையிலிருப் பதைக் காண முடிகிறது. சந்திரனின் சித்தத்தால் ஏற்படுவதாக நம்பப்படுகின்ற மாதவிடாய்க் காலம் உலகப் பொதுவாக விலக்குக் காலமாகும்.

இதே வகையைச் சேர்ந்ததுதான் இனக் குழுவிற்கு வெளியே செய்யப்படும் புறமணம் புரிதலும் ஆகும். பெரிதும் ஒரே இடத்தில் உட்கார்ந்திருந்த மகளிரை ஓடியாடி அலைந்து திரியும் ஆடவர் தமக்குச் சாதகமாக்கி, சகோதர உறவினரிடையே உருவாகும் தகாப் புணர்ச்சி மீது விதித்த தடையும் இதே வகையைச் சார்ந்தே! தாயையும் மற்றும் மூத்த சகோதரிகளையும் மிக இளைய பெண்கள் மரியாதை கலந்த வியப்புடன் நோக்கு வதைச் சில சமூகங்களிற் காணலாம்.

உடைமை உரிமை காரணமாகவும் கற்புசார் விலக்குகள் உருவாயின. பண்படாத இனங்களிடையே பெண்களுடைய பாலியற் சுதந்திரம், மணவாழ்விற் கடைப்பிடிக்கப்பட வேண்டிய மெய்ப்பற்றுறுதிக்கு உட்பட்டதேயாயினும் அக்கட்டுப்பாடுகள் நெகிழ்ச்சியுடனேயே அனுசரிக்கப்பட்டன. இக்கட்டுப்பாடு களுடன்கூடச் சடங்குகள் வழங்கிய அனுமதி, விருந்தோம்பல், இனக்குழூச் சகோதரத்துவம் ஆகியவற்றிற்கு உட்பட்டு, மட்டுப் பட்டே நடைமுறைப்படுத்தப்பட்டன.

அடிநிலைப் பண்பாடுகளில் மகளிரிடம் காணப் பெற்ற நெகிழ்வுசார் 'கற்புநிலை' யானது கொள்வனவுச் சக்தியைப்

போதுமான அளவு பெற்றிருந்த மேய்ச்சல் சமூக ஆடவர்களால் கறாராக அமுல்படுத்தப்பட்டது.

இக்கொள்கைகளை முல்லைச் சமூகத்திற்குப் பொருத்திப் பார்த்தால் அப்பண்பாட்டிற்குக் கற்பு எவ்வளவு இன்றியமையாததாகக் கருதப்பட்டிருக்கும் என்பது புலப்படும்.

ஆடவர் ஓடியாடி அலைந்து திரிவதும், மகளிர் ஒரே இடத்தில் அமர்ந்திருத்தலுமே முல்லைப் பண்பாடாகும்.

நாம் ஏற்கெனவே பார்த்தபடி, முல்லை நிலையில்தான் தனிநபர் சொத்துடைமை ஒரு நிறுவனமாகப் போற்றிப் பேணப்படுகிறது. ஆகவே, அதனடியாக வாரிசுரிமைச் சிக்கல்கள் தோன்றியிருக்க வேண்டும். மணவாழ்க்கையில் மெய்ப்பற்றுறுதியைக் கோரும் கற்பு இச்சிக்கல்களுக்குத் தீர்வாக அமைந்தது. பல முல்லைப் பாடல்களில் குழந்தைகள் மிகவும் பிரியமான சொற்றொடர்களால் குறிப்பிடப் படுவது வாஞ்சைமிக்க ஒரு வெளிப்பாடேயாகும்.³³ அகநானூறு 184 ஆவது பாடல் ஆண்மகனைக் குடிக்கு விளக்கு என்று குறிப்பிடுகிறது.

இவ்வாறாகப் பிற இடங்களைப் போன்று தமிழ் நாட்டிலும் மணவாழ்வில் மெய்ப்பற்றுறுதி கோரும் கற்பு என்னும் கோட்பாடு தனிநபர்ச் சொத்துரிமை நிறுவனமாக வளர்ச்சியடைகின்ற வேளையில் தான் தோன்றுகிறது எனலாம்.

அகநானூறு 144 ஆவது பாடலையும் (ஓ தோழியே! அழகிழந்த சடைப்பின்னலை அவர் மறந்துவிட்டாரா? ஏனெனில் அது மலர்சூடித் தன்னை அழகுபடுத்திக் கொள்ள முடியவில்லையே!) நற்றிணை 42 ஆவது பாடலையும் (யாம் திரும்புவதை அவள் அறியாள்! ஓடிச் சென்று அவளிடம் இச்செய்தியைத் தெரிவி. அவ்வாறு தெரிவித்தால் தான் நான் வீடு திரும்பும் வேளையில் அதுகாறும் கழுவித் திருத்தப் படாமல் இருந்த பின்னலைக் கழுவித் திருத்தி அதை மலர்களால் அலங்கரித்திருப்பாள்) நாம் நோக்குவோமானால், அவை மறை குறிப்பாகக் கணவர் வெளியே சென்றிருக்கும்போது மகளிர் தங்களை அழகுபடுத்திக் கொள்ளச் சில தடைகள் விதிக்கப்பட்டிருந்தன என்ற முடிவிற்கு வரமுடிகின்றது.³⁴

கற்பு மணம் என்ற நிறுவனமும் தனிநபர்ச் சொத்து உடைமையின் வளர்ச்சியுமே தந்தைவழிச் சமூகத்திற்கு இட்டுச் சென்றன என்னும் பி.டி. சீனிவாச அய்யங்காரின் கூற்று, காரணத்தையும் விளைவையும் மாற்றி மொழிந்த கூற்றாகும்.³⁵ தந்தைவழிச் சமூகமும் அதன்செல்வக் குவிப்பும் ஆடவர் தனித் தன்மையோடு அலைந்து திரிந்தமையுமே கற்பு என்ற நிறுவனம் நிலைகொள்ள ஏதுவாயின.

குறிப்புகள்

1. A. Aiyyappan, *The Tribes of South and South - West India: The Adivasis*, Publications Division, டெல்லி, 1955, ப.44.
2. "In turn each belt of natural products suitable human occupation appears; and in term such localized type of worker is born and developed his characteristic family life. Thus is the typical regional unit emerge in succession the miner, the woodman, the hunter the shepherd on higher levels; the thin soil next to be permanent pasture then the prosperous farmer raising a cup of nice and wheat on the richer soils and lower still where the river widens on estuary or sea we have the busy gardener with his main regional occupation." - A. J. Dastur, *Men and his Environment*, Popular Book Depot
3. Hans Bobek 'The Main Stages in Socio- Economic Evolution from a Geographical Point of View.' *Readings in Cultural Geography*, Ed. Philip L. Wanger & Marvin A Miskell University of Chicago, 1962.
4. மு. இராகவையங்கார், தொல்காப்பியப் பொருளதிகார ஆராய்ச்சி எம்.ஆர். நாராயண அய்யங்கார், மானா மதுரை, 1960, ப. 28
5. சி. கணேசையர் (பதிப்) தொல்காப்பியம்- பொருளதிகாரம் நச்சினார்க்கினியம், திருமகள் அழுத்தகம் சுண்ணாகம், 1948, ப. 20
6. V.R.R. Dikshithar, *Studies in Tamil Literature and History*, சென்னைப் பல்கலைக்கழகம், 1936, பக். 179.
7. P.T. Srinivasa Iyenger, 'Environment and Culture', Triveni, தொகுதி I, எண். 3, சென்னை, 1928, ப. 72.
8. Kamil Zvelebil, 'Tamil poetry 2000 Year Ago', New Orient Bi-monthly *(மறுஅச்சு:* Tamil Culture, தொகுதி 10, எண். 1, சென்னை, 1960).
9. தொல்காப்பியம்-பொருளதிகாரம்: இளம்பூரணம், கழகம் சென்னை, 1969, ப. 16
10. சி. கணேசையர் (பதிப்), தொல்காப்பியம் பொருளதிகாரம்: நச்சினார்க்கினியம், ப. 58
11. C. Daryll Forde *Habitat Economy and Society* மெதன் அன்கோ, லண்டன் 1949, ப.403.
12. George Thompson, *Studies in Ancient Greek Society* தொகுதி 1 Lacernce & Wishat, லண்டன், 1945, ப. 33.
13. Stephen Fuchs, *The Origin of Man and His Culture*, Asia Publishing House பம்பாய், 1963, ப. 80 மு.
14. குறுந்தொகை 279, 221, அகநானூறு 274
15. குறுந்தொகை 221
16. மேலது,
17. அகநானூறு 334.
18. குறுந்தொகை 73, 90
19. நற்றிணை 142
20. நற்றிணை 97
21. அகநானூறு 94; நற்றிணை 59.
22. அகநானூறு 284

23. நற்றிணை 169
24. ஜார்ஜ் தாம்சன் , முற்கூறப்பட்டது, ப. 298.
25. Stephen Fuchs, *the Origin of Man and his Culture*, p.104.
26. P.T. Srinivasa Iyengar, *History of the Tamils* குமாரசாமி நாயுடு அன் சன்ஸ், சென்னை, 1929, ப. 68.
27. தொல்காப்பியம் - பொருளதிகாரம், இளம்பூரணர், கழகம், ப. 16
28. சி. கணேசையர் (பதிப்.) தொல்காப்பியம் - பொருளதிகாரம்: நச்சினார்க் கினியம்.
29. Hans Bobek, *The Main Stages in Socio-Economic Evolution from a Geographical Point of View, Readings in culture Geography*, ப. 226
30. ஜார்ஜ் தாம்சன், முற்கூறப்பட்டது, ப. 41
31. D.D. Koswami, *An Introduction to the study of Indian History*, பாப்புலர் புக் டிப்போ, பம்பாய், 1956, ப. 22.
32. *Encyclopaedia of social sciences.*
33. நற்றிணை 166. 221, அகநானூறு 184.
34. நற்றிணை 142 ஆம் பாடலுக்கான அ. நாராயணசாமி ஐயரின் உரையினைப் பார்க்கவும். நற்றிணை நானூறு மூலமும் உரையும், கழகம், சென்னை 1956, ப. 151.
35. பி.டி. சீனிவாச ஐயங்கார், முற்கூறப்பட்டது, 1929, ப.10.